परीघ

मूळ लेखिका
सुधा मूर्ती

अनुवाद
उमा वि. कुलकर्णी

मेहता पब्लिशिंग हाऊस

- *या पुस्तकातील लेखकाची मते, घटना, वर्णने ही त्या लेखकाची असून त्याच्याशी प्रकाशक सहमत असतीलच असे नाही.*

PARIDHI by SUDHA MURTY

Originally Published in Kannada Language

© Sudha Murty

Translated into Marathi Language by Uma Kulkarni

परीघ / कादंबरी

अनुवाद : उमा वि. कुलकर्णी, १०९८/११ब, 'पार्थ हेरिटेज',
मॉडेल कॉलनी, पुणे – ४११०१६.

मराठी अनुवादाचे व प्रकाशनाचे हक्क मेहता पब्लिशिंग हाऊस, पुणे.

प्रकाशक : सुनील अनिल मेहता, मेहता पब्लिशिंग हाऊस,
१९४१, सदाशिव पेठ, माडीवाले कॉलनी, पुणे ३०.

अक्षरजुळणी : इफेक्ट्स, २१/६ब, आयडिअल कॉलनी, कोथरूड, पुणे ३८.

मुखपृष्ठ : चंद्रमोहन कुलकर्णी

प्रथमावृत्ती : ४ नोव्हेंबर, २०१३ / एप्रिल, २०१४ / जुलै, २०१५
पुनर्मुद्रण : मार्च, २०१७

P Book ISBN 9788184985184

E Book ISBN 9788184988048

E Books available on : play.google.com/store/books
m.dailyhunt.in/Ebooks/marathi
www.amazon.in

मनोमन होरपळून गेली असली तरी,
आपलं दुःखं कुणाशीही वाटून न घेतल्यामुळे
मनोरुग्ण होऊन कष्ट भोगणाऱ्या
'मृदुला'सारख्या शेकडो महिलांना
आत्मीयतापूर्वक अर्पण!

– सुधा मूर्ती

'आलद हळ्ळी' म्हटलं की, कुणालाही हे गाव नेमकं कुठं आहे, हे लगेच लक्षात येत नाही. हे काही एवढं मोठं गावही नाही म्हणा! या गावात तशा कुठल्याच महत्त्वाच्या घटनाही घडलेल्या नाहीत. हासन जिल्ह्यात एक, जुन्या मैसूर संस्थानात एक अशी एक-दोन 'आलद हळ्ळी' नावाची गावं आहेत म्हणा. पण हे गाव धारवाड जिल्ह्यात आहे. पण धारवाड जिल्ह्यातल्या नव्वद टक्के लोकांनाही हे ठाऊक नसेल.

गाव म्हटलं की, त्यात वडाचं झाड हे असतंच. वडाच्या झाडाभोवती पार बांधून गावातले लोक त्यावर बसून गप्पा मारतात. त्यामुळेच वडाच्या झाडाची प्रसिद्धी आहे की काय कोण जाणे! शिवाय वडाच्या झाडाशेजारी बेलाचं झाड लावून त्याभोवती प्रदक्षिणा घालणाऱ्या बायकांची काही कमतरता नाही म्हणा!

हुबळीहून शिग्गावी जाताना, गाव लागण्याआधी दहा किलोमीटरवर 'गोटगोडवीय केरे' हे तळं येतं. हे तळं नेहमी पाण्यानं भरलेलं असलं, तरी उन्हाळ्यात त्यातलं पाणी बरंच कमी होतं. गणपती-उत्सवामध्ये त्यात लाल कमळं भरली की, ते परिपूर्ण वाटतं. हुबळीत रणरणतं ऊन असलं, तरी शिग्गावी मात्र सह्याद्रीलगतचा 'मलेनाडचा पदर' आहे. असंच पुढे गेलं की, हावेरी-राणेबिन्नूर हा सगळा देशाचाच भाग आहे. पुढे तुंगभद्रा नदी आडवी येते. पलीकडे हरिहर. हरिहर एका टोकाला असलं, तरी उत्तर कर्नाटकातल्या लोकांच्या दृष्टीनं हा मैसूर संस्थानाचा भाग. उत्तर कर्नाटकची सीमा या नदीच्या काठावरच संपते.

अलीकडे या नदीवर एक नवा आणि एक जुना, असे दोन-दोन पूल होऊन १९५६ सालापासून सगळा कर्नाटक एक प्रदेश झाला असला, तरी आजही कर्नाटकात 'जुनं कर्नाटक', 'उत्तर कर्नाटक', 'निजाम कर्नाटक', 'किनारपट्टीवरचा कर्नाटक' असा भेद राहिलेला आहे. अर्थात भेद नाही, असं जीवनच नाही म्हणा! तो तर निसर्गाचा नियमच आहे! शेजारच्या महाराष्ट्रातही याच प्रकारे कोल्हापूर-पुणे-नागपूर असे भेद आहेत. लोकांच्या जगण्यात ही फारशी महत्त्वाची गोष्ट नसली, तरी राजकारणात याला भरपूर महत्त्व आहे. अधूनमधून हे असमाधान उसळून बाहेर येतं आणि ती वृत्तपत्रांच्या मुखपृष्ठावरची बातमी होते.

गोटगोडवीय केरेच्या उजवीकडे वळलं की, लागणारा कच्चा रस्ता 'आलद हळ्ळी'ला जाऊन पोहोचतो. सुमारे तीस वर्षांपूर्वी शिरसीहून येणारी बस या मुख्य जंक्शनवर थांबायची. गावची माणसं सवारी, बैलगाडी जुंपून या जंक्शनवर यायची. या नाक्याला 'गोटगोडवीय तिठा' म्हणायचे. शिवाय या कच्च्या रस्त्याला त्यांच्या भाषेत 'अपरोचि रोड' असं नाव होतं. अलीकडे कर्नाटकाच्या दळणवळण खात्यानं आणि विद्युत खात्यानं या गावाला वीज आणि रस्ता द्यायची घोषणा केल्यामुळे आलद हळ्ळीलाही वीज येऊन पोहोचली आहे. शिवाय दररोज हुबळीहून तीन बसेस इथे येतात. त्यामुळे 'गोटगोडवीय तिठा'चं महत्त्व कमी झालं आहे.

या कच्च्या रस्त्यानं आठ किलोमीटर चाललं की, 'आलद हळ्ळी'ला पोहोचता येतं. इथली लोकसंख्या आठ-दहा हजारांपेक्षा कमी आहे. 'मलेनाडु'ला इथून सुरुवात होते, असं म्हणायला हरकत नाही. हमरस्त्यापेक्षा हा आतला रस्ता किती वेगळा आहे! दोन्ही बाजूला घनदाट आंब्याची आणि वडाची झाडं! पूर्वी इथे गोरे राज्यकर्ते शिकारीसाठी यायचे म्हणे. धारवाडच्या कलेक्टरला हे निद्रित छोटं खेडं आणि इथलं जंगल का आवडलं, कोण जाणे! त्याने इथे एक अतिथीगृह बांधलं. ही सगळी माहिती या गावातली तोंडाची बोळकी झालेली वृद्ध मंडळी सांगतात.

गावाबाहेर मोठं तळं आहे. या तळ्याच्या भोवताली वडाची झाडं आहेत. त्यांची रचना तळ्याला बांध घातल्यासारखी दिसते. तळ्याच्या त्या बाजूला अतिथीगृह आहे. तेही वडाच्या राईत आहे. वडाला कन्नडमध्ये 'आल' म्हणतात. या वडाच्या राईमुळे या गावाला 'आलद हळ्ळी' हे नाव पडलं असावं. 'हळ्ळी' म्हणजे खेडं किंवा गाव.

पण हेही काही खरं नाही. हे गाव तसं पुराण काळापासून प्रसिद्ध आहे. महाभारत काळात पांडव अज्ञातवासासाठी इथे आले होते. हे मोठं तळं खोदून इथंच त्यांनी आपल्या वडिलांना पिंडदान केलं होतं. त्याशिवाय विजय नगरच्या काळी त्याचे संस्थापक व्यासराय यांनी इथे मारुतीची स्थापना केली. याची खूण म्हणजे इथल्या हनुमंताच्या शेपटीत असलेली घंटा, असं चंपक्का कानिटकर अधिकारयुक्त स्वरात सांगतात. सगळ्यात महत्त्वाचं म्हणजे चंपक्कांशी वाद घालायचं धैर्य कुणामध्येही नाही!

इथल्या घनदाट वडांची झाडी दिवसेंदिवस कमी होत चालली आहे. मागे ब्रिटिशांच्या काळी कुणीतरी इथल्या त्या काळ्या घनदाट राईचं चित्रही काढून इथल्या अतिथीगृहाच्या ओसरीत टांगलं आहे. त्यावरून त्या काळी हे जंगल किती घनदाट असावं, याची कल्पना येते.

स्वातंत्र्य मिळाल्यावर काहीही उद्योग नसल्यामुळे झाडं तोडणाऱ्यांची झळ आलद हळ्ळीलाही लागली आहे. इथले मोठाले वृक्ष कोसळले आणि गावकऱ्यांच्या

घरचं सरपण झालं. अलीकडे सरकारच्या नव्या पर्यावरणविषयक घोषणांना घाबरून ग्रामपंचायतीच्या लोकांनी पुढाकार घेऊन उरलेल्या राईला कुंपण घालून 'झाडं तोडण्यास मनाई आहे.' असा बोर्ड लटकवला आहे.

तरीही चोरून-मारून झाडं तोडण्याचा उद्योग या छोट्या खेड्यात चाललेला असतोच. कुऱ्हाडीला कुठं बोर्ड वाचता येतो? आणि झाडांना तोंड कुठं आहे?

गावाच्या मध्यभागी बसस्टॅन्ड असल्यामुळे काही जण हुबळी-धारवाडला महागडं घर भाड्यानं घेण्याऐवजी इथे घर करून रोज ये-जा करतात. इथं राहिलं की, शांत जीवन मिळतं. धुराचा त्रास नाही. त्यामुळे बऱ्याच सुशिक्षितांना इथं घर करणं, सोयीचं वाटतं. कारण इथलं हायस्कूल धारवाडच्या केईबोर्डपेक्षा आणि हुबळीच्या लॅमिंगन हायस्कूलपेक्षा चांगलं आहे. इथे शिकलेले अनेक विद्यार्थी बोर्डात आले आहेत. त्यात भीमण्णाची मुलगी मृदुला हीही एक.

इथं आधी केवळ कन्नड भाषेचे सातव्या इयत्तेपर्यंतचे वर्ग चालायचे. तेही गावकऱ्यांनी सरकारच्या हाता-पाया पडून सुरू करायला लावले होते. त्यानंतर इथले विद्यार्थी पुढच्या शिक्षणासाठी शिग्गाव किंवा हुबळीला जायचे. बाहेरच्या रस्त्यानं गेलं, तर सोळा-अठरा किलोमीटरवर शिग्गाव. पण आतल्या रस्त्यानं गेलं तर चिक्क बंडीगेरी-शिशुनाळ-गंजिकट्टीवरून गेलं की, केवळ आठ किलोमीटर अंतर पडतं. कितीतरी विद्यार्थी सकाळी न्याहारी करून सोबत डबा घेतात आणि हायस्कूलला जातात. पुढे ही मुलं कॉलेजसाठी हावेरी किंवा हुबळीलाही जातात.

गाव म्हणजे एकुलती एक गल्ली. तिच्या दोन्ही बाजूला घरं आहेत. तीच मुख्य गल्ली. सगळ्या घरांची रचना सारखीच. शंभरपैकी नव्वद माणसं शेतकरी. त्यामुळे सुरुवातीला ओसरी, जवळच गुरांचा गोठा, नंतर माजघर, विस्तीर्ण स्वयंपाकघर, लहानशी खोली, परसात भाताची कणगी, गंजी, एखादा भोपळ्याचा वेल.

मारुतीच्या देवळासमोर असलेल्या वडाच्या झाडाला बांधलेल्या झोपाळ्यावर मृदुला बसून झोके घेत होती. सामान्यत: श्रावण महिन्यात नागपंचमीच्या दिवशी मुली-बाळी नवे कपडे लेवून झोपाळ्यावर झोके घेताना दिसतात. आता, युगाधी म्हणजे गुढीपाडव्याला उन्हात कुणीही असा झोका खेळत नाही. पण मृदुलेला या कशाचीही पर्वा असल्याचं दिसत नव्हतं. ती निवांतपणे आपल्याच आनंदात झोके घेत होती.

चैत्र महिना! गावातल्या आंब्यांवर फुललेल्या मोहोराचा सुगंध पसरला होता. कोकिळेची कुहुऽऽकुहुऽऽ ऐकू येत होती. गाव नि:शब्द होतं. युगाधी म्हणजे गुढीपाडवा. वर्षारंभाचा दिवस. सगळे आपापल्या घरात आनंदानं सण साजरा करण्यात गढून गेले होते. पण मृदुला मुळातच गावातल्या सगळ्यांपेक्षा वेगळी होती.

झोके घेता-घेता मृदुला आपल्या घराकडे बघत होती. तिच्या मनात जीवनाविषयी

अतीव उत्साह होता. प्रत्येक बाबतीत तिला पराकोटीची आसक्ती असायची. अभ्यास असो, स्वयंपाक असो किंवा विणकाम-भरतकाम असो. प्रत्येक क्षणी ती जीवनाकडे वेगळ्याच दृष्टीनं बघायची. सकाळचा सूर्य केवळ आपल्यासाठीच उगवतो, असा तिला विश्वास असायचा. इंद्रधनुष्य आपल्यासाठीच उमटलंय अशी तिची भावना असायची. प्रत्येक महिना हा तिच्यासाठी अपरिमित आनंद घेऊन यायचा. कुठल्याही मापदंडांनी तिच्या उत्साहाचं मूल्यमापन करता यायचं नाही.

मृदुला वयात आली तेव्हा गावाची परिस्थिती बदलली होती. गावालगतची भीमण्णाची दोन एकर जमीन गवताची गंजी होती. बऱ्यापैकी जमीन असल्यामुळे भीमण्णा आपल्या इतर जमिनीतल्या भाताचं गवत आणि इतर चारा या जागी साठवून ठेवायचा. आता त्यानं ते सगळं सामान आपल्या वेगळ्या जागी हालवलं होतं. त्या जागी आता उत्तम माध्यमिक शाळा बनली होती, तीही सरकारी. गावच्या पाटलांनी – बसलिंगेगौडांनी – गावातल्या सगळ्या नागरिकांकडून वर्गणी काढली होती. त्यांचे पाहुणे आमदार शंकर पाटील यांच्याकडून त्यांनी सरकारी अनुदान मिळवलं होतं. मृदुला आणि तिचा थोरला भाऊ कृष्णा याच हायस्कूलमध्ये शिकले होते. सरकारी शाळा असल्यामुळे इथे येणारे शिक्षकही आपापल्या स्वभावाप्रमाणे असतात. त्यातले काही हुबळीला घर करून आठवड्यातून तीनदा येतात, तर काही जणांनी गावातच घर केलं आहे.

गावात शेकडा पन्नास माणसं हिंदू आहेत, तर बाकीचे पन्नास टक्के इस्लाम धर्माचे आहेत. हनुमंताच्या देवासमोर मशिदही आहे. मशिदीचे मुल्ला जलालुद्दीन आणि मारुतीच्या देवळाचा पुजारी धनगर संगप्पा हे दोघं जानी दोस्त आहेत. खेड्यातल्या या हनुमंताला शेकडो मंत्रांच्या पूजेची गरजच नाही म्हणा! रोज अंघोळ घालून कण्हेरीची फुलं वाहिली, दोन विड्याची पानं आणि त्यावर गुळाचा खडा नैवेद्यासाठी ठेवला की झाली पूजा! कधी काळी देव पावला म्हणून कुणा भक्तांकडून आपल्या सोयीनं रुईच्या पानांची पूजाही बांधली जाते. त्या दिवशी संगप्पाला थोडं जास्तीचं काम असतं. मग संगप्पा मेंढरांना घराकडं पाठवून देऊन देवळासमोरच्या कुंडात अंग घासून-घासून अंघोळ करतो, त्यानंतर मन एकाग्र करून भक्तिभावानं पूजा करतो. पण सणासुदीला आणि हनुमान जयंतीच्या दिवशी मात्र संगप्पाची पूजा नसते. पुजारी असला तरी त्या दिवशीची पूजा भीमण्णाच्या हातची असते. तोही त्याला तोंडपाठ असलेले चार-सहा मंत्र म्हणून घंटा वाजवतो. कदाचित त्या मंत्रांचा हनुमंताशी काही संबंध नसेलही. शिवाय तिथे ते मंत्र कोण ऐकणार म्हणा! भीमण्णाही काही एवढा पंडित नाही. त्याला आपले चार-सहा श्लोक येत असतील. पूजेच्या वेळी हे श्लोकही आठवले नाहीत, तर तो भगवद्गीतेतले 'यदा यदाहि

धर्मस्य...' वगैरे म्हणून मंगळारती करून मोकळा होतो. प्रत्येक संस्कृत शब्द म्हणजे श्लोक आणि प्रत्येक श्लोक म्हणजे पवित्र मानणाऱ्या या गावातल्या भाबड्या लोकांच्या दृष्टीनं ही पण एक 'महापूजा' असायची. भीमण्णाची बायको रकुमाबाई अतिशय भयभक्तीनं सोवळ्याचा स्वयंपाक करून भर उन्हात अनवाणी पावलांनी नैवेद्याची परात केळ्याच्या पानानं झाकून हनुमंताला नैवेद्य दाखवते. त्या वेळी देवळाचा परिसर साजूक तूप आणि तळलेल्या कडबूच्या वासानं भरून जातो. दररोज संगप्पाचा गुळाचा नैवेद्य खाऊन कंटाळलेल्या हनुमंताला तो राजभोगच!

ही पिढ्यान् पिढ्या चालत आलेली पद्धत. यावर गावात कधीही मतभेद व्हायचा प्रश्न आला नाही. तसंच या पद्धतीला मठाची किंवा तिथल्या स्वामींची रीतसर 'आज्ञा'ही नाही. कुठल्याही प्रकारची आर्थिक आवक नसलेल्या या हनुमंत देवाच्या नादाला आजवर कुठल्याही मठाचे स्वामी लागलेले नाहीत. वर्षातून एकदा गावातलेच लोक आपल्याला जमेल तेवढं श्रमदान करून देवळाची रंगरंगोटी करतात.

बहुतेक वेळा जलालुद्दीन मुल्ला आपला नमाज पढून झाला की, हनुमंताच्या देवळाच्या कट्ट्यावर संगप्पाची वाट बघत बसतो. विड्याच्या पानाची पूजा असेल तर आदले दिवशी विड्याची पानं पुसून, त्यांची देठं खुडून ती पानं सांगाड्याला लावायचं कामही त्याचंच. सोपवलेलं काम निगुतीनं पुरं करणं, हे शेतकरी जलालुद्दीनचं वैशिष्ट्य. 'सगळी खुदाची इच्छा! हनुमंताची कृपा!' हे त्याच्या तोंडातलं परवलीचं वाक्य. फारशी मतं नसल्यामुळे हे छोटंसं गाव अजून राजकीय नकाशावर आलं नाही. त्यामुळे आजपर्यंत हे गाव शांत आहे. अगदी अयोध्या-प्रकरण झालं तेव्हाही! इथल्या मुसलमानांना काय करावं, ते कळेनासं झालं होतं. ते घाबरे झाले होते. नंतर 'कुठं अयोध्या, कुठं बाबरी मशीद! अख्ख्या आयुष्यात हुबळीचं मार्केट आम्ही नाही ओलांडलं! आपल्याला काय करायचंय ते घेऊन!' असं म्हणत ते नेहमीसारखे जगत राहिले.

मशिदीच्या आवारात संत पीर फकीर मुल्लाची समाधी आहे. गावची माणसं त्याला 'पीर साबचा दर्गा' म्हणून ओळखतात. सगळे गावकरी वर्गणी गोळा करून वर्षातून एकदा उरूस साजरा करतात. या उरुसासाठी लांब-लांबून माणसं येतात. एकदा हुबळीच्या भक्तांनी हिरव्या समाधीला भगवी चादर पांघरली होती.

लहानपणापासून मृदुला न चुकता इथल्या उरुसाला जाते. गावातली बायका-मुलं आजारी पडली की, या पीर साबला नवस बोलतात, नवस फेडतात.

भीमण्णाचं घर किमान एकशे पाच वर्षांपूर्वीचं असावं. त्यांच्या आठवणीप्रमाणे ते याच गावचे. घरात मुलांची संख्या नेहमीच बेताची राहिल्यामुळे घरात वाटण्या झालेल्या नाहीत. गावाबाहेर पिढ्यान् पिढ्या चालत आलेली जमीन आहे, बागायत

आहे. घरात पूर्वी आठ बैलजोड्या होत्या. आता ट्रॅक्टर आहे. दुभत्यासाठी गाई-म्हशी असणं, तर अगदी स्वाभाविक आहे. संपूर्ण गावात बसलिंगेगौडाच्या पाठोपाठ भीमण्णाचं घरच मोठं म्हटलं पाहिजे. जुन्या काळचं मोठाले खांब असलेलं दुमजली घर. बाहेर कट्टा, ओसरी, माजघर, मोठालं स्वयंपाकघर, त्याहून मोठी जेवणाची खोली, तीन-चार छोट्या-छोट्या खोल्या. मागच्या बाजूला भात साठवून ठेवायला केलेलं कोठार. माडीवर फुलं, फळं, धान्याच्या बिया साठवायला असलेली जागा. आणखीही दोन-तीन छोट्या खोल्या. परिसरात विहीर, जुईचा मांडव. सदोदित एक ना एक भाजी, त्यात भोपळा तर सततचा.

भीमण्णाची बायको रुक्मिणीबाई सवणूरची. ते गावही आतल्या रस्त्यानं गेलं तर चौदा किलोमीटरवर आहे. आज बंगळूरमध्ये जयनगर आणि मल्लेश्वरम सोळा किलोमीटरवर आहे. पण या गावात आणि सवणूरमध्ये पराकोटीचं अंतर आहे! सवणूरमध्ये सोवळं-ओवळं जरा जास्त आहे. तिथे मठ-पूजा-व्रत-वैकल्य यांचा प्रभावही जास्त आहे. अशा गावातली रुक्मिणी या गावी येऊन रकुमाबाई झाली आहे. तिच्या माहेरची माणसं इथे आली की, काट्यावर उभी असल्यासारखी असतात. तसंच, भीमण्णा सवणूरला गेला की, त्याला तापलेल्या तव्यावर उभं असल्यासारखं वाटतं.

भीमण्णा-रकुमाबाईला दोनच मुलं. थोरला कृष्णा आणि धाकटी मृदुला. खरं तर कृष्णाचं नाव देवाचं ठेवायचं म्हणून 'हनुमंत' ठेवलं होतं. पण रकुमाबाईच्या आईला ते पटलं नाही. त्याचवेळी ती उडुपिला जाऊन आल्यामुळे त्यांनी ते बदलून 'कृष्णा' हे नाव ठेवलं. सुरुवातीला भीमण्णा आवर्जून 'हनुमा' अशी हाक मारायचा. पण लवकरच त्याने हार मानली आणि कृष्णा हेच नाव त्यानंही मान्य केलं.

मृदुलाचं नाव मात्र आमच्या आलद हळ्ळीमध्ये फारच नवीन होतं. भीमण्णा शाळेत असताना चुकून एका बंगाली कादंबरीचा कन्नड अनुवाद त्याच्या हातात पडला होता. त्यातलं 'मृदुलता' हे नाव त्याला अतिशय आवडलं होतं. त्यामुळे त्यानं आपल्या मुलीचं नाव हट्टानं 'मृदुलता' ठेवलं. पण हाक मारताना ते मोठं वाटत असल्यामुळे आता त्याचं 'मृदुला' झालं आहे. त्यातही जलालुद्दीनची बायको हासनबी मात्र तिला 'मुद्दव्वा' म्हणूनच हाक मारायची.

मृदुला शिक्षणात अतिशय हुशार मुलगी. गावातल्या हायस्कूलमध्ये ती नंबरात असायची. तिथं सगळे शिक्षक तिनं वैद्यकी शिकावी म्हणून आग्रह करत राहिले. पण मृदुलानं ते मान्य केलं नाही. भीमण्णा किंवा त्यांच्या कुटुंबातले कुणीही आर्थिक निकषांवर निर्णय घेणाऱ्यांपैकी नव्हते. तिनं वडिलांना सांगितलं होतं, ''अप्पा, मी टीचर होईन. मला शिकवायला फार आवडतं.'' यावर भीमण्णानंही मान्यता दिली.

रकुमाबाईंची मात्र द्विधा मन:स्थिती झाली होती. त्यांचा थोरला भाऊ हुबळीमध्ये ऑफिसर होता. त्याची मुलगी सरला एवढी हुशार नव्हती. तरीही ती भूमरेड्डी इंजिनिअरिंग कॉलेजमध्ये जायचं ठरवून बसली होती. एकीकडे त्यांना मुलीचं पटत असलं तरी दुसरीकडे, आपली मुलगी चारचौघांत कमी ठरू नये, असंही वाटत होतं. पण भीमण्णाची विचार करायची पद्धत वेगळी होती. त्यानं समजावलं, "काळ बदललाय रकुमा! आता मुलांना तू वकील हो, डॉक्टर हो, इंजिनिअर हो असं सांगता कामा नये. तसंच तू अमक्याशी लग्न कर, असंही दडपण आणता कामा नये. या सगळ्या जीवनभराच्या गोष्टी असतात!' यावर तीही गप्प बसली होती."

इतर बाबतीत भीमण्णा आपल्या मनासारखं वागत असला, तरी मुलीच्या बाबतीत मात्र तो तिच्या मनासारखा वागायचा. मृदुलेवर त्याचं अपार प्रेम!

दररोज हुबळीला जाऊन मृदुलानं आपली बीएची डिग्री मिळवली होती. त्यानंतर आणखी एक वर्ष शिक्षण घेऊन तिनं बीएडही पुरं केलं होतं. आता ती आपण शिकलेल्या सरकारी शाळेत शिक्षक म्हणून नोकरी करत होती. आता त्या शाळेत कन्नड आणि इंग्लिश माध्यमातून शिकवायची सोय होती.

आलद हळ्ळीमध्ये सगळे अडीनडीला भीमण्णाचा सल्ला विचारायला यायचे. त्या छोट्या गावात गुरांचा दवाखाना नव्हता. त्या बाबतीत दर दोन आठवड्यानं येणाऱ्या पशुवैद्यापेक्षा भीमण्णाचा अनुभव शंभर टक्के चांगला होता. ही विद्या त्याला पिढ्यान् पिढ्यापासून आली होती.

मळ्यात वाहता ओढा होता. त्या ओढ्याच्या काठाला त्यानं अनेक प्रकारचा झाडपाला वाढवला होता. पंचक्रोशीत कुणाचीही गुरं आजारी झाली की, भीमण्णा जाऊन उपचार करून यायचा. गाईचं बाळंतपण असो, बैलाचा ताप असो; उपचार करणाऱ्याला धान्य, गूळ, नारळ आणि वर पाच रुपये द्यायची पद्धत होती. त्याला भीमण्णा फक्त हात लावायचा; वर सांगायचा, "तांदूळ, गूळ आणि नारळ वाटून गाईला दिलं, तर ते उत्तम टॉनिक असतं!" दिलेले पैसे तो हनुमंताला द्यायचा. आजही मृदुला भीमण्णानं सांगितलेलं विसरली नव्हती. "देवानं माणसाला तोंड का दिलंय बेटा?"

छोटी मृदुला तेव्हा म्हणाली होती, "पेपरमिंट खायला!"

"नाही! तसं नाही बेटा! प्राणी आणि माणसामध्ये फरक आहे, तो तोंडाचा. माणसाप्रमाणे त्यांनाही आनंद होतो, दु:खही होतं. आपण ते व्यक्त करू शकतो. त्यांना ते करता येत नाही. माणसानं मनात असेल, ते बोलून दाखवायला पाहिजे. घुमं होऊन बसू नये."

अशा तालमीत वाढलेली मृदुला गप्पिष्ट झाली होती, यात काहीच आश्चर्य नव्हतं.

भीमण्णाच्या बोलण्याला तर मर्यादाच नव्हत्या. कुणी अडवणारं नसेल, तर सकाळी भेटलेल्यांबरोबर त्याच्या गप्पा सुरू झाल्या की, दुपारपर्यंत चालायच्या. कुणाला हा पोहोचवायला गेला, तर त्यांच्या घराच्या दारात उभा राहून पुढे तासन् तास गप्पा मारायची त्याची सवय. त्यामुळे गावातले लोक म्हणायचे, "भीमण्णाचं तोंड चामड्याचं आहे म्हणूनच ठीक आहे! टिकलयं! लाकडाचं असतं, तर कधीच फुटून गेलं असतं!"

अनोळखी माणसालाही बोलतं करून मन मोकळं करायला लावायच्या भीमण्णाच्या स्वभावामुळेच भीमण्णा लोकप्रिय झाला आहे. बसलिंगेगौडांच्या घरी पाहुणे आले की गौडा काय बोलायचं ते न समजून गोंधळून जायचे. त्यांचं सगळं बोलणं जमिनीच्या संदर्भातलंच असतं. "तुमच्या गावात पाऊस झाला की नाही? तुमच्याकडची जमीन कोरडवाहू की चिकणमाती आहे? यंदा विड्याच्या पानाला काय दर आला? पाण्याची परिस्थिती काय आहे?" हेच त्यांचे बोलायचे विषय आणि प्रश्न. घरी आलेल्यांचं विचारपूस करायचं त्यांना अजिबात सुचत नसे. अशा वेळी गौडांची बायको शांतव्वा नोकराला बोलावून सांगायची, "लिंगण्णा, तू आधी भीमण्णांच्या घराकडे जा आन त्यांस्नी बोलावून आण! नायतर गौडा हेच बोलून-बोलून पावण्यांना पळवून लावतील! भीमण्णा आले तर इकडचं जग तिकडं करून ठिवतील! जा लवकर!"

करीम साबच्या घरी कुणी पाहुणे आले, तरी हीच गत. कुठल्याही जमिनीतून हवं ते पीक घेण्याची शक्ती असलेला हा शेतकरी असला तरी पाहुण्यांपुढे तो तोंडातून अवाक्षर न काढता नुसता बसून राहायचा. एखाद्या दगडाला बोलायला लावणं शक्य होतं, पण कितीतरी जणांना करीम साबला बोलतं करणं अशक्य वाटायचं. करीम साब मुकाच आहे. त्याची दुसरी बायको पीरमबी अशा वेळी आपल्या मुलाला, उस्मानला पिटाळायची. "बेटा, जल्दी भीमण्णाको लेके आवो! नाहीतर तुझे अब्बा मासे पकडायला बसलेल्या पक्ष्यासारखे बसून राहतील! आलेल्या पाहुण्यांपुढे अब्रू जाईल!"

अशा भीमण्णाची मुलगी मृदुला! ती तरी कशी वेगळी असेल?

रकुमाबाई मात्र अगदी दुसऱ्या टोकाची. तिचं बोलणं अगदी कमी; शिवाय तिला घरात भरपूर काम असायचं. कर्मठ घरातून आलेली असल्यामुळे आचारात ती बरीच अडकलेली असायची. शिवाय व्यवसाय असल्यामुळे भरपूर कामं. घरात नोकर-माणसं भरपूर असली, तरी त्यांच्यावर देखरेख करायचं काम कमी का असतं? आणि नवरा दिवसभर गप्पा मारत बसला, तर बायकोनं आणखी काय करायचं? "संसारात एक सांगणारा पाहिजे आणि दुसरा ऐकणारा पाहिजे. दोघंही बोलायला बसले तर संसार कसा राहील?" असं म्हणून ती आपल्या अबोलपणाचं समर्थन करायची.

काळाच्या प्रवाहात भीमण्णाच्या घरातही बदलाचं वारं वाहायला लागलं. गोबरगॅस-प्लॅन्ट आला, बोअरवेलमधून चोवीस तास पाणी. मोझाईकटाइल्स आल्या असल्या, तरी अजून अॅटॅच्ड बाथरूम आली नव्हती. आईसारखाच कृष्णा मितभाषी. तो काही वेळा म्हणायचा, ''कशाचा काय उपयोग आहे? लॉकर भरून सोनं आहे. घरात काहीही नवेपण नाही! काही केलं तरी म्हातारीला नवं लुगडं नेसवून नटवल्यासारखं दिसतं!'' पण त्याच्या बोलण्याला घरात किंमत नसायची. बीएस्सी करेपर्यंत तो दमून गेला होता. 'उत्तम शेती, मध्यम व्यापार, कनिष्ठ नोकरी' म्हणत त्यानं शेतीच करणं पसंत केलं.

अलीकडे भीमण्णा पूर्वीपेक्षा जास्त रिकामा असायचा. त्यामुळे तो पंचायतीत निर्णय द्यायच्या कामात सहभागी व्हायचा. थोडक्यात सांगायचं, तर हे एक तृप्त आणि समाधानी कुटुंब. कधीकधी रकुमाबाईच विषय काढायची, ''मृदुला आता बावीस वर्षांची झाली! सत्यबोध आपल्या मुलीसाठी – सरलासाठी – मुलगा शोधायला लागलाय! आता आपणही मृदुलासाठी मुलगा शोधायला पाहिजे! सरला शहरात राहातेय. इंग्लंड-अमेरिकेची मुलं हुबळी-धारवाडला येतात. आपल्या या गावापर्यंत येत नाहीत. सावध राहा!'' पण भीमण्णाच्या पुढे तिचं बोलणं म्हणजे पालथ्या घड्यावर पाणी!

''तुमच्या सरलाला बऱ्याच अडचणी आहेत! रूपानं सामान्य, त्यात मूळ नक्षत्र, म्हणजे सासरा नसलेलं घर! वर अमेरिकेला जायचं वेड! आपल्या मृदुलाला यातलं काहीही नाही. तिची पत्रिका बघून हुबळीच्या बद्नी अर्जुनसांनीसुद्धा सांगितलंय, मागणी घालून तिचं लग्न होईल म्हणून!....''

हातातलं भांड जमिनीवर आदळून रकुमाबाई म्हणायची, ''आणखी काय सांगितलंय, तुमच्या बद्नींनी?''

''भांड आपटू नकोस! हे गोदावरी-पात्र माझ्या आजीनं गोदावरीत स्नान करून येताना आणलं होतं. ऐक! त्यांनी आणखी सांगितलंय, हिच्या पत्रिकेमुळे तिच्या नवऱ्याची भरभराट होणार आहे म्हणे! तू उगाच डोक्याला त्रास करून घेऊन बी.पी. वाढवून घेऊ नकोस!'' असं सांगत भीमण्णा बायकोची काळजी घेई.

''फक्त भविष्यावर विश्वास ठेवून कसं चालेल हो? भविष्य असं सांगतं म्हणून तिला भिकाऱ्याला द्यायची की काय?''

''नशिबात असेल, तर तिचा भिकारी नवराही चक्रवर्ती होईल.''

अशा नवऱ्यासमोर रकुमाबाई तरी काय बोलणार?

मृदुला आईवडिलांचं हे लटकं भांडण हसत-हसत बघत झोके घेत होती.

■

चंपाबाई कानिटकर सुमारे सत्तरीच्या वृद्ध बाई. उत्तर कर्नाटकच्या काही भागावर काही शतकांपूर्वी पुण्याच्या पेशव्यांचं राज्य असल्यामुळे आजही या भागात अध्ये-मध्ये कोकणस्थ ब्राह्मणांपैकी मराठी कुटुंब आढळतात. त्यांच्या घरात बोलली जाणारी भाषा मराठी असली, तरी ते घराबाहेर कन्नड बोलतात. त्यामुळे त्यांच्या सगळ्या पद्धती कन्नड-मराठी मिश्रित असतात.

चंपाबाईंचे यजमान नरसिंहरावांची बरीच जमीन आलद हळ्ळीत आहे. ते आता हयात नाहीत. त्यांना मूलबाळ नाही. चंपाबाईंना चार बहिणी. त्या मूळच्या धारवाडच्या. आता त्या चौघी पुणे, नागपूर, नरगुंद आणि आलद हळ्ळीत वाटल्या गेल्या आहेत. नरगुंदमधल्या थोरल्या बहिणीचा मुलगा चंद्रकांत जोग. चंद्रकांतचा या चंपामावशीवर अपार जीव. तसं पाहिलं तर मावशी म्हणजे धाकटी आईच. 'माय मरो मावशी जगो; बाप मरो मामा जगो!' अशी म्हणच आहे, म्हणे! म्हणूनच भीमण्णा म्हणायचा, "आमची तर हत्तीची संस्कृती आहे!"

एकदा यावर मृदुलानं विचारलं होतं, "म्हणजे काय?"

"हत्तींमध्ये एक पिल्लू जन्मलं की, त्याची मावशी त्याचा सांभाळ करते म्हणे! आपल्याकडेही मावशी हे काम करते ना!"

चंद्रकांतच्या बाबतीत तर हे शंभर टक्के खरं होतं. चंपामावशी म्हणजे चंद्रकांतचा पंचप्राण! मूलबाळ नसलेल्या चंपामावशीलाही त्याचं खूप कौतुक होतं.

चंद्रकांतनं तिला अनेकदा आग्रह केला होता, "तू खेड्यात कशाला राहातेस? चल मुंबईला!" पण चंपामावशीनं ते मान्य केलं नव्हतं. ती म्हणायची, "हात-पाय चालत आहेत, तोपर्यंत इथंच राहाते! माझी मुळं इथंच आहेत. आमच्या गावची माणसंही फार चांगली आहेत. मला कसलाही त्रास नाही. शेजारच्या घरातला भीमण्णा म्हणजे तुझ्यासारखाच आहे! तुझ्या मुंबईला राहाणं आणि हुबळीतल्या दुर्गव्वाच्या माळावर राहाणं सारखंच बघ! तिकडची ती गर्दी! मला नाही सहन होत!"

चंद्रकांतची बायको मराठी, पुण्याची. तिला अगत्यही जेवढ्यास तेवढं. घरी कुणी आलं की, 'जेवून आलाच असाल!' असं स्वागत करायची तिची पद्धत. अत्यंत अगत्यशील वातावरणात वाढलेल्या चंपाबाई किंवा सरोजाबाईंना तिथे दोन दिवसांपेक्षा जास्त राहाणं अशक्य होतं.

चंपाबाईचं घर लहान असलं, तरी घरामागे मोठाली फुलबाग होती. तिथलं प्रत्येक झाड चंपाबाईनं पोटच्या मुलाप्रमाणे सांभाळलं होतं. गावातल्या सगळ्या मुलींना त्या फुलझाडांची ओढ असते. गावात कुठलंही शुभ किंवा अशुभ कार्य असलं, तरी चंपाबाईच्या बागेतल्या फुलांशिवाय चालायचं नाही. तिथे जवळपास सगळी फुलझाडं आहेत. त्यामुळे वर्षाचे सगळे दिवस तिथे एका ना एका प्रकारची फुलं फुललेली असायची. बागेत एवढी फुलं असली, तरी चंपक्का आपल्या केसात

कधीच फुलं माळायची नाही. इतरांच्या केसातली फुलं बघून ती आनंदित होत असे. चंपक्का नरगुंदला गेली, तरी एखादा दिवसच जायची. आणि ती परगावी गेली की, तिच्या बागेची जबाबदारी मृदुलेची असायची. त्यामुळे तिथल्या फुलांमध्ये सिंहाचा वाटाही तिचाच. ग्रामपंचायतीत कर भरताना ती चंपक्काची बाग असली, तरी तिथे खरं राज्य ते मृदुलाचंच!

■

मुंबईच्या केईएम हॉस्पिटलमध्ये बाह्यरुग्णांना तपासत असताना घड्याळात संध्याकाळच्या सहाचे ठोके पडले. डॉक्टर संजय हे ऐकताच चांगलाच दचकला. आज संध्याकाळच्या रेल्वेनं त्याला हुबळीसाठी निघायचं होतं.

संजयला आधीपासूनच प्रत्येक काम तन्मयतेनं करायची सवय होती. त्यातही, त्याच्या अतिप्रिय सर्जरीच्या शिक्षणाच्या वेळी तर त्याला बाह्य जगाचा इतका विसर पडायचा की, अनेकदा त्याला उपाशीपोटी झोपायची वेळ येई. पण आज तसं करायची सोय नव्हती. आज रेल्वे चुकवता कामा नये, याचं त्याला भान होतं. म्हणूनच त्यानं तुमकूरच्या कन्नड नर्सला – इंदुमतीला, आठवण करायला सांगून ठेवलं होतं. इंदुमतीनं त्याला एकदा चार वाजता आठवण करून दिली होती. आता सहा वाजताच संजय गडबडीनं हात धुवायला धावला.

मराठी-हिंदी-गुजराती भाषांचं प्राधान्य असलेल्या मुंबईमध्ये त्याला इंदुमतीचा आप्त आधार होता. वयानं आणि अनुभवाच्या दृष्टीनंही ज्येष्ठ असलेल्या काळ्या-पांढर्‍या केसांच्या इंदुमतीनं संजयवर लटका राग दाखवला, "उद्या तुमच्या लग्नाच्या वेळी असेच वागलात आणि वेळेवर पोहोचला नाहीत, तर तुमची नवरी दुसर्‍या कुणाशी तरी लग्न करेल बघा!'' नंतर म्हणाली, "तुमचा स्वभाव ठाऊक आहे मला! म्हणूनच तुमचं लगेज डॉ. अलेक्सबरोबर स्टेशनवर आधीच पाठवून दिलंय.''

संजय तिच्याकडे बघून कृतज्ञतेनं हसला. गोव्याचा डॉ. अलेक्स म्हणजेच अलेक्झांडर याच हॉस्पिटलमध्ये संजयबरोबर काम करायचा. आकर्षक व्यक्तिमत्त्वामुळे तो सगळीकडे चांगलाच परिचित होता. भरपूर उंची, सावळा रंग, 'ही-मॅन' म्हणावं तसा बांधा, स्पष्ट इंग्लिश बोलणं, आकर्षक वेषभूषा, नटापेक्षाही आकर्षक वागणं-बोलणं यामुळे तो भलताच लोकप्रिय झाला होता.

अलेक्सला संजयचं कामावरचं प्रेम चांगलंच ठाऊक होतं. याच रेल्वेनं लोंढ्यापर्यंत जाऊन तिथल्या आपल्या मावशीला भेटल्यावर तो तिथून पणजीला जाणार होता. पुढचा विचार करायची सवय असलेल्या अलेक्सनं इंदुमतीला सांगितलं होतं, "संजयला ए-७० ला यायला सांग.''

सात वाजता संजय कसाबसा घाई-घाईनं व्हीटी स्टेशनवर येऊन थडकला.

तिथली गर्दी बघून तो घाबरा झाला. दक्षिणेकडे जाणाऱ्या सगळ्या रेल्वेगाड्या मुंबईच्या व्हीटी स्टेशनवरूनच निघतात. रेल्वेच्या सगळ्या कंपार्टमेंट्स भरभरून वाहत होत्या. आत असलेल्याच्या दुप्पट माणसं बाहेर उभी होती. कोवळे प्रेमिक, प्रौढ, म्हातारे आई-वडील, त्यांना पोहोचवायला येणारे, बायकोला माहेरी पाठवायला आलेले विरही नवरे, व्यापारासाठी फिरणारी माणसं – अशा वेगवेगळ्या प्रकारची माणसं तिथे जमली होती. संजय धावत एसी कोचला आला, तेव्हा रेल्वे केवळ त्याच्यासाठी थांबल्यासारखी थांबली होती. गाडी चुकायच्या भयानं संजय जिवाच्या आकांतानं पीटी उषापेक्षा जास्त वेगानं धावला.

एव्हाना अलेक्स ए-७०मध्ये सामानासहित विराजमान झाला होता. संजयही घाईघाईनं त्याच्या समोरच्या रिकाम्या जागेवर बसला. काही वेळ दम खाल्ल्यावर त्याच्या छातीचे ठोके नॉर्मलवर आले. असल्या ताणांमुळेच हृदयाचे आजार येतात ना! संजय स्वत:शी म्हणाला. पण माणूस म्हटला की, ताणतणावाशिवाय जीवन आहे का? शक्यच नाही! अगदी अनादिकाळापासूनही कुठल्या ना कुठल्या प्रकारच्या ताणतणावांना तोंड हे द्यावंच लागतं माणसाला! या ताणांसह योग्य प्रकारे जगणं अत्यावश्यक आहे म्हणा!

दम खाता-खाता संजय आपल्याच विचारात मग्न झाला. अबोल स्वभावाचा संजय मुळातच अंतर्मुखी होता. सतत स्वत:शी विचार करत राहाणं, हे त्याचं वैशिष्ट्य होतं.

पावसाळ्याचे दिवस संपत आले होते. शाळांना सुट्ट्या नसल्यामुळे कंपार्टमेंटमध्ये मुलांची संख्या कमी होती. वयस्कर आणि व्यापाऱ्यांची संख्या जास्त होती.

स्वत:शीच मग्न असलेल्या संजयला गप्पात खेचण्यासाठी अलेक्सनं सिगारेट शिलगावत म्हटलं, ''तू विशेष प्रवास करत नाहीस. आता कसा काय हुबळीला जायला निघालास?''

सिगारेटचा वास असह्य होऊन त्यांच्या शेजारी बसलेल्या महिलेनं नाक मुरडलं आणि पदरानं नाक झाकून घेतलं. तिकडं लक्ष गेलं तरी ते न दाखवून अलेक्स सिगारेट ओढत राहिला.

''माझ्या मित्राचं लग्न आहे. संतोषचं –''

''मला ठाऊक आहे; केवळ लग्नासाठी म्हणून तू जाणं शक्यच नाही! त्यातही ड्युटी असताना! तू लग्नात बेस्टमॅन आहेस की काय? की कुणा सुंदर मुलीला भेटायला चाललास?'' ॲलेक्सनं मंद हसत विचारलं.

''आमच्याकडे ही बेस्टमॅनची कन्सेप्ट नसते. संतोष माझ्या बालपणीचा मित्र. दुबईला असतो. भेटून अनेक वर्षं झाली. म्हणून या निमित्तानं भेटायला चाललोय.''

''किती दिवस मुक्काम आहे? गोव्याला येणार का? येणार असशील तर

सगळी व्यवस्था करतो.''

''छे: रे! दोन-तीन दिवस मुक्काम आहे फक्त. आपल्या जोग सरांचं एक पार्सल पोहोचवायचं आहे. हुबळीजवळच्या कुठल्या तरी खेड्यात त्यांचे नातेवाईक राहतात. पार्सल महत्त्वाचं आहे म्हणत होते सर!''

डॉ. जोग जीएस मेडिकल कॉलेजमधील प्रसिद्ध स्त्रीरोग तज्ज्ञ होते. संजयनं बंगळूरमध्ये एमबीबीएस केलं होतं. आता जोगांचा लाडका साहाय्यक होता. हाही मूळचा कर्नाटकातला. तीन वर्षांनी भेटणाऱ्या संतोषला त्याच्या लग्नाचं निमित्त करून भेटायचं म्हणून तो निघाला होता.

दिवसभराच्या कामानं दमून गेलेला संजय सीटवर आडवा झाला. रेल्वे वेगात धावत होती. थंडगार, ओलसर वारा संजयच्या चेहऱ्यावर आदळत होता.

''तू आता गोव्याला का जातो आहेस? काही विशेष?''

''होय. माझ्या गर्लफ्रेंडला भेटायचंय. अनिताला. शिवाय माझ्या मम्मी-डॅडींनाही भेटायचंय. आणखी एका महिन्यात मी गल्फला जाणार आहे ना!... मी काही तुझ्यासारखा संन्यासी नाही बाबा! अरे, अनिता माझ्या स्वप्नात वरेचवर येत असते!''

संजयनं मान डोलवली आणि विचारलं, ''इथं तुला चांगली नोकरी आहे. इथंच तुला पोस्ट-ग्रॅज्युएशनसाठी नक्की सीट मिळेल. गल्फला का जातो आहेस? गोवा लहान प्रदेश आहे. सरकारी नोकरी मिळणं काहीही कठीण नाही. शिवाय तुमच्याकडे मेडिकल कॉलेजही आहे ना?''

''पैसे मिळवायला जातोय. इथे सरकारी हॉस्पिटलमध्ये लाच न देता नोकरी मिळणं शक्य नाही. शिवाय इथला पगार तो काय! त्यापेक्षा डोळे मिटून तीन-चार वर्षं गल्फमध्ये काम करून आलो, तर याच मुंबईमध्ये किंवा पणजीमध्ये स्वत:चं नर्सिंगहोम काढू शकेन. मग पैशाला काय तोटा?''

''तू गल्फला जाऊन येईपर्यंत तुझी ती गर्लफ्रेंड-अनिता तुझ्यासाठी थांबेल?'' संजयनं कुतूहलानं विचारलं.

मंद हसत अलेक्सनं खिडकीबाहेर पाहिलं. कर्जत स्टेशन आलं होतं. अलेक्सनं एका पोऱ्याला बोलावून दोन बटाटेवडे घेतले. गार वडे गरम म्हणून विकणाऱ्या त्या मुलाला झापून म्हटलं, ''तुझ्याकडे जे गरम आहेत ते दे!'' यावर तो मुलगाही म्हणाला, ''आमच्या मालकाचं डोकं गरम आहे बघा! ते कायम गरम असतं बघा! आधी मला दहा रुपये द्या बघू!''

अलेक्सला त्या मुलाच्या विनोदी बोलण्याचं हसू आलं. पण संजयला हसू आलं नाही. तसं गंभीर स्वभावाच्या संजयच्या चेहऱ्यावर हसू कमीच वेळा दिसायचं म्हणा! उलट त्याला त्या मुलाच्या परिस्थितीची काळजीच वाटली.

रेल्वे चालली होती. कंपार्टमेंटभर बटाटेवड्याचा खमंग वास पसरला होता.

प्रवाश्यांची रात्रीच्या जेवणाची तयारी सुरू झाली. काही डब्यांचा गंध सगळीकडे दरवळला. ज्यांनी डबे आणले नव्हते, त्यांच्यासाठी रेल्वेच्या कॅन्टीनचा युनिफॉर्ममधला कर्मचारी कुठूनसा अवतीर्ण झाला. त्याला अलेक्सनं 'एक व्हेज आणि एक नॉनव्हेज' अशी ऑर्डर दिली.

अलेक्सनं अनिताविषयीच्या प्रश्नाला उत्तर दिलं नव्हतं. कदाचित त्याला हा खासगी प्रश्न आवडला नसावा, या विचारात संजय असतानाच अलेक्स म्हणाला, "मला वाटतं अनिता सहा महिने ते एक वर्षापर्यंत वाट पाहील. त्याहून जास्त तिनं वाट बघूही नये. माणसानं प्रॅक्टिकल असलं पाहिजे. लिमिटपेक्षा जास्त भावनाशील राहिलं तर जगणंच कठीण होईल, नाही का!"

"कुठं भेटली तुला अनिता?"

"म्हापशाच्या चर्चमध्ये. माझ्या मित्राच्या – मार्कच्या लग्नाच्या वेळी. मी बेस्टमॅन होतो तेव्हा. अनिता नवऱ्या मुलीची मैत्रीण. तिथे ओळख झाली. पुढे न्यू इयर पार्टीत पुन्हा भेट झाली. आमच्या गोवन कॅथॉलिक समाजात वयात आलेल्या मुला-मुलींना भेटायला अशा अनेक संधी असतात. त्यामुळे आम्ही चांगले मित्र झालो."

"ती गोव्याची?"

"नाही. ती तुमच्या कर्नाटकातल्या मंगळूरमधली. आम्हाला काही प्रॉब्लेम नाही. ती मंगळूरची कोंकणी बोलते. आम्ही गोव्याची कोंकणी बोलतो."

"ओ! कोंकणीमध्येही वेगवेगळ्या भाषा आहेत?"

"तर! मराठी कोंकणी, कन्नड कोंकणी, मल्याळी कोंकणी, पोर्तुगीज कोंकणी– त्या-त्या प्रदेशाची छाया तिथल्या भाषेवर पडते. आम्हाला लिपी नाही ना!"

संजय काही बोलला नाही. अंधारात अलेक्स अनिताविषयी विचार करत होता. गोव्यातल्या मुलींपेक्षा किती वेगळी आहे ही! मंगळूरच्या अँतोनी पिंटोंची मुलगी अनिता केवळ आठ-पंधरा दिवसांसाठी गोव्यात आली होती. पण गेली दोन वर्षं ती इथंच राहिली. मामा फ्रेडी रॉड्रिक्सच्या मुलाचं नामकरण – बाप्तिस्मा – चर्चमध्येच व्हायचं होतं. त्यासाठी आग्रहाचं निमंत्रण आल्यामुळे नुकतीच डिग्री मिळवलेली अनिता गोव्यात आली होती. मामाची होलसेल व्यापाराची कंपनी असल्यामुळे त्यानं तिला आग्रह केला, "घरी बसून काय करतेस? मला मदत कर चल!" त्यांच्या घरात मुली नसल्यामुळे घरात मुलीचा वावर असू दे, अशी त्याची भावना होती. वडिलांनीही विचार केला, लग्न होईपर्यंत काम करू दे. ते मंगळूरच्या खताच्या कंपनीत अधिकारी म्हणून काम बघत होते. त्यांची अनिता ही एक मुलगी. बाकीची दोन्ही मुलंच होती. ती मुलंही कामाच्या निमित्तानं मुंबई-दिल्लीत होती.

पिंटो घराण्यातले लोक धार्मिक प्रवृत्तीचे होते. कधीही रविवारचं चर्च चुकवायचे नाहीत ते! दर वर्षी चर्चला द्यायच्या वर्गणीपासून त्यांनी कधी पळवाट काढली

नव्हती. त्यामुळे अनिताला बालपणापासून चर्चला जायची सवय होती. शिवाय आवाज चांगला असल्यामुळे चर्चमध्येही क्वायरमध्ये ती गाण्यात भाग घ्यायची. तिला शिक्षणात फारसा रस नव्हता. पण घरकाम आणि विणकाम-भरतकामात तिला अतिशय रस होता, गतीही होती. सुट्टीमध्ये बेकरी, पुष्परचना यांसारख्या एका ना दुसऱ्या कोर्समध्ये गुंतलेली असे. आताही पणजीमध्ये नाममात्र नोकरी असली तरी यांसारख्या कामातच ती गुंतलेली असायची.

मेरीच्या लग्नात अलेक्स भेटला, तेव्हाही ती अत्यंत संकोचलेली होती. शिवाय गोव्याची संस्कृती मंगळूरच्या संस्कृतीपेक्षा वेगळी होती. तरीही लग्नघरात वधूपेक्षा चमकून उठणारी अनिता अलेक्सच्या मनात भरलीच. तिचे नक्षत्रांसारखे तेजस्वी डोळे, नाजूक चेहरा, केसांचा बॉब – या अशा मुलीविषयी आकर्षण निर्माण न झालं तरच नवल! त्याचवेळी कितीतरी विवाहयोग्य मुलांनी तिच्याविषयी फ्रेडी रॉड्रिक्सकडे चौकशी केली होती.

अलेक्सला मागचं सगळं आठवून हसू आलं. संजयला 'गर्लफ्रेंड' म्हणून सांगितलं असलं, तरी आपला अनिताशी लग्न करायचा विचार पक्का आहे ना! तिचा पत्ता-फोननंबर मिळवण्यासाठी जी काही धडपड केली, ती आठवून त्याला हसू आलं. काही काम नसताना फ्रेडीच्या दुकानात जायचं, तिथे अनिता आहे का याचा शोध घ्यायचा. ती असेल तर काहीतरी कारण काढून थांबायचं. नसेल तर चेहरा पाडून घरी यायचं. आपण उशीर केला तर आणखी कुणीतरी तिला मागणी घालेल, ही मनात सतत भीती! हे लक्षात येऊन फ्रेडीनंच तिला घेऊन पार्टीला जायचा आणि सलगी वाढवायचा सल्ला दिला. म्हणजे तिच्या मामाचाही आपल्यावर विश्वास होता. 'प्रेमात आणि युद्धात सगळं क्षम्य असतं!' असं सांगून त्यांनीही पाठीवर थाप मारली होती.

फ्रेडीचं घर! अतिशय सुंदर! कुणालाही मोह पडावा असं! त्यासाठी पैसा हवा, तरच असं घर शक्य आहे. असं घर असेल तरच आपण अनितासाठी लायक असल्याचं सिद्ध होईल! नाहीतर लग्नाच्या वेळीच चर्चमध्ये लोक बोलायला लागतील, 'नक्षत्रासारख्या मुलीला किती सामान्य मुलगा भेटलाय!'

ओळख होऊन चार-सहा महिने झाल्यावर समजलं. अनिताला काही एवढी पैशाची आशा नाही. तरीही तिच्या वडिलांकडे बघितल्यावर हेही काही खरं नाही, असंच वाटलं. पिंटो साहेब आले तेव्हा तो त्यांना नम्रपणे भेटायला गेला होता. सरकारी नोकरीत अधिकारी असणारे सगळेच इतरांना आपले नोकर समजतात. त्यांनी सांगितलं, "आमच्या अनितासाठी बरेच मुलगे सांगून आले आहेत. आयएएस ऑफिसर्स, मलबारचे रबराच्या मळ्याचे मालक, मुंबईच्या मर्चंट शिपिंगमध्ये काम करणारे!" त्यांच्या बोलण्यात स्पष्ट होतं, तू काही एकटाच सुंदर राजकुमार नाहीस,

कितीतरी जण हिच्या मागे लागले आहेत! पण अनिता मात्र आपलं प्रेम उत्कट नजरेतून व्यक्त करत राहिली.

त्यामुळे त्यानं पक्कं ठरवलं होतं, अनिताशी लग्न ठरवून दुबईला जायचं आणि भरपूर पैसा कमवून आणायचा! पण हे सगळं संजयला सांगणं शक्य नव्हतं. त्यानं विचारलं, ''संजय, तुला नाही भरपूर पैसे कमवायची इच्छा?''

संजय काही बोलला नाही. आता त्याचं लक्ष्य एकच होतं. आपल्या कामात प्राविण्य मिळवणं. पैसा कमावणं त्याच्या दृष्टीनं आज तरी महत्त्वाचं नव्हतं. तोही काही फार श्रीमंत घरातून आला नव्हता.

एवढ्यात जेवण आलं.

''किती वाजता येईल हुबळी?''

''कोण जाणे!''

''काय रे संजय! ते तुमच्या कर्नाटकातलं गाव ना? आणि तुला ठाऊक नाही? आमच्या गोव्यातलं काहीही विचार, मी लगेच सांगतो.''

''तुमचं गोवा एवढंसं! आणि मी हुबळीला पहिल्यांदा येतो आहे. आमचं कुणीच इकडच्या भागात नाही. हां, धारवाडचे पेढे मात्र ठाऊक आहेत. आमच्या बॉसच्या घरी खूप वेळा खायला मिळतात आम्हाला!''

''तुझे नातेवाईक कुठे असतात?''

''नातेवाईक म्हणायला फक्त एक थोरली बहीण आहे. तिच्या नवऱ्याची बेलूरला बदली झाली आहे. तिथे असते ती. इतर कुणी आम्हाला जवळ केलेलं नाही. आम्हीही कुणाच्या घरी जात-येत नाही.''

''मी तर ऐकलंय, धारवाडमध्ये हिंदुस्थानी संगीत, चांगले साहित्यिक, चांगलं शिक्षण आहे म्हणून!''

''तुला तर माझ्यापेक्षा जास्त ठाऊक आहे!''

''होय. पणजीहून बेळगाव-धारवाड तीन तासांच्या अंतरावर आहे. आम्ही वरचेवर जात-येत असतो. माझे कझिन्स हुबळीच्या मेडिकल कॉलेजमध्ये शिकतात. पण एका बाबतीत मात्र हुबळी कुप्रसिद्ध आहे हं! इथे चोऱ्या फार होतात. रेल्वे जंक्शन आहे ना! इथे रेल्वेतही फार चोऱ्या होतात. मुंबईच्या खालोखाल इथंच चोऱ्या जास्त होतात म्हणे!''

''असं?''

''एकदा मी माझं सगळं सामान हुबळी स्टेशनवर घालवून बसलो.''

यांच्या गप्पा ऐकत असलेले समोरचे प्रवासी म्हणाले, ''माझं नाव के. राव. बंगळूरमध्ये राहातो. विधानसौधेत नोकरी करतो. एकदा याच मार्गाने गावी चालला होतो. रात्री माझं सगळं लगेज नाहीसं झालं! सकाळी लुंगी आणि नेट-बनियनवर

गावी उतरावं लागलं!''

''सगळ्या जंक्शनवर चोऱ्या होतातच. आता मी लोंढा जंक्शनवर उतरेन तेव्हाही बघा! प्रचंड गर्दी असते! त्या गर्दीत माझंही अनेकदा सामान चोरीला गेलं आहे!'' ॲलेक्स म्हणाला.

फारसा प्रवास न करणारा संजय हे ऐकून घाबरा झाला. आपलीही छोटीशी बॅग चोरीला गेली तर? आपल्यालाही लुंगी-बनियनवर लग्न घरात जायची वेळ येईल. त्यानं झोपताना कटाक्षानं आपली बॅग डोक्याखाली ठेवून दिली.

■

नवऱ्या मुलीच्या – सुरेखाच्या, हातावरची मेंदीची नक्षी काढून झाल्यावर मृदुलेनं आपले दोन्ही हात आपल्या जुन्या साडीला पुसले. तिच्याइतकी सुंदर नक्षी काढणारं तिथे तिच्या शिवाय आणखी कुणीही नव्हतं. सुरेखा आणि मृदुला कॉलेजमधल्या मैत्रिणी. सगळ्या मैत्रिणी आवर्जून लग्नासाठी आदल्या दिवशीच जमल्या होत्या. श्रावण महिन्याचे शेवटचे दिवस. कुठल्याही क्षणी कोसळायला लागेल, असं वाटण्यासारखं काळ्याभोर ढगांनी आकाश भरून आलं होतं. अधूनमधून पावसाच्या सरी येत होत्या.

लग्नघरात एकच गोंधळ उडाला होता. मामलेदार आनंदरावांच्या एकुलत्या एका मुलीचं – सुरेखाचं लग्न होतं ना! त्यात आनंदरावांचा गोतावळाही मोठा! अनेक गावी काम केल्यामुळे मित्रपरिवारही मोठा होता. विवाह-कार्यालय माणसांनी भरून गेलं होतं.

पण आनंदरावांच्या आईंची – गंगक्कांची कुरकुर चालू होती, ''काय हे? पावसाळ्यात कसला लग्नाचा मुहूर्त ठेवलाय? नवरात्रीनंतर किंवा नाताळच्या सुट्टीत ठेवलं असतं लग्न, तर काय बिघडलं असतं? पण विचारतंय कोण म्हणा आम्हाला?''

त्यांच्या सूनबाई सासूला उत्तर दिल्यासारखं करत म्हणाल्या, ''असा मुलगा मिळायला पुण्य हवं! एकुलता एक मुलगा, दुबईत नोकरी, घरात जबाबदारी नाही. त्यात आपल्या सुरेखाच्या पत्रिकेत दीर नसलेलं घर होतं. मुलगा शोधून-शोधून आम्ही तर दमून गेलो होतो. आता मुहूर्तावरून तक्रार काढली असती, तर पाहुण्यांनी याच मुहूर्तावर दुसरी मुलगी शोधून लग्न लावलं असतं! सुरेखा बसली असती तशीच!''

''असं म्हणतेस?'' गंगक्का म्हणाल्या.

''एवढंच नव्हे! तिम्मणा जोईसांनी सांगितलं, गेल्या पंधरा दिवसांत, याच पावसात दोनशे पन्नास लग्न झाली आहेत म्हणे! याच श्रावणात! मग आम्ही केलं त्यात काय विशेष?''

आता तिम्मण्णा जोईसांनी सांगितलं म्हटल्यावर वेदवाक्यच! यावर कोण बोलणार?

रेशमी साड्यांची सळसळ, उदबत्ती आणि अत्तराचा घमघमाट, जाई-जुई-मोगऱ्याचा सुमधुर सुगंध, स्वयंपाकघरात मोतीचुराचा वास – सगळीकडे सर्वसामान्य धारवाडमधल्या लग्नाचं वातावरण होतं.

नाही म्हटलं तरी सुरेखा मलूल झाली होती. एका अपरिचित तरुणावर विश्वास ठेवून उद्यापासून ती नव्या जीवनाला सुरुवात करणार होती. आजवर आई-वडिलांच्या उबदार छायेत तिचं आयुष्य सुखात चाललं होतं. या नंतर कसं?

बंगळूरहून आलेल्या पाहुण्यांची कार्यालयाच्या पहिल्या मजल्यावर उतरायची व्यवस्था करण्यात आली होती. तिथल्या चार-सहा खोल्या चांगल्या होत्या. त्यात पाहुण्यांची संख्याही मर्यादित होती. बंगळूरहून तसे किती जणं येणार?

मेंदी लावायचा उत्साह संपला. मृदुला हात धुवत असतानाच छतावर पावसाचा आवाज ऐकू येऊ लागला. श्रावणाच्या पावसाची झड सुरू झाली. सुरुवात सावकाश झाली असली, तरी बघता-बघता धारांचा वेग वाढला. जागा मिळेल तिथून पाण्याचे ओहोळ वाहू लागले.

पाऊस प्रत्येकाच्या मनात वेगवेगळी भावना निर्माण करतो. बेंद्रेंसारख्या कवीच्या मनात हा उत्साहाचं वातावरण निर्माण करणाऱ्या कवितेला जन्म देतो, तर यक्षाच्या मनातली विरहाची भावना आणखी गहिरी करतो. पण या लग्नघरात त्यानं घबराट निर्माण केली.

पावसाचा जोर वाढला तसे दिवेही गेले. सुरेखाच्या आईंना तर तापलेल्या तव्यावर उभं असल्यासारखं वाटलं! त्याचवेळी मृदुला त्यांच्या नजरेसमोर आली. ती एक मेणबत्ती पेटवून येत होती.

"मृदुला पेट्रोमॅक्स सांगितला आहे. तो येईपर्यंत तू माडीवर पाहुण्यांकडे जाऊन प्रत्येक खोलीत मेणबत्ती आणि काडीपेटी देऊन येशील? आधीच बंगळूरचे शिस्तीचे पाहुणे आहेत! नेमकं आपल्याकडच्या लग्नाच्या वेळी असं व्हावं?"

"काळजी नका करू, काकू. मी देऊन येईन," चेहऱ्यावरचं मंदस्मित ढळू न देता मृदुला म्हणाली.

तिनं आधी सुरेखाच्या खोलीत मेणबत्ती लावली. मेंदी वाळण्यासाठी हात वर करून बसलेल्या सुरेखाच्या शेजारी तिच्या मैत्रिणी गप्पा मारत बसल्या होत्या.

काही काम करणं शक्य नसल्यामुळे तिम्मण्णाभट्ट हॉलमध्ये बसले होते. खोडकर मेघनानं उगाच विषय काढला, "पाणिग्रहण म्हणजे काय हो?"

"नवरा मुलगा वधूचा उजवा हात लग्नाच्या वेळी प्रथम आपल्या उजव्या हातात घेतो. त्यालाच 'पाणिग्रहण' म्हणतात."

"म्हणजे कुणीही केव्हाही उजवा हात धरला की, झालं का पाणिग्रहण?"

"तसं नाही बाळ! मुलगी अविवाहित असली पाहिजे. ती लग्नाच्या वयाची असली पाहिजे. अशा मुलीचा हात एखाद्या तरुणानं शुभमुहूर्तावर हातात घेतला, तर पाणिग्रहण म्हणतात."

"समजा, बसमध्ये कुणी असा हात धरला तर?"

"नाही चालणार...."

अशाच फुटकळ गप्पा चालल्या होत्या. मृदुला मेणबत्त्या घेऊन माडीवर निघाली. गच्चीतलं पावसाचं पाणी पायऱ्यांवरून खाली येत होतं.

मेघना पुढे म्हणाली, "आज एखादा शुभमुहूर्त आहे की नाही?"

"मुलाचं आणि मुलीचं नक्षत्र ठाऊक असेल, तर सांगता येईल. तरी संध्याकाळी साडेसहा वाजता एक उत्तम मुहूर्त आहे. त्या मुहूर्तावर या मंडपात कुणाचंही शुभमंगल होऊ शकेल!"

तिम्मणाभट्ट बारा गावचं पाणी प्यायले होते. ते या एवढ्याशा मुलीला बरे घाबरतील?

बंगळूरचे पाहुणे एकीकडे अस्वस्थ झाले होते. अपरिचित गाव, त्यात अंधारात काहीही दिसायला तयार नव्हतं. त्यात, या गावात लग्नाच्या दृष्टीनं तेवढी चांगली व्यवस्था नव्हती.

संतोषची मावशी आपल्या बहिणीला म्हणत होती, "बघ! बंगळूर असतं तर लगोलग जनरेटर ऑन झाला असता! थोडा हात सैल सोडला, तर बंगळूरमध्ये उत्तम प्रकारे लग्न करता येतं. इथे आपण प्रत्येक गोष्टीसाठी पाहुण्यांवर अवलंबून राहायला पाहिजे! हे असं खिडकीतून पाणी आत येत राहिलं, तर आपण रात्री कसं झोपायचं?"

संतोषच्या आई सावित्रम्मा अडचणीत सापडल्यासारख्या झाल्या होत्या. पत्रिका जुळून, मुलगी पसंत पडून बाकी सगळं जुळून येणं, ही काही फार सहज घडणारी गोष्ट नव्हती. सुरेखा सगळ्या दृष्टीनं सगळ्यांच्या पसंतीला उतरली होती. पण मुलीच्या वडिलांनी – आनंदरावांनी 'लग्न आमच्या गावी करून देऊ.' असं निक्षून सांगितलं होतं.

आता सावित्रम्मांचा राग नवऱ्याकडे वळला. "बघ ना! बंगळूरमध्येच लग्न लावून द्या, म्हणून हट्ट धरला असता तर नक्की ऐकलं असतं! पण यांनी मुलाकडचे म्हणून रुबाब दाखवला नाही! काय करणार? माझंच नशीब!"

मृदुलेला मात्र पाऊस नेहमीच चेतनादायक वाटायचा. पाऊस आला की दैनंदिन जीवनात काही अडचणी येतात हे नक्की! पण नाहीतरी या जगात काय फुकट मिळतं? त्यात पाऊस हे तर निसर्गाचं वरदान! केरानं भरलेली पृथ्वी पावसामुळे

पुन्हा सचैल स्नान करून चैतन्यमय होते. कुठल्याही परिस्थितीत सुख शोधणं, हा मृदुलेच्या स्वभावाचा भागच बनून गेला होता.

निऱ्या कमरेला खोचून ती पाण्याचे ओहोळ चुकवत सावधपणे माडीवर आली. आधी तिनं विहीणबाईंना मेणबत्ती दिली आणि नम्रपणे विचारलं, "सॉरी! काकूंनी सांगितलंय एवढ्यात पेट्रोमॅक्स येईल. तोवर ही मेणबत्ती लावू?"

"बरं. आम्ही लावून घेऊ. दे इकडं. बाकी खोल्यांमध्ये पुरुषमाणसं आहेत त्यांना देऊन ये." सावित्रम्मा म्हणाल्या. त्याप्रमाणे मृदुला प्रत्येक खोलीत जाऊन मेणबत्ती लावू लागली. डोक्यावर मैसूरी फेटा आणि बाशिंग बांधलेला संतोष आनंदात होता. त्याच्या खोलीत मेणबत्ती लावून ती शेवटच्या खोलीत आली.

त्या खोलीत कुणीच नव्हतं. मात्र खिडकी उघडी असल्यामुळे त्यातून पावसाचं पाणी वाऱ्याबरोबर खोलीत येत होतं. असं पाणी आत येत राहिलं, तर रात्री कुणीही इथे झोपू शकणार नाही, असं वाटून ती तशीच आधी खिडकी बंद करायला म्हणून तिकडे गेली.

तिनं हातातली मेणबत्ती खिडकीतल्या बिन कानाच्या कपात लावली. एका हातानं जमिनीवरची पाण्यात भिजू पाहणारी बॅग उचलून दूर ठेवायला गेली आणि दुसऱ्या हातानं ती खिडकी बंद करायला लागली. त्याचवेळी तिचा पाण्यामुळे थंडगार पडलेला उजवा हात एका बलिष्ठ हातानं घट्ट पकडला.

हॉलमधल्या घड्याळात साडेसहाचा ठोका पडला. मेघनानं तिम्मण्णाभट्टांची थट्टा केली, "अरे हो! आला तुमचा उत्तम गोरज मुहूर्त!"

त्या पकडीनं मृदुला चांगलीच दचकली. घाबरी झाली. पण हातावरची पकड ढिली झाली नाही. पाठोपाठ पुरुषी आवाज आला, "आता बरी सापडलीस!"

"काय?"

"सगळं ठाऊक आहे मला! लग्नघरात रेल्वे स्टेशनप्रमाणे भरपूर चोऱ्या होतात."

"मग मी काय करू?"

"कुणाचं लक्ष नाही असं बघून माझी बॅग चोरायला आलीस काय?"

आता कुठं मृदुलेला खुलासा झाला. त्या अंधारात त्या व्यक्तीचा चेहरा अजूनही दिसत नव्हता. तरी हा आपल्याला चोर समजतो आहे, हे तर स्पष्टच होतं. तिला क्षणभर राग आला. तो कसाबसा आवरून ती म्हणाली, "मी चोर नाही!"

"चोर काही आपण चोर आहे म्हणून सांगत नाही. मला रेल्वेत सगळ्यांनी सांगितलं आहे. बरं नाही म्हणून गरम पाणी आणायला गेलो तर...."

"आधी माझा हात सोडा! मी चोर नाही म्हटलं ना! खिडकीतून पावसाचं पाणी आत येत होतं, त्यात बॅग भिजू नये म्हणून खिडकी बंद करत होते मी!"

"माझा नाही विश्वास...."

एवढ्यात दिवे आले. त्या उजेडात संजयनं पाहिलं, चुरगळलेली साडी, विस्कटलेल्या बटा, दमलेला चेहरा, रागानं लाल झालेले गाल, बावीस वर्षांची तरुणी. छातीवर रुळणारी जाड वेणी, देखणं रूप, गोरापान रंग, लहान जिवणी, मोठाले डोळे, देवानं निवांतपणे निर्माण केलेली सुंदर बाहुली! कुठल्याही कोनातून पाहिली तरी सुंदरच! संजयला तिचा हात सोडायचं भान राहिलं नाही.

डॉक्टर असल्यामुळे त्यानं अनेक रोग्यांच्या हातांना स्पर्श केला होता. पण अशा प्रकारे एखाद्या अपरिचित स्त्रीचा हात हातात घ्यायचा त्याचा हा पहिलाच अनुभव होता. मुळात त्याच्या परिचयाच्या स्त्रियाच कमी होत्या. बरोबर काम करणाऱ्यांशी त्याचं जेवढ्यास तेवढंच बोलणं असायचं.

आता मृदुलेचंही संजयकडे लक्ष गेलं. भरपूर उंची, तिच्या तुलनेत सावळा म्हणता येईल असा रंग, दाट कुरळे केस, सुदृढ शरीर, चेहऱ्यावर हसू आणि त्यात मिसळलेलं मंदस्मित. देखणा म्हणता येईल असा तरुण. पांढरा शर्ट-काळी पॅन्ट....

खालून मेघनाचा आवाज ऐकू आला, "मृदुला, लाइट आले. कुठं आहेस तू? ये लवकर....!"

भानावर आलेल्या मृदुलेनं हातातली त्याची बॅग खाली ठेवली आणि दुसऱ्या हातानं त्याच्या हातातला आपला हात सोडवून घेऊ लागली. त्यानंही भानावर येऊन तिचा हात सोडला. ती घाईनं निघून गेली.

संजय ती निघून गेलेल्या दिशेला काही क्षण पाहत राहिला.

बॅगेला कुलूप लावलं होतं. खिडकीतून खरोखरच पाणी आत येतं होतं. बिचारी! कुणीतरी गरिबाघरची मुलगी. लग्नाच्या कामासाठी म्हणून आली असेल. दिवे नाहीत म्हणून मेणबत्ती लावायला आली असली पाहिजे. आपण असं बोलायला नको होतं. कदाचित तो रेल्वेमध्ये झालेल्या गप्पांचा परिणाम असावा. तरीही आपलं चुकलंच.

नाव काय तिचं? मृदुला! व्वा! ती उभी होती, त्या जागी तिच्या केसांतून गळून पडलेला नायलॉनच्या रिबीनीपासून बनवलेला रबरबॅन्ड पडला होता. त्यानं तो उचलून घेतला. त्याला तीव्रपणे वाटलं, आपण या मुलीची माफी मागितली पाहिजे.

मृदुला खाली आली. खरं तर घडलेल्या प्रसंगामुळे तिला राग यायला हवा होता; पण नाही आला. काय नाव त्याचं? कोण जाणे. पण हातावरच्या त्याच्या पकडीतून तो गरम असल्याचं तिलाही जाणवलं होतं. बहुतेक बरं नसावं त्याला. आपलाही अवतार असा होता! तरीही एक प्रकारचं विचित्र आकर्षण वाटलं तिला.

घडलेल्या घटनेचा कुणाहीपुढे उच्चार न करता ती पुढच्या कामाकडे वळली. ठरल्याप्रमाणे सीमंतपूजा वगैरे कार्यक्रमांना सुरुवात झाली. तिथे काही काम नसल्यामुळे

सुरेखाच्या मैत्रिणींचा घोळका एकीकडे बसला होता.

संजय संतोषला भेटून गप्पा मारून आला. तीन वर्षांनी भेट झाली होती. त्याचे इतरही अनेक मित्र आले होते. त्या कुणाशी याची ओळख नव्हती. दहा मिनिटांत गप्पांचे विषय संपले. त्यात संजयला फारसं बोलायची सवय नव्हती. आता त्याचं त्यालाच वाटू लागलं, या असल्या लग्नासाठी मी तीन दिवसांची रजा टाकून आलोय. यामुळे काम झालं आणि निघून गेलो, असंही करता येणार नाही! उद्या अक्षता पडल्या, जेवण झालं की जोग सरांनी सांगितलेलं काम संपवता येईल. म्हणजे उद्या रात्रीही निघता येईल. इथे कुणाला आलद हळ्ळीविषयी विचारलं तर समजेल?

त्यानं लग्नघरात नजर फिरवली आणि तो चकित झाला.

मृदुला तिच्या मैत्रिणींबरोबर गप्पा मारण्यात रंगून गेली होती. तिच्या अंगावर सुरेख पिवळी, रेशमी साडी होती. अंगावर चार ठळक दागिने होते. वेणीत सपर्ण सोनचाफा होता. एकूणच ती एखाद्या सोन्याच्या पुतळीसारखी दिसत होती. अरेच्चा! ही तर एखाद्या संपन्न घरातली मुलगी दिसते! हिला मी चोर... त्यानंतर गरिबाघरची मुलगी समजलो!... ते जाऊ दे. जोग सरांच्या कामाच्या संदर्भात कुणाला विचारावं? म्हाताऱ्यांना बोलायची हौस असते.

जेवायच्या वेळी त्यानं शेजारी असलेल्या एका प्रौढ माणसाला विचारलं, ''तुम्हाला 'आलद हळ्ळी' ठाऊक आहे?''

''हो इथून तीस किलोमीटरवर आहे. लहान गाव आहे. तिथे तुम्हाला कुणाचं घर हवंय?''

''चंपाबाई कानिटकरांचं घर.''

''त्यांचे कोण तुम्ही?''

''माझं काही नातं नाही. आमच्या प्रोफेसरांच्या त्या मावशी.''

''तुमचे प्रोफेसर म्हणजे कोण?''

ही तर एक रुपया देऊन सुरुवात केली, तर शंभर रुपये देऊन बंद करायची पाळी आली!

''डॉक्टर जोग.''

''ओहो! चंद्रकांत? माझीही आहे ओळख! तुम्ही असं करा... चंपाबाई काही वेळा गावात असतात-नसतात. तुम्ही भीमण्णाच्या घरात आधी चौकशी करा. त्यांचं एकमेकांशी बरंच आहे.''

''कोण हे भीमण्णा?''

''गावात कुणीही सांगेल तुम्हाला. जनावरांवर मंत्र टाकून बरं करतो ना तो! औषधंही देतो. कीर्तन करण्यात वाकबगार आहे. सगळं गाव ओळखतंय त्याला!''

''त्यांचं घर कसं शोधायचं?''

"काहीही कठीण नाही! गावात एक तळं आहे. त्या तळ्यासमोरच हनुमंताचं देऊळ आहे. त्याच्या शेजारचं घर भीमण्णाचं!"

तीस किलोमीटर म्हणजे दोन तासांत जाऊन येता येईल; त्यानं ठरवलं. पण जायचं कसं?

विचारायच्या आधीच उत्तर मिळालं. "दर तासाला बस आहे. नाहीतर बंगळूरची बस पकडा, गोटगोडवीय नाक्याला सगळ्या बसेस थांबतात. तिथे कुठलीही फटफटी चढली की गावात पोहोचाल."

जेवण वाढायला सुरुवात झाली. सगळा स्वयंपाक थंडगार झाला होता. अगदी गारांसारखा थंडगार असल्यासारखं संजयला वाटलं. त्यानं पाण्याच्या भांड्याला हात लावला, हाताला चटकाच बसला!

त्याला आश्चर्य वाटलं. त्यानं पाणी वाढणाऱ्या मुलाकडे प्रश्नार्थक मुद्रेनं पाहिलं, "कुणी गरम पाणी पाठवलं?"

"तिकडं उभ्या हायेत न्हवं का; त्या अक्कांनी सांगितलं."

संजयनं त्या दिशेला पाहिलं; मृदुला कुणाशी तरी बोलत उभी होती. संजयला स्वत:ची शरम वाटली. त्यानं खाली मान घातली.

दुसऱ्या दिवशी थाटामाटात लग्न पार पडलं. त्या सकाळपासून पावसानं कृपा केली. त्यानं अजिबात झलक दाखवली नाही. संजयला तर सगळा निसर्ग हसतमुखानं लग्नात सामील झाल्यासारखं वाटत होतं.

सुमुहूर्तावर सुरेखा, संतोषशी विवाहबद्ध झाली.

सोबत आणलेली भेटवस्तू संतोषच्या हाती देऊन संजय बसस्टॅन्डवर आला. जेवण करून बाहेर पडेपर्यंत दुपारचे दोन वाजून गेले होते. पाचच्या आत माघारी येऊन रात्रीच शक्यतो मुंबईची गाडी पकडायची संजयला उत्सुकता होती.

बसस्टन्डवर त्याला मृदुला दिसली. साधी इरकल साडी नेसून ती आलद हळ्ळी बसस्टन्डवर उभी होती. ही संधी पकडून तिची क्षमा मागायचं त्यानं ठरवलं. त्याप्रमाणे तिच्यापाशी जाऊन तो म्हणाला, "सॉरी!"

ती आश्चर्यानं मागे वळून त्याच्याकडे पाहू लागली.

"तुम्ही? आणि इथं?"

"माझी चुकीची समजूत झाली. मला क्षमा करा!"

"आलं लक्षात. माझ्या कपड्यांवरून तुम्हाला तसं वाटलं असेल."

"म्हणजे व्यक्तीला महत्त्व नसतं! कपड्यांना महत्त्व असतं!"

"तसंच नाही, मिस्टर –"

"मी डॉक्टर संजय. मुंबईत असतो."

"मी विचारलं नव्हतं!" ती ताठ्यात म्हणाली.

"पण मी सॉरी म्हटलं ना?"

"यात तुमची काय चूक म्हणा! अहो, मागे समुद्र-मंथनाच्या वेळीही सुंदर ड्रेस घातलेल्या विष्णूला लक्ष्मी मिळाली आणि चर्माचे कपडे घालणाऱ्या शंकराला विष दिलं गेलं!"

तेवढ्यात बस आली. मृदुला संभाषण न वाढवता त्यात चढली. पुढे काय बोलावं ते न समजल्यामुळे संजयही तिच्या पाठोपाठ चढला आणि तिच्या मागच्या सीटवर बसला.

आता मात्र मृदुला घाबरली. दिसतोय रोग्यासारखा, डॉक्टर आहे म्हणून सांगतोय! हा का आपल्या गावाच्या बसमध्ये चढलाय? का आपला पाठलाग करतो आहे? मृदुलेला काही सुचेना. गावात याच्या ओळखीचं कुणी असायची शक्यताच नाही. हा असाच आपल्या घरापर्यंत आला तर? आईला ते अजिबात आवडणार नाही. शिवाय लहान गावात प्रत्येक गोष्टीची चर्चा होणार!

आता मृदुलानं त्याच्याशी बोलायला सुरुवात केली.

"आलद हळ्ळीमध्ये कुणाच्या घरी जायचंय तुम्हाला?"

आता संजयच्या मनातही खोडकरपणा जागा झाला. हिला आपल्या भावना अजिबात लपवता येत नाहीत. तो म्हणाला, "तुमच्या घरी!"

"पण का?"

"तुमच्या घरी सगळ्यांपुढे मला क्षमा मागायची आहे!"

"हे पाहा! मी तुम्हाला क्षमा केली आहे. तुम्ही आता आमच्या घरी यायची काहीही गरज नाही!"

"नाही कसं? घरातल्या मोठ्यांना सांगून...."

आता मृदुलेला काय बोलावं ते सुचेना. संजयच्या चेहऱ्यावर मंद हसू होतं. एवढ्यात कंडक्टर जवळ आला. तोही मृदुलेच्या ओळखीचा होता. त्यामुळे ती गप्प बसली. संजयनं दोन तिकीटं मागितली. ती आता चांगलीच अडचणीत आली. आता याचं काय करावं, हे तिला सुचेना.

गाव येताच मृदुला गडबडीनं खाली उतरली. तिला बघताच बुडन साबी नावाचा एक मुलगा तिच्याकडे धावला. पायाची जखम दाखवत म्हणाला, "ए अक्का! किती उशीर केलास! हे बघ. सायकल लागली मला." त्याच्या पायाला सायकलची चेन घासून बऱ्यापैकी जखम झाली होती.

आता संजयचा खोडकर स्वभाव नाहीसा झाला. त्याच्यातला डॉक्टर जागा झाला होता.

तिनं सांगितलं, "हे बघ, आधी जखम धुऊन स्वच्छ कर. नंतर हे मलम लाव. नंतर घराकडे येऊन जा." आणि तिनं आपल्या पर्समधून कसलंसं मलम काढून

दिलं. बुडन ते घेऊन निघून गेला.

संजयला राग आला होता. नीट उपचार करण्याऐवजी असं काहीतरी देऊन 'उपचार' म्हणायचं? या असल्या जखमेला इंजेक्शन नको का द्यायला? या खेड्यात हीच जेमतेम शिकलेली असावी. अर्धवट ज्ञानाच्या जोरावर असले उपचार करणं धोक्याचं आहे, हे कसं कळत नाही हिला? न राहावून तो म्हणाला, "आपल्याला ठाऊक नसलेल्या विषयात डोकं चालवून गावातल्या माणसांना चुकीच्या मार्गानं नेऊ नये. आता त्याला टिटबॅक-इंजेक्शन द्यायची गरज आहे. नाहीतर या जखमेमुळे उद्या त्याचा संपूर्ण पाय तोडायची वेळ येऊ शकते!"

त्याच्या बोलण्याचा तिच्यावर काहीही परिणाम झालेला दिसला नाही. तिनं विचारलं, "असं?"

"होय. तुम्ही काय शिकलात मला ठाऊक नाही. पण कुणाच्या जिवाशी असा खेळ खेळणं योग्य नव्हे! तुम्ही त्याला योग्य डॉक्टरांकडे न्यायला हवं होतं."

"पुढच्या खेपेला तसंच करता येईल. हे सगळे पेशंट मी तुमच्या पत्त्यावर पाठवेन! पण त्यांचा मुंबईपर्यंतचा गाडीखर्च कोण देईल? तुम्ही द्याल?" आणि ती निघून गेली.

संजयला राग आला. किती उद्धटपणा हा! जाऊ दे! नशीब या गावाचं! असल्या मुलीला एवढा मान देत असतील, तर तेच त्याचा परिणाम भोगतील! आपल्याला काय करायचंय? त्या म्हातारीला, चंपाबाई कानिटकरला, भेटून पार्सल दिलं की, आपला या गावाशी संबंध संपला. आता त्या भीमण्णाचं घर शोधायला पाहिजे.

त्या म्हाताऱ्यानं सांगितल्याप्रमाणे तो गावातल्या तळ्याकाठच्या हनुमंताच्या देवळाचा शोध घेऊ लागला. मृदुला चालली होती, तिच्या मागोमागच तो चालला होता. त्यामुळे मृदुलाही घाबरी झाली. हा घरी येऊन वडिलांना काय सांगणार आहे कोण जाणे! आणि संजयलाही ही आपल्या वाटेनंच का चालली आहे, हे कळेनासं झालं.

संजय भीमण्णाच्या दारात उभा राहिला. बाहेरच्या व्हरांड्यात एक प्रौढ गृहस्थ बसले होते. त्यांनाच संजयनं विचारलं, "इथं भीमण्णा कुठं राहतात?"

"मीच! काय काम होतं?"

"चंपाबाईंना भेटायचं होतं."

"कानिटकर चंपक्का ना? त्या नरगुंदला गेल्या आहेत. पण तुम्ही कोण ते नाही समजलं?"

"माझं नाव डॉक्टर संजय. डॉक्टर जोगांनी हे पार्सल चंपाबाईंना द्यायला सांगितलं होतं."

"बाहेर का उभे? या! आत या! ए मादा, जाजम नीट कर बघू! लोड नीट ठेव! बसा. आम्ही खेडवळ माणसं! सोफा-खुर्ची नाही आहे. शेतकरी माणसं!..."

बोलता-बोलता त्यांची नजर बाहेर उभ्या असलेल्या मृदुलेकडे गेली. "का गं? बाहेर का उभी राहिलीस? चल आत. डॉक्टर आलेत. तुमचं नाव... संजय म्हणालात नाही का? ही माझी मुलगी मृदुला. तीही गावाला गेली होती. आता येते आहे. मृदुला, आत जा आणि दोन कप फर्स्टक्लास चहा आण बघू! लग्नाला गेली होती...."

आता सगळा खुलासा झाला होता. त्याला एकीकडे गंमतही वाटली. मृदुला आत गेली. थोड्याच वेळात काही झालं नाही, असा चेहरा करून ट्रेमध्ये चहाचे कप घेऊन आली. संजयनंही ओळख न दाखवता मुकाट्यानं कप घेतला.

चहा घेतल्यावर त्यानं पाकीट भीमण्णांच्या हातात दिलं.

"कुणी? चंद्रकांतनं पाठवलंय काय? मी आणि तो क्लासमेट. पण तो फार हुशार! फार दिवस झाले त्याला भेटून!"

"ठीक आहे! आता मी निघतो...."

"नाही. चंपाबाई आजच येणार आहेत! तुम्ही स्वत:च त्यांना द्या. तुम्ही येणार असल्याचं त्यांना ठाऊक आहे. त्यांचा निरोप आहे. आणखी तासाभरात त्या येणार आहेत," भीमण्णानं आग्रह केला. घरी आलेल्या पाहुण्याला सोडायला तो तयार नव्हता. "तुम्हाला कंटाळा येणार असेल, तर आमच्या मळ्यापर्यंत जाऊन येऊ या."

आता मात्र संजयला अवघड झालं. अनोळखी माणसांसोबत एवढा वेळ काढायची त्याला अजिबात सवय नव्हती. तिकडं लक्ष न देता भीमण्णानं आत वळून सांगितलं, "आम्ही मळ्याकडं जाऊन येतो. चंपक्का आल्या तर त्यांनाही इथंच थांबायला सांगा."

उत्तर कर्नाटकातल्या लोकांचा हा मोकळाढाकळा स्वभाव बघून संजयला अवघड वाटलं. भीमण्णानं उत्साहानं मळा फिरून दाखवला. त्या दिवशी कारण नसताना विस्तारानं बोलत राहिला.

त्या सगळ्या बोलण्यातून संजय मात्र चलाखीनं मृदुलाविषयी जास्तीत जास्त समजून घ्यायचा प्रयत्न करत राहिला. भीमण्णाही आपल्या स्वभावानुसार बोलत राहिला.

"आमची मृदुला भारी हुशार हं! खरं सांगायचं तर तिच्या लायक नवरा शोधणं आम्हाला फार कठीण आहे! आम्ही ही अशी शेतकरी माणसं! आम्ही आमच्या ओळखीतली मुलं सुचवली, तर तिला आवडत नाही."

"तुमच्या मृदुलाला डॉक्टरकी येते?" बुडन साबीची जखम आठवून संजयनं विचारलं.

"तिनं एक सहा महिन्यांचा ट्रेनिंग प्रोग्रॅम केला आहे. टिटबॅक-इंजेक्शन, फर्स्टएड वगैरे शिकली आहे ती. आमच्या गावात लेडी-डॉक्टर नाही ना! या असल्या ट्रेनिंगमुळे थोडीतरी मदत होते. आता तर आमच्या गावात हीच धन्वंतरी आहे!"

ते घरी आले, तोवर चंपक्क्का आल्या होत्या. जोगांनी दिलेलं पार्सल त्यांच्या हाती सोपवून रात्रीची गाडी पकडायच्या दृष्टीनं संजयची धडपड सुरू झाली. निघायच्या आधी, गेल्या चोवीस तासांत मनावर मोहिनी टाकणाऱ्या मायांगनेचं एकवार दर्शन घ्यायची तीव्र इच्छा असली तरी कसं जमवावं, हे त्याला समजलं नाही. मृदुला कुठंच नजरेला पडली नाही.

हुबळीहून मुंबईला परतल्यावरही दोन-तीन दिवस मृदुलेच्या आठवणीनं संजय पुलकित होत असला, तरी पुढे कामाच्या ताणामुळे ती आठवण मागे पडली. बॅग स्वच्छ करताना तिच्या वेणीतला रबरबॅन्ड मिळाला. तिला द्यायचा राहूनच गेला होता. आता ही वस्तू पोस्टाने पाठवून दिली तर ते बरं दिसेल का? पुन्हा तिची भेट व्हायची शक्यताही कमीच. आता हा केराच्या टोपलीत टाकून देणंच योग्य, असं त्याला वाटलं. पण ते त्याला जमलं नाही.

आलद हळ्ळीच्या शाळेतल्या शिक्षकांनी हुबळीमधल्या शिक्षकांबरोबर महाराष्ट्र प्रदेशाच्या प्रवासाचा घाट घातला होता. दरवर्षी शिक्षक असोसिएशनची एखाद्या राज्यात प्रवासाला जाऊन यायची पद्धत होती. आलद हळ्ळीच्या शाळेतल्या शिक्षकांची संख्या स्वतंत्र प्रवास आयोजित करण्याएवढी नसल्यामुळे ते हुबळीच्या शिक्षकांबरोबर जात. गेल्या चार वर्षांची हीच परंपरा होती. केरळ, दिल्ली, गेल्या वर्षी तमिळनाडू झालं होतं. यावर्षी महाराष्ट्रात जायचं ठरलं होतं.

इतर शाळा-शिक्षकांना चार वर्षांचा अनुभव असला तरी मृदुलेच्या दृष्टीनं हा पहिलाच अनुभव होता. त्यामुळे तिचा उत्साह अपरिमित होता. सुमारे तीन आठवड्यांचा प्रवास; पुणे, मुंबई, अजंठा, औरंगाबाद, नाशिक, नागपूर असा प्रवास ठरला होता. त्यांच्यासाठी रेल्वेची बोगी ठरवली होती. सोबत स्वयंपाकी असल्यामुळे खाण्यापिण्याची चिंता नव्हती. त्या-त्या गावात असलेल्या कर्नाटक संघाशी आधीच संपर्क साधून तिथे राहायची व्यवस्था केली होती. हा सगळा प्रवास नवरात्रीच्या सुट्टीत असल्यामुळे शाळांना सुट्टी होती.

प्रवासासाठी मृदुलेची सामानाची बांधाबांध चालली होती. चंपक्का हे पाहून म्हणाली, ''हे काय? तू तीन वर्षांसाठी चाललीस की काय? अगं! मुंबई-पुण्याला इथल्यापेक्षा चांगल्या साड्या मिळतात! फार साड्या नको नेऊस इथूनच! पूडचटणी मात्र घेऊन जा. तिथली माणसं खाण्यापिण्याच्या बाबतीत मात्र अजिबात घट्ट नाहीत! उगाच हवं-नको म्हणत बसतात! आणि हे बघ, चंद्रकांतचा पत्ता घेऊन जा! काही का असेना, बरोबर डॉक्टरांचा पत्ता असणं चांगलं! शक्य असेल तर त्याच्या घरी जाऊन ये.''

''मावशी, मी पहिल्यांदा जाते आहे मुंबईला! आतापर्यंत फक्त सिनेमात

पाहिलीय. मी कशी त्यांच्या घरी जाणार? माझी त्यांच्याशी ओळख नाही. मराठीही येत नाही मला!'' मृदुला संकोचानं म्हणाली.

''आपल्या माणसांना भेटायला ओळख कशाला लागते? तूच जाऊन सांगायचं, मी भीमण्णाची मुलगी म्हणून! आणि त्याला येतं की कन्नड! कन्नड शाळेतच शिकलाय. तिथल्या मुलीशी लग्न केलं आणि गावापासून दूर झालाय इतकंच. त्यापेक्षा त्यानं इकडची गदग-लक्ष्मेश्वर-सागरकडची मुलगी करायला हवी होती. किती सुरेख मुली असतात इकडच्या! त्यांना स्वच्छ मराठीही येतं. अशी एखादी मुलगी केली असती तर गोष्टच वेगळी असली असती...!'' बोलता-बोलता विषय कुठल्या कुठं गेला. वय झाल्यावर काहीशा असंबद्ध गप्पा सुरू होतात की काय कोण जाणे!

आता भीमण्णाही बोलण्यात सामील झाला, ''पण चंपक्का, तुमच्यापैकी काही मुली इकडंच नरगुंदजवळ देसायांच्या घरी दिल्या आहेत ना?...''

मृदुलेनं तिकडून काढता पाय घेतला. अशा यांच्या गप्पा रात्रीपर्यंत चालतील! रात्री चंपक्काचा फराळही इथंच होईल. त्याची तयारी नको का करायला? रकुमाबाईला मदत करायला मृदुला स्वयंपाकघरात गेली.

■

शिक्षकांपैकी काही जणांनी या आधीच पुणं बघितलं होतं. तिथली पर्वती, संभाजी पार्क, दगडूशेठ गणपती, खडकवासला सगळं बघून झालं. पुण्यात हव्या तेवढ्या साड्यांची खरेदी झाली. मृदुला लक्ष्मीरोडवरची साड्यांची दुकानं बघून दंग होऊन गेली. तिच्या दृष्टीनं हुबळीची बाजारपेठ भली मोठी होती! त्यापेक्षाही ही बाजारपेठ कितीतरी मोठी होती.

पुण्यात त्यांचं कन्नड बोलणं ऐकून ओळख दाखवणारेही कितीतरी जणं भेटले. उत्तर कर्नाटकात कितीतरी वर्षं कॉलेज नसल्यामुळे आणि आजही कारखाने नसल्यामुळे कितीतरी कन्नड माणसं शिकायला आणि त्यानंतर नोकरीसाठी म्हणून इथे येऊन इथंच स्थायिक झाल्याचं तिला समजलं. कितीतरी जणांनी तिथल्याच मुलींशी लग्नही केली होती. बायकोच्या भाषेला ते शरणही गेले होते. तरीही आजही कन्नड जाणणारे कितीतरी जण इथे होते.

पुण्यात रस्तोरस्ती उसाच्या रसाची 'रसवंती-गृह' होती. नदीचा काठ नसल्यामुळे आदल हळ्ळीमध्ये बाकी सगळं पिकत असलं तरी ऊस पिकायचा नाही. तसं भीमण्णानं कौतुकानं आपल्या मळ्यात चार-सहा उसाचे डोळे रोवले असले, तरी ते संक्रातीच्या वेळी बोरन्हाण असेल, त्यांच्या घरी दिले जायचे किंवा वाणामध्ये घालायला दिले जायचे. हुबळीत काही उसाच्या रसाची दुकानं असली, तरी तिथे

पुण्यासारखी शिस्त आणि नेटकेपणा नव्हता. आलं-लिंबू घातलेला उसाचा रस पिताना सगळेच हरखून गेले.

दुपारच्या गाडीनं ते सगळे मुंबईला पोहोचले.

मुंबईचं व्हीटी स्टेशन बघून मृदुला तर घाबरी झाली. काय ती माणसं! काय ती गर्दी! हात सुटला तर हरवेन अशी भीती! मैत्रिणीचा हात घट्ट पकडूनच ती माटुंग्याच्या कन्नड संघात आली. एकूणच तिथल्या बसेस आणि लोकल बघून कधी एकदा आपण आलद हळ्ळीला जाऊ असं तिला वाटलं.

सकाळी ते सगळे एलिफंटा गुहांना जाऊन आले. गेट वे ऑफ इंडिया, नरिमन पॉइन्टला जाऊन यायचं ठरलं होतं. सगळे शिक्षक मिळून पंचावन्न जण होते. आलद हळ्ळीहून मृदुला आणि सिद्धारूढ हिरेमठ असे दोघेच आले होते. हिरेमठही पहिल्यांदाच मुंबईला आले होते. ते वयानं मृदुलेपेक्षा मोठे होते.

सगळे उप्पीट खाऊन बाहेर पडायला तयार झाले. मृदुलाला मात्र अंगात ताप भरल्यामुळे उठवेनासं झालं होतं. ती घाबरी झाली. आपल्यामुळे सगळ्यांची खोटी होते आहे, याचा तिला संकोच वाटू लागला. आपल्याबरोबर कुणी थांबलं तर त्यांनाही गाव बघता येणार नाही! ती म्हणाली, ''तुम्ही कुणीही थांबू नका. मी गोळी घेऊन विश्रांती घेईन. दमणूक झाली आहे. संध्याकाळपर्यंत बरं वाटेल.''

त्याप्रमाणे सगळे ठरलेल्या बसनं गाव बघायला बाहेर पडले. आता त्या हॉलमध्ये फक्त मृदुला आणि कामाचा मुलगा असे दोघंच राहिले. मृदुला खरोखरच घाबरी झाली होती. तिला केवळ ताप आला नव्हता; त्याचबरोबर उलट्या आणि जुलाबही सुरू झाले होते. हे सगळ्यांना सांगून घाबरं करू नये, म्हणून तिनं ते लपवून ठेवलं होतं. थोड्या वेळात सगळं ठीक होईल असं तिला वाटलं होतं. पण आता तसा काही उतार दिसून येईना. डीहायड्रेशन होऊ नये म्हणून पाणी, नारळपाणी पीत राहिलं पाहिजे, हे ती कोर्समध्ये शिकली होती. तसं तिनं नारळपाणी घ्यायला सुरुवातही केली होती. जवळची गोळीही घेतली. पण संध्याकाळपर्यंत तिला गुण आला नाही. ती अधिकच थकून गेली.

आता गप्प राहाण्यात अर्थ नाही, हे तिच्या लक्षात आलं. एखाद्या डॉक्टरकडे गेलं पाहिजे, नाहीतर सगळ्या टूरच्या लोकांना आपल्यामुळे त्रास होईल. या ट्रीपसाठी सगळे वर्षभर वाट बघत असतात. त्यांनी पैसे साठवलेले असतात. आपल्यामुळे सगळ्यांना त्रास होऊ नये!

या अपरिचित भाषेच्या अपरिचित प्रदेशात डॉक्टर कुठून शोधायचा?

तिला चंपक्का मावशी आणि तिनं सोबत घ्यायला लावलेला चंद्रकांत जोग डॉक्टरांच्या पत्त्याची आठवण झाली. ती सात-आठ वर्षांची असताना तिनं त्यांना पाहिलं होतं; त्याची तिला पुसटशी आठवण होती. तेही दाराआड उभं राहून

डोकावून पाहिलं होतं, तेवढंच. पाठोपाठ त्यांच्याकडून पार्सल घेऊन आलेल्या, आपल्याला चोरटी समजणाऱ्या संजयचीही आठवण आली. संजय की संजीव? तो इथंच असेल की आणखी कुठं गेला असेल? पुन्हा पोटात कळ आली....

या चंद्रकांत जोगना फोन केला तर कसं? ते स्त्रीरोग तज्ज्ञ असले तरी काहीतरी उपचार होतील, हे बघतील म्हणा! काहीच उतार पडेना तेव्हा तिच्या मनातला संकोचही वितळू लागला. तिनं जवळ असलेल्या नंबरवर फोन केला. पलीकडून मराठी बोलणं ऐकू आलं. मृदुलाला त्यातलं अक्षरही कळालं नाही. ती गोंधळली. शेवटी तिनं धैर्य एकवटून इंग्लिशमध्ये सांगितलं, "मी मृदुला, आलद हळ्ळीच्या भीमण्णांची मुलगी."

आलद हळ्ळी हा शब्द दोन-तीनदा उच्चारल्यावर पलीकडे कुणीतरी दुसऱ्यांनी फोन उचलला.

"हं! मी चंद्रकांत जोग बोलतोय!" तो मराठीमिश्रित कन्नड आवाज ऐकताच मृदुलाचा जीव भांड्यात पडला. तिनं आपली व्यवस्थित ओळख सांगितली. चंपक्काचाही संदर्भ दिला. आपल्या प्रकृतीविषयी विस्तारानं सांगितलं. ते ऐकून ते म्हणाले, "मी कार पाठवून देतो. तू त्यातून निघून ये. बरंच डीहायड्रेशन झालेलं दिसतंय. कदाचित सलाइन द्यावं लागेल."

फोन ठेवल्यावर जोग डॉक्टरांनी आपल्या असिस्टंटकडे पाहिलं. त्यात संजयकडे लक्ष जाताच त्यांनी सांगितलं, "असं कर, तूच जाऊन मृदुलेला घेऊन येशील का? तू तिला ओळखतोस. माडीवर डॉक्टर्स रूम आहे. मेडिसिन वॉर्डही तिथेच आहे. तिथे ॲडमिट कर... अरे, कितीतरी वर्षांनी मी कन्नडमध्ये बोलतोय! त्या मुलीला काय वाटलं असेल कोण जाणे!"

मृदुलेच्या ग्रुपची माणसं गाव बघून माटुंग्याला परतली तेव्हा डॉ. जोगांच्या कारमधून संजय आला होता. तिला बघून त्याला आनंद झाला, तरी त्यानं तो दाखवला नाही. त्यानं थट्टेच्या स्वरात विचारलं, "काय हे! मुंबईला येऊन असं आजारी पडायचं?"

तीही कसंबसं हसत म्हणाली, "आजारी पडायला मुंबईला कशाला यायला पाहिजे? आमच्या गावीही पडता येतं!"

"डॉ. जोगांनी तुम्हाला घेऊन यायला सांगितलंय. बरं वाटल्यानंतरच सोडायचं म्हणाले ते!"

"पण हे कसं शक्य आहे? बाकीचे सगळे उद्याच निघणार आहेत इथून!" ती रडवेली होऊन म्हणाली, "मी इथे राहिले तर कसं?"

हिरेमठ मास्तर म्हणाले, "हे बघा! तुम्ही डॉक्टरांच्या घरी राहिलात तर आम्हालाही काळजी राहाणार नाही. आणि प्रवासात तुम्हाला पुन्हा त्रास व्हायला

लागला तर कोण बघणार? तुम्ही असं करा, गावी फोन करून भीमण्णांना घडलं ते सांगा.''

''ठीक आहे. आपली टूर पुन्हा मुंबईला केव्हा येईल?''

''आठवडा लागेल. तेव्हा व्हाया मुंबई येऊ. तेवढ्यात तुम्हालाही बरं वाटेल. आमच्याबरोबर तुम्हाला माघारी परतता येईल.''

मृदुलापुढेही दुसरा पर्याय नव्हता. ती आपलं सामान गाडीत ठेवायला निघाली. संजयनं पुढे होऊन बॅग हातात घेतली. मृदुला पार गळून गेली होती.

संजयच्या दृष्टीने मृदुलेची भेट फारच अनपेक्षित होती. डॉक्टर जोगांच्या सांगण्यानुसार तो तिला हॉस्पिटलला घेऊन आला. आजारी मुलगी, घरी नेलं तर जोगांच्या बायकोला अजिबात पटणार नाही. जोगांची आणि सुनिताची भाषा मराठीच असली, तरी दोघांची संस्कृती वेगवेगळी होती.

सुनिता बरंच शिकली होती. कॉलेजमध्ये ती टेबल-टेनिस चॅम्पियन होती. आता तिथल्या लायन्स क्लबची ती प्रेसिडेन्ट होती. ती सुंदर मराठी कविता लिहायची. तिची एक-दोन पुस्तकंही प्रकाशित झाली होती. पण तिला आदरातिथ्याची अजिबात आवड नव्हती. तिनं स्वयंपाकाला आणि वरकामाला कुणी लावलं नसल्यामुळे सगळी कामं स्वतःच करायची. त्यामुळे घरी कुणी पाहुणा आला की, तिच्या कपाळावर आठ्या उमटायच्या. त्यामुळे घरात कुणा पाहुण्याला बोलवायची सोय नव्हती. त्यातही कर्नाटकातल्या आपल्या आईला किंवा मावशीला इथे बोलावणं कठीण व्हायचं. त्याही आल्या की चार-पाच दिवसांत कंटाळून जायच्या. त्यांच्या नरगुंदच्या घरात सतत चहाचं आधण उकळत असतं. चिवड्याचा डबा सतत भरलेला असावा लागतो.

आपल्या मावशीला, चंपक्काला, भीमण्णाच्या घरचे फार चांगल्या प्रकारे वागवतात. ती एकटी खेड्यात राहाते. आपले बालपणापासून किती लाड केलेत तिनं! अगदी पोटच्या मुलावर असावी तशी माया आहे, तिची आपल्यावर! तिचे केअरटेकर – भीमण्णा, यांची मुलगी आली आहे! काहीतरी बाहेरचं खाण्यात आलं असणार! जुलाब-उलट्यांनी गळून गेलीय. एक सलाइनची बाटली चढवून 'अंडर ऑब्झर्व्हेशन' ठेवलं तरी पुरेसं आहे. तेवढं तर केलंच पाहिजे! घरी बोलवायची सोय नाही! त्यात भाषेची अडचण. इथंच बायकांच्या मेडिकल वॉर्डमध्ये ॲडमिट केलं तरी पुरेसं आहे.

संजय त्यांच्या गावी जाऊन आलाय. त्याला कन्नडही येतं. त्याला सांगितलं तर तो आठवडाभर तिची काळजी घेईल. त्यात एक दिवस घरी बोलावलं की, काम झालं. या विचारासरशी डॉक्टर चंद्रकांत जोगांना काहीसं बरं वाटलं.

खाली बाळंतिणींचा वॉर्ड. वरती बायकांचा वॉर्ड. तिथेच डॉक्टरांसाठी एक-दोन

'अॅटॅच्ड रूम्स' राखून ठेवण्यात आल्या होत्या. त्यांपैकी एका खोलीत मृदुला अॅडमिट झाली.

त्या घाईत असलेल्या संजयला कॉरिडॉरमध्ये अलेक्स भेटला. त्यानं विचारलं, "या असल्या ओपीडीच्या गर्दीत तू कुठं बेपत्ता झाला होतास?"

"एक इमर्जन्सी केस आहे."

"पण तू बायकांच्या मेडिसिन वॉर्डमधून कसा आलास?"

"केस तिथे आहे म्हणून!"

"कोण?"

"हुबळीला गेलो होतो ना? तिथली केस!"

अलेक्स हसत म्हणाला, "समजलं! नॉट बॅड! नॉट बॅड! काही का असेना, तुझं हुबळीमध्ये हरवलंच म्हण की!"

"काय?"

"तुझं हृदय! ऑल द बेस्ट!"

मृदुलाला सलाइन लावण्यात आलं. दुसऱ्या दिवशीच तिला बरं वाटू लागलं. एक-दोन दिवसांत ती पूर्ववत झाली. तीच संजयला म्हणाली, "मी फोन करून घरी काहीच नाही कळवणार. उगाच काळजी करतील. आज तर मी बरी आहे!"

तिचा ग्रुप माघारी यायला आणखी चार दिवस लागणार होते. संजय म्हणाला, "त्या दिवशी तुमचं गाव बघायचं राहून गेलं. मलाही वेळ आहे. तुम्ही म्हणत असाल तर चौपाटी, एलिफंटा केव्हज वगैरे बघून येऊ या."

एरवी संकोची असणारा संजय मृदुलाशी बोलताना भरपूर मोकळेपणानं बोलत होता. तिला तर इथे त्याच्याव्यतिरिक्त आणखी कुणीच ओळखीचं नव्हतं.

मृदुला तयार झाली. तरी मनात संकोच होता.

तब्येत बरी झाल्यावर हॉस्पिटलमध्ये राहाणं शक्य नसल्यामुळे मृदुलाची लेडीज हॉस्टेलमध्ये चार दिवस राहाण्याची व्यवस्था करण्यात आली होती. मृदुलानं संजयबरोबर जाण्यासाठी डॉक्टर जोगांची परवानगी विचारली, "काका, मी यांच्याबरोबर गाव बघायला जाऊ?" खरं तर या परवानगीची गरज नव्हती. पण आलद हळ्ळीहून आलेल्या मृदुलाला तसं विचारणं आवश्यक वाटलं.

ती आणि संजय गेट वे ऑफ इंडियाला आले. तिथून मोटार बोट पकडून एलिफंटा केव्हजना जायचं होतं. माणसं जास्त असतील तर बोट लगोलग सोडली जायची. माणसं नसतील तर संपूर्ण बोटीचा चार्ज द्यावा लागणार होता. बोट भरायची वाट बघत दोघंही ताजमहालसमोरच्या कट्ट्यावर बसले. ताजमहाल हॉटेलमध्ये घेऊन जाऊन तिला चहा पाजण्याइतके पैसे संजयकडेही नव्हते.

मोठं विचित्र गाव मुंबई. एक इंचही जागा वाया न घालवता वाढलेलं गाव.

दिवसभरातल्या प्रत्येक क्षणी इथल्या रस्त्यावर माणसं असतातच. आलद हळ्ळी किती शांत असतं! याच विचारात मृदुला बसली होती.

एकदम कुठूनशी माणसं आली. बोट भरली. हे दोघंही उडी मारून बोटीकडे जायला निघाले. त्याच क्षणी संजयला तोल गेल्यासारखं झालं. मृदुलानं अभावितपणे त्याला आधार दिला. अचानक तिच्या लक्षात आलं, संजयचा एक हात दुसऱ्या हातापेक्षा लहान आहे.

आतापर्यंत ही गोष्ट लक्षात यावी, असं काही घडलं नव्हतं. शर्टच्या बाहीमुळे त्याच्या हाताचं थोटेपण तिच्या लक्षात आलं नव्हतं.

दिसायला देखणा आणि सुशिक्षित, बुद्धिवान असला तरी संजयच्या मनात या न्यूनामुळे न्यूनगंड निर्माण होत होता. आपलं न्यून मृदुलाच्या लक्षात आल्याचं जाणवताच संजय आणखी संकोचून गेला.

पण मृदुलानंही त्याविषयी काही चौकशी केली नाही. काही विशेष घडलेलं नाही, असं दाखवून ती नेहमीसारखी वागू लागली.

री-सेल इंजिनाची ती बोट कळकट धूर ओकत चालली होती. मुंबईचा समुद्रही गलिच्छ होता. त्या बोटीत एलिफंटा बघायला येणाऱ्यांपेक्षा गावातली गर्दी टाळण्यासाठी येणारेच जास्त असावेत. काही कोवळे प्रेमिक कॉलेज चुकवून आले होते, तर कितीतरी संसारी माणसं सहकुटुंब-सहपरिवार आली होती. त्या गर्दीत मुंबई बघायला म्हणून आलेल्यांपैकी कदाचित मृदुला एकटीच असावी!

बोटीतील एक सीट नीट बसली नव्हती. ती नीट करण्यासाठी तिथे हवी तेवढी आयुधं असली तरी बोट-चालकाला ती नीट करायला जमत नव्हतं. सगळे बघत उभे असताना संजय पुढे झाला आणि त्यानं अत्यंत अडचणीच्या जागी असलेल्या ठिकाणी बोटं घालून स्क्रू-ड्रायव्हरनं ती सीट नीट बसवली. ते बघून बोट-चालकही समाधानानं म्हणाला, ''तुम्ही होता म्हणून लवकर काम झालं बघा! मालक कमी पैशांत आम्हीच सगळी कामं करावं म्हणतात. ही अवघड कामं कमी वेळात करायला जमतही नाही. तुमच्यासारखे उत्तम मेकॅनिक आज बोटीत असल्यामुळे सगळ्यांचाच वेळ वाचला बघा!''

संजय काही बोलला नाही. अर्ध्या तासात बोट एलिफंटाला पोहोचली. उतरताना मात्र संजय अधिक सावध असल्यामुळे कुठंही न धडपडता तो बोटी बाहेर आला. इतर प्रवासीही विखुरले गेले.

लेणी सोडली, तर त्या बेटावर आणखी काहीही नाही. त्या लेण्यांपर्यंतही काही अंतर चालत जावं लागतं. तिथे चालत जाताना मृदुला म्हणाली, ''बोटवाला तुम्हाला मेकॅनिक म्हणाला तेव्हा मला फार हसू आलं होतं.''

''पण डॉक्टरही एका दृष्टीनं मेकॅनिकच असतो.''

“तेही खरंच म्हणा!”

“आमच्या हॉस्पिटलमध्ये काही आयुधं चालेनाशी झाली, तर मलाच बोलावलं जातं. आणि मलाही फार आवडतं ते काम!”

“मग तुम्ही इंजिनिअर का झाला नाही?”

“नाही झालो!...” म्हणता-म्हणता संजय विचारात गढून गेला. एव्हाना ते लेण्यांपर्यंत जाऊन पोहोचले होते. उंच भिंतीवर कोरलेलं त्रिमूर्ती शिल्प, त्याचा इतिहास चुकीच्या पद्धतीनं सांगणारे गाइड्स... मृदुला पुढे काही बोलली नाही. तिला वाटलं, हवं तर त्यानं सांगावं. कदाचित त्याला हा आपला चौकसपणा आवडलाही नसेल!

गाइड तर विविध भाषांमधून माहिती सांगतच होते, त्याचबरोबर फोटो विकत घ्यायचीही शिफारस करत होते. हे केवळ ऐतिहासिक स्थळ न राहाता पिकनिक स्पॉट झाला असल्यामुळे तिथे इतरही कितीतरी दुकानांनी डोकी वर काढली होती. एका टपरीसमोरच्या बाकावर बसल्यावर संजय सांगू लागला,

“लहान असताना मीही इतर मुलांसारखा नॉर्मलच होतो. चार-पाच वर्षांचा असताना सूरपारंब्या खेळत होतो. मला आठवत नाही, पण तेव्हा मी झाडावरून पडलो. माझे वडील गावातले वैद्य होते. काय उपचार केले गेले, हे ठाऊक नाही. हात थोडा वाकडाच बसला. नंतर आईनं मला मैसूरच्या हॉस्पिटलमध्ये नेलं. तिथले डॉक्टर म्हणाले, ‘फार उशिरा आलात. ऑपरेशन करून बसवावं लागेल,’ या ऑपरेशनच्या वेळी तर हात आणखी थोडा वाकडा झाला!”

“पण त्यामुळे तुम्हाला काही अडचण येताना दिसत नाही!”

“खरंय, माझं काहीही अडत नाही या हातामुळे! पण इतरांपेक्षा वेगळं दिसतं ना! या हातानं फार वेळ काम केलं, तर हात दुखतो. या हातानं ओझं उचलता येत नाही.” नाही म्हटलं तरी आवाजात वेदना होती. स्वतःला सावरत तो पुढे म्हणाला, “पण मी का डॉक्टर झालो ठाऊक आहे? माझा हात असा झाला, तेव्हा माझ्यापेक्षा माझी आई फार रडली. तिनंच मला सांगितलं, हातात न्यून आहे म्हणून तू शिक्षणावर परिणाम होऊ देऊ नकोस! हवं तेवढं शीक तू! फार प्रॅक्टिकल आहे माझी आई! आज आयुष्यात मी काही कमावलं असेल, तर त्याला माझी आईच कारणीभूत आहे!”

त्याची आई रत्नम्मा गावात देवाणघेवाणीचा व्यवहार करायची. तिला या व्यवहारात मिळणाऱ्या पैशांची आशा असावी. पैसा कमावण्यापेक्षा पैसा राखण्यात तिला फार आनंद मिळतो. आजही, तिला काहीही समजुतीनं सांगितलं तरी ती ऐकत नाही. त्यालाही वाटतं, ज्याला ज्यात आनंद मिळतो, ते त्यानं करावं.

शाळेत काही कारणानं हात पसरताना हातातलं हे वैगुण्य नजरेत भरायचं. त्याचे वर्गमित्र त्याची ‘थोट्या’, ‘थोट्या’ म्हणून चेष्टा करायचे. सुरुवातीला वाईट

वाटायचं, राग यायचा. त्यांना मारायला धावायचं आणि ते न जमून रडत माघारी फिरायचं हेही व्हायचं. अशा वेळी रत्नम्मा त्याचे डोळे पदरानं पुसायची आणि म्हणायची, ''देवानं तुझा हात थोटा केलाय. या हातामुळेच तू जग जिंकशील!'' किती हुरूप यायचा तिचं ते बोलणं ऐकून!

''तुम्ही माझ्या प्रश्नाचं उत्तर नाही दिलंत!'' मृदुलानं त्याला भूतकाळातून भानावर आणलं.

''लहानपणीच दोन-दोन ऑपरेशन्स झाली माझी. त्यामुळे मलाही डॉक्टर व्हायची इच्छा झाली. गावात माझ्या लहानपणी बऱ्याच बायका बाळंतपणात मरून जायच्या. म्हणून वाटलं स्त्रीरोग तज्ज्ञ व्हावं. माझ्या दोन आत्याही बाळंतपणात गेल्या. हे सगळं मला ऐकून ठाऊक होतं, म्हणून डॉक्टर झालो.''

दोघं शहाळी पिऊन समुद्राच्या काठी आले तेव्हा बराच उशीर झाला होता. बोटीसाठी बरीच गर्दी झाली होती.

गेले चार दिवस मृदुला लेडीज हॉस्टेलवर होती. संजय निम्मा दिवस काम करून बाकीच्या वेळात तिला गाव दाखवायचा. शक्य तितकी मुंबई दाखवायचा त्याचा प्रयत्न चालला होता.

ती गावी परतायचा दिवस आला. आज तिला मुंबई सेंट्रल स्टेशनला घेऊन जायचं होतं. तिचा ग्रुप यायचा होता. इथून नागपूर आणि तिथून कोल्हापूर मार्गे बंगळूरची रेल्वे पकडायचं ठरलं होतं.

मृदुला सकाळीच सामान बांधून संजयची वाट बघत बसली होती. तसं तिचं काही फारसं सामानही नव्हतं म्हणा! गेले चार दिवस तिला संजयची वाट बघायची सवयच लागली होती. तिच्या नकळत तिला त्याची आवड लागली होती.

तिला ॲडमिट केलं तेव्हा, सलाइन लावलं तेव्हा, तो संपूर्ण रात्रभर तिथेच होता ना! उलटी झाली तेव्हा ओल्या कपड्यानं त्यानं तिचं तोंडही पुसलं होतं. तेव्हा तिला संकोच वाटला होता. त्यातच त्याच्याविषयी कधी अव्यक्त आकर्षण वाटू लागलं, हे तिचं तिलाच कळलं नाही. आज इथून निघून जायचं! मग, तो कुठं आणि आपण कुठं!

संजयला त्या दिवशी हॉस्पिटलमध्ये काम करणं अशक्य झालं. एकाच विचारात त्याचं मन गढलं होतं. नेमकं केव्हापासून आपण या मृदुलेकडं आकर्षित झालो आहे? खरं तर अनेक वर्षांपासून ओळख असल्यासारखी त्याची भावना होती. त्या अंधाऱ्या रात्री पावसात तिचा हात पहिल्यांदा हातात घेतला तेव्हापासून हिच्याविषयी ओढ अशीच आहे!

आज ती निघून जाणार आहे! पुन्हा कधी हिच्याशी भेट?

आपला थोटा हात बघून अगदी अनोळखी माणसंही 'असं कसं झालं?' किंवा 'हा जन्मत:चा असा आहे का' यासारखे प्रश्न विनासंकोच विचारतात. तो विषय निघाला की, त्याच्या मनात न्यूनगंड निर्माण होतो. काहीतरी आपलीच चूक आहे असं वाटायला लागतं. पण या मुलीनं त्याविषयी अवाक्षरही काढलं नाही. तिनं ते अतिशय सहजपणे घेतलं. उत्तम घराणं, सभ्य माणसं. कुठल्याही बाबतीत अती आशा नाही की मोठेपणा नाही. सगळ्यांच्या चेहऱ्यावर एक प्रकारचं समाधान आहे. अशा मुलीशी ज्याचं लग्न होईल, तो खरोखरच नशिबवान! कारण अतिशय महत्त्वाकांक्षी बायको असेल, तर आपल्यासारख्या साध्या माणसाचं कठीणच आहे! शिवाय ही आपल्या जातीतली नव्हे; पोटजातीतली आहे. म्हणजे जुळवून घेणं सोपं नाही का जाणार?

आपण का मृदुलेला लग्नासाठी मागणी घालू नये?

या विचारानं मनाला उल्लास वाटला तरी पाठोपाठ वाटलं, नको. ती कुठं आणि मी कुठं? मैत्री आणि लग्न यात भरपूर अंतर आहे ना! तिनं आपल्याशी का लग्न करावं?

त्याला अलेक्सची आठवण झाली. एकदा तो सांगत होता, "हे बघ, तू असाच मागे सरलास तर कुठलीही मुलगी आपण होऊन, मी तुझ्यावर प्रेम करते, माझ्याशी लग्न कर, असं म्हणणार नाही! आपलं धैर्य एकवटून विचारलं पाहिजे. ती हो म्हणेल किंवा नाही म्हणेल."

"पण ती होकार देईल कशावरून?"

"जिचा होकार आहे, ती, विचार करून सांगते किंवा वडिलांना विचारून सांगते, म्हणेल. जिला नकार द्यायचा आहे ती इतके दिवस वाटच बघणार नाही! त्या आधीच राखी बांधून मेरे भैय्या म्हणून मोकळी होते! आणि हो कदाचित थोबाडीतही बसेल! त्याचीही तयारी ठेवली पाहिजे! तू 'मोगले आझम'मधलं 'प्यार किया तो डरना क्या' गाणं ऐकलं नाहीस काय? निर्भय माणसांनीच प्रेम करायला पाहिजे! नाहीतर आई-बाबांनी ठरवलेल्या मुलीला पाच मिनिटं बघून लग्नाचा निर्णय घ्यायचा!"

अलेक्सनं हे वेगळ्या कुठल्यातरी संदर्भात सांगितलं होतं. या मृदुलेच्या संदर्भात अजून त्याच्यापाशी विषय काढला नव्हता. आता त्याच्यापाशी हा विषय काढला, तर तो काहीतरी गृहीत धरून बोलायला लागेल.

तर मग मृदुलापर्यंत आपली भावना कशी पोहोचवायची? काहीतरी करून सांगितलीच पाहिजे. आता सांगितलं नाहीतर आयुष्यात कधीही पुन्हा सांगता येणार नाही.

त्याला आठवलं, पहिल्या भेटीच्या वेळी तिचा रबरबॅन्ड त्याला सापडला होता आणि तो त्यानं आजवर जपून ठेवला होता. आता त्याचं निमित्त करून एखादं पत्र

का लिहू नये?

हा विचार पटला तरी पत्राची सुरुवात कशी करायची, तिचा उल्लेख कसा करायचा याचा गोंधळ उडाल्यावर पंचविशीचा संजय पंधराच्या मुलासारखा बावरून गेला. अखेर सगळं धैर्य एकवटून त्यानं लिहिलं,

प्रिय मृदुला,

माझं पत्र बघून तुम्हाला आश्चर्य वाटेल! समोर सांगणं न जमल्यामुळे पत्राद्वारे सांगत आहे. मला तुम्ही आवडलात. मी कसा आहे, हे तुम्हाला ठाऊक आहे. उगाच जास्तीचं खोटं लिहायची इच्छा नाही. ते शक्यही नाही.

मी एका गरीब घरातून आलो आहे. गावाकडं थोडी जमीन आहे. आई पाहते. थोरल्या बहिणीचं लग्न झालं आहे. आणखी काही संपत्ती नाही.

कुठल्याही अर्थानं मी तुम्हाला साजेसा नाही, हे मलाही ठाऊक आहे. तरीही मनात वाटलं, ते ह्या पत्रातून मांडलं आहे. माझं शिक्षण हीच माझी संपत्ती आहे. त्या व्यतिरिक्त लक्ष्मीची कुठलीही कृपा माझ्यावर नाही. मी हार्डवर्किंग आहे, अशी मी माझी ओळख सांगू शकतो.

तुम्हाला हे योग्य वाटलं, तर माझ्या पत्त्यावर कळवा. जर हे पटलं नाहीतर ह्या पत्राचे तुकडे करून कचऱ्याच्या डब्यात टाकून द्या आणि सगळं विसरून जा.

संजय

त्यानं चार-पाच वेळा पत्र वाचून पाहिलं. एका पाकिटात रबरबॅन्डबरोबर ते ठेवलं, बंद केलं, आणि लेडीज हॉस्टेलकडे जायला निघाला.

सेंट्रल स्टेशनवर तिचा सगळा ग्रुप तिची वाट बघत उभा होता. रेल्वे सुटायच्या वेळी संजयनं कापऱ्या हातानं ते पाकीट तिच्या हातात ठेवलं. दबलेल्या आवाजात म्हणाला, ''अतिशय महत्त्वाचं आहे! न विसरता बघा!''

''काय आहे?...'' ती विचारत असतानाच रेल्वे निघाली. प्लॅटफॉर्मवर उभा असलेला संजय बाय-बाय म्हणत उभा राहिला.

तिचा निरोप घेऊन परतल्यावर संजयच्या मनात सर्वप्रथम धडधड सुरू झाली. आपण केलं ते योग्य की चुकीचं; हे त्याला कळेना. स्वभावत: गंभीर आणि अबोल असलेल्या संजयला आपली भावना तिच्यासमोर उभं राहून व्यक्त करायला जमलं नव्हतं. तो रात्री खोलीवर परतला तेव्हा त्याचा जेवणाचा डबा थंडगार होऊन त्याची वाट बघत होता.

जेवायच्या विचारानं त्याला पुन्हा घराची आठवण झाली. त्याला मुंबईला येऊन

दीड वर्षं होऊन गेलं असलं, तरी त्याला अजून मराठी भाषा येत नव्हती. खाण्याच्या बाबतीत त्याची काहीही खोडी नसली, तरी त्याला इथलं मराठी जेवण अजिबात आवडलं नव्हतं. तसा तो स्वत:च्या घरापेक्षा इतरांच्या घरी किंवा स्वत:च्या हातानं स्वयंपाक करून राहिला होता. आमटी-भात असला की, त्याचं भागत होतं. इथे आल्यापासून अनेकदा त्याला जेवणच नकोसं वाटायचं. डबा उघडला की, तीच ज्वारीची भाकरी, तीच शेवग्याची आमटी, तीच चवळईच्या दाण्याची उसळ बघून त्याचा जीव उडून जायचा.

आता मृदुला काय करत असेल? एव्हाना तिनं पत्र वाचलं असेल. आणि? वाचून तिरस्कारानं फाडून टाकलं असेल? तिला आपल्यापेक्षा चांगला नवरा नक्कीच मिळेल. रूप, गुण, शिक्षण, संस्कार सगळ्याच बाबतीत उजवी आहे ती! आणि आपण? रूप आहे, पण हा थोटा हात! घरी थोडी शेती आहे, आईचं छोटंसं दुकान आहे. असं असताना आपल्या गावातलंही कुणी आपल्याला मुलगी द्यायला पुढे येणार नाही. मग मृदुला?

तरीही मनात कुठं तरी अस्फुट आशा होती. भीमण्णा साधा, सरळ बोलघेवडा माणूस. फार चलाख नाही. मृदुला शिक्षणात शहाणी असली, तरी आपल्या थोरल्या बहिणीसारखी, लक्ष्मीसारखी व्यवहारात शहाणी नाही. कदाचित....

संजयचं जेवणात लक्ष लागलं नाही. तो तसाच उठला. झोपेचा पत्ता नव्हता. त्याची नाइट-ड्युटी असल्यामुळे वेळ आली, तर आपल्याला हाक मारायचा इंदुमतीला निरोप देऊन तो अंथरुणावर पडला. उघड्या खिडकीतून बाहेरच्या निबिड जनारण्याकडे त्यानं नजर टाकली.

त्याचं मन त्याच्या न कळत बालपणाकडे वळत होतं. टी.नरसीपूरमध्ये एसएसएलसीपर्यंत शिक्षण झाल्यावर त्याला पुस्तकांव्यतिरिक्त दुसरं जगच नव्हतं. बऱ्याच वर्षांपूर्वीची ही घटना. तेव्हा अप्पा हयात होते. थोरल्या लक्ष्मीचं लग्न झालं नव्हतं. घरची परिस्थिती हलाखीची होती. तेव्हा आईनं दुकानही ठेवलं नव्हतं. ती स्वत: उभी राहून शेती करत होती. शेती-व्यवहाराच्या बाबतीत तिच्याइतकी बुद्धिवान स्त्री त्या परिसरात नव्हती. तिच्या मानानं अप्पा थोडे भित्रेच म्हटलं पाहिजे! त्यांना सतत 'लोक काय म्हणतील?'' अशी भीती असायची. आईचं मात्र वेगळंच होतं. अप्पा म्हणायचे, ''सुपारीपोटी गेलेला मान हत्ती देऊनही येणार नाही!'' तर आई म्हणायची, ''लोक एकदा धाव म्हणतील, एकदा थांब म्हणतील. आपली बुद्धी आपण आपल्या ताब्यात ठेवली पाहिजे! बाळा, तू लोकांचं बोलणं ऐकू नकोस. विचारांती तुला स्वत:ला जे योग्य वाटेल, ते तू विचार करून ठरव आणि तसं कर!''

आई-अप्पांचे स्वभाव किती वेगवेगळे होते! तसं आईचं बोलणं कमी; पण

घरात तिचाच शब्द शेवटचा असायचा. एक मात्र खरं. कधी मन खचल्यासारखं झालं, तर आईच्या बोलण्यामुळे मनाला पुन्हा उभारी यायची.

रात्रीचे बारा वाजले. आश्चर्य म्हणजे एकही इमर्जन्सी आली नव्हती. मुंबईसारख्या गावात, सरकारी हॉस्पिटलमध्ये गायनॅकॉलॉजी विभागात एवढा वेळ एकही केस नाही, म्हणजे आश्चर्य नाहीतर काय! कदाचित आज इंदुमती दुसऱ्या डॉक्टरांना सांगत असली पाहिजे. थोडी झोप काढली तर उद्या काम करायला बरं होईल, असं वाटलं तरी त्याला झोप आलीच नाही.

एसएसएलसीमध्ये चांगले मार्क्स मिळाल्यावर पीयूसी शिकायची वेळ आली तेव्हा लक्ष्मीअक्काचं लग्न झालं होतं. तेव्हाच अप्पाही मरण पावले. अक्का मैसूरला सासरच्या घरी राहायला गेली. तिचं एकत्र कुटुंब होतं. चार-सहा भावंडं एकत्र राहात असलेलं, मोठं एकत्र कुटुंब होतं ते. मेव्हण्यांनाही मैसूरमध्ये नोकरी होती. कुणीही ते घर सोडून जायला तयार नव्हतं. कारण सगळ्यांनाच भीती होती, इथे शेवटी राहील त्यालाच सगळी संपत्ती मिळेल. हे घर हीच तेवढी संपत्ती होती. त्यामुळे सगळ्यांचाच त्यावर डोळा होता. अलीकडे आलेल्या 'हम आपके है कौन' किंवा 'हम साथ-साथ है' यांसारख्या सिनेमांमध्ये एकत्र कुटुंबाचं माहात्म्य दाखवलं जातं. पण त्या कुटुंबांमध्ये असलेल्या अंतर्कलहापेक्षा वेगळं-वेगळं राहून सलोख्यानं राहाणं हजार पटीनं चांगलं!

आईच्या दडपणामुळे मीही त्या कुटुंबात एक होऊन राहिलो ना! त्यावेळची परिस्थितीही तशीच होती म्हणा! मला इथे राहायचं नाही, असं सांगायचं धैर्यही नव्हतं आणि तेवढी शक्तीही नव्हती. हॉस्पिटलमध्ये ठेवण्याइतकी ताकद आईची तरी कुठं होती? एकत्र कुटुंबात राहिला, तर मुलाच्या डोक्यावर पाणी आणि पोटाला घासभर अन्न मिळतं, अशी जुनी म्हण!

ते दिवस आठवले तरी आजही अंगाचा तिळापापड होतो. एकमेकांविषयी असूया, राग, मत्सर, हेवादावा, संताप! तरीही वरवर सगळं उत्तम चालल्याचं नाटक! पाहाणाऱ्याला वाटावं, किती सुखी कुटुंब!! हा सगळा प्रकार पुरुषांपेक्षा बायकांमध्ये जास्त. एकीनं साडी घेतली की दुसरीच्या नवऱ्यानं कर्ज काढून का होईना साडी घेतलीच पाहिजे! दागिन्यांचंही तसंच. आपली लक्ष्मीक्काही त्या घरी जाऊन तशीच झाली आहे की काय कोण जाणे! अशा घरात दोन वर्षं काढायची म्हणजे काय ते माझं मलाच ठाऊक!

तशी आई दर वर्षाला दोन पोती तांदूळ पाठवायची. तरीही लक्ष्मीक्काच्या जावा किती हिणवायच्या! म्हणायच्या, ''फक्त तांदूळ दिले म्हणून काय झालं? तेल-साबण-शिकेकाई कोण देणार?'' आपल्याच कानांवर कितीतरी वेळा पडलंय हे बोलणं! शिवाय घरातली मुलं 'थोट्या-थोट्या' म्हणून चिडवायची ते वेगळंच!

कधीकधी वाटायचं, अनाथ आश्रमात निघून जावं, भीक मागून खाल्लं तरी हरकत नाही! पण या घरात लाचारीनं राहाणं नको!

अशी दोन वर्षं गेली. मेडिकल कॉलेजला ॲडमिशन मिळाली. अशा परिस्थितीतही मार्क्स चांगले मिळाले. त्यामुळे कुठल्याही सरकारी कॉलेजमध्ये ॲडमिशन मिळणं शक्य होतं. तेव्हा मात्र आपण मुद्दाम बंगळूरच्या कॉलेजमध्ये प्रवेश घेतला... तेव्हा आईशीही खोटं बोललो. मैसूरच्या कॉलेजात ॲडमिशन नाही मिळाली, असं सांगितलं. आईशी ते पहिल्यांदाच खोटं बोललो मी.

याचा अर्थ आई खोटं बोलत नाही, असंही नाही. आई कितीतरी वेळा सोयीचं खोटं बोलत असल्याचा मी स्वत:ही अनुभव घेतला होता ना! पण माझ्या संदर्भात ते शक्य नाही. आताही जर मृदुलानं होकार दिला, तर ती कधीही नकार देणार नाही! मुलाच्या उत्कर्षात आनंद मानणारी महामाता आहे ती! आईच्या आठवणीनं संजयच्या डोळ्यात पाणी तरळलं.

संजयनं कूस पालटली.

बंगळूरमधले सगळे दिवस मात्र सुंदर होते, असंच म्हणावं लागेल. तिथे त्यानं एक छोटीशी खोली भाड्यानं घेतली होती. ती संतोषच्या घरात. त्याची आई फार चांगली बाई. त्या तर म्हणायच्या, ''बाळ, एकटा घरी का शिजवत बसतोस? इथंच मी मूठभर तांदूळ जास्त टाकते. तू इथंच ये जेवायला.'' पण त्यानं ते ऐकलं नाही. अप्पा सांगायचे ना, ''बाळ, कशाचाही अतिरेक झाला की विष होतं!'' तसा कधीकधी सणासुदीला त्यांच्या घरी जेवतही होतो म्हणा! मी त्यांना लावून घेतलं, असं म्हणण्यापेक्षा त्यांनीच मला जास्त लावून घेतलं, असं म्हणावं लागेल. आपण होऊन जवळीक साधून कुणाशी गप्पा मारणं, आपल्या घरातलं त्यांना सांगणं आपल्याला कधीच शक्य नाही. कधी तशी शक्यता निर्माण होऊ लागली की, मनातली कुठलीशी अदृश्य शक्ती मध्ये येऊन त्याला अटकाव करते. परिणामी आजपर्यंत जिवाला जीव देणारा कुणी स्नेही निर्माणच झालेला नाही. शिवाय आई किंवा लक्ष्मक्काशी स्नेह असा निर्माणच झाला नाही. कासवासारखा, प्रसंगी सर्वांग संकोचून घेणं, हा आपला स्वभावच बनून गेला आहे.

त्यामुळेच त्याला भीमण्णा आणि मृदुलेला बघून, भेटून फार आश्चर्य वाटलं. मृदुला तर मुग्ध कळीच होती. अगदी सहजपणे निसर्गात उमलणारं फूल असावं तशी ती त्याला वाटली होती. तिचं प्रत्येक बोलणं किती मनापासून होतं! त्यांच्या घरातलं आदरातिथ्य अगदी मनाच्या तळातून आल्याचा त्याला अनुभव आला होता. त्यातही त्या मैसूरच्या लक्ष्मीक्काच्या एकत्र कुटुंबातल्या वातावरणातून आल्यामुळे तर ते फारच जाणवलं होतं. यांची जगाकडे बघायची दृष्टीच वेगळी असल्याचं त्याला जाणवलं होतं. मृदुलाकडे आकर्षित व्हायला हेच महत्त्वाचं कारण नसेल?

परस्पर विरोधी ध्रुव एकमेकाला आकर्षित करतात, असं म्हणतात ना! कदाचित खरं असावं ते! आपल्याला तरी त्यांच्या धनाचा कुठं मोह पडला? त्यांचा जमीनजुमला कितीही असला, तरी आपला आपल्या सामर्थ्यावर विश्वास आहे ना! पण मृदुलाची मात्र मनाला अपेक्षा आहे. जर तिनं नकार दिला, तर तो सहन करायची आपल्यात शक्ती आहे? या विचारानंही त्याला भीती वाटली.

का हे उत्कट आकर्षण! आपण काही विशीचे तरुण नाही. ती काही आपल्या बरोबरची सहपाठीही नाही. आजवर कधी तिनं आपलं प्रेम आपल्यापुढे व्यक्त केलेलं नाही. त्यामुळे कदाचित आपल्याला 'नाही'ही म्हणू शकेल!

आपल्याला तो काही सर्वस्वी अपरिचित शब्द नाही! आपल्या जीवनात तो अनेकदा सामोरा आला आहे!

मेडिकल कॉलेजमध्ये शिकत असताना वर्गात असलेल्या वसुधाची आठवण झाली. संतोषची ती लांबची नातेवाईक. पाच वर्षं एकत्र शिकल्यामुळे थोडा स्नेह वाढला होता. अधूनमधून संतोष तिच्यावरून छेडायचा तेव्हा संजय गप्प बसायचा.

"मनातली गोष्ट कधीही तोंडावाटे बाहेर येता कामा नये! तसं घडलं तर तुझं मन समोरच्याला समजलं जाईल. तुझा अगदी जवळचा मित्रही तुझ्या मनाची दुर्बलता जाणून घेईल आणि वेळ येईल तेव्हा तिचा वापर करून घेईल. त्यामुळे मनानं सतत मौन पाळलं पाहिजे."

हे काही कुठल्या पुस्तकातलं वाक्य नव्हतं. आईनं सांगितलं होतं ते! त्याचवेळी अप्पा सांगायचे ते अगदी विरुद्ध होतं, "बाळा! मनात असेल, ते स्पष्ट सांगून मोकळं झालं पाहिजे. दोन माणसांमध्ये नात्याचा पूल बांधला जायचा असेल, तर बोलण्याचा पूल नको का? जगात पैशांच्या किमतीत काहीतरी विकत घेता येईल. पण अंत:करणापासूनचं शुद्ध प्रेम मिळणं कठीण आहे. जगात ते क्वचितच मिळतं. त्यासाठी विशेष प्रयत्न करायला हवेत. मनातली गोष्ट मनातच न ठेवता स्पष्टपणे सांगायला पाहिजे..."

संजयला कधी आईचं पटायचं तर कधी अप्पांचं.

मन पाण्यासारखं कुठंकुठं वाहत होतं. कधीही वर न आलेले विचार आज एकेक करून मनाच्या तळातून वर येत होते. नाहीतर कधीही न आठवणारी वसुधा आज का आठवावी?

त्या दिवशी वसुधा संतोषशी बोलत होती, ते माझ्या कानावर आलं होतं. मी ऐकतोय हे तिला ठाऊक होतं की नव्हतं? मी ऐकावं म्हणूनच तर तिनं ते सांगितलं नसेल ना?

"हे पाहा संतोष! तू उगाच माझी चेष्टा करू नकोस. संजय आपला वर्गमित्र आहे! हुशार आहे. मान्य! मला त्याच्याविषयी आदर आहे. त्याहीपेक्षा माझ्या मनात

त्याच्याविषयी दया आहे, कळवळा आहे. तरीही त्या थोट्याशी माझ्यासारख्या, सगळं व्यवस्थित असलेल्या मुलीचं असलं नातं जोडताना तुला काहीच कसं वाटलं नाही? मी कशी त्याला पत्करेन? दया आणि प्रेम यात फरक आहे!''

रूपानं अतिसामान्यच असलेल्या वसुधाचं हे बोलणं ऐकल्यावर मनाला बसलेला धक्का काही साधारण नव्हता! आईच्या सूत्राऐवजी अप्पांचं सूत्र त्या वेळी अनुसरलं असतं, तर तेव्हा आपण चेष्टेचा विषय बनलो असतो.

एमबीबीएस संपवून इंटर्नशिप करत असताना मान वर करून मुलींकडे पाहायचं धैर्यच झालं नाही. वसुधाकडून झालेल्या आघातामुळे मन बधीर झालं होतं. मृदुलेच्या सहवासात मात्र अग्नीच्या बाजूला धरलेल्या मेणाप्रमाणे मन वितळलं होतं. पहिल्या भेटीत तिचा हात हातात धरल्यापासून आजपर्यंत मनात तिच्याविषयी विचित्र आकर्षण होतं. हे केवळ स्त्री-पुरुषांमध्ये असणारं दैहिक आकर्षण नव्हतं. त्यात एक प्रकारची क्षेमभावना होती.

पण मृदुलाला ते कसं जाणवतंय, कोण जाणे!

हाउसमनशिप संपल्यावर पुढे काय हा प्रश्न होता. त्या वेळेपर्यंत इतर जीवनाचा विचार करायचा प्रश्नच आला नव्हता. तसं घरातही कुणी सांगणारं नव्हतं. शिवाय त्यालाही कुणाशी मोकळेपणानं चर्चा करायची सवय नव्हती. उलट, कुणी तसं बोलणारं भेटलं, तर 'सैलपणे मनातलं उघड करणारी माणसं' असं वाटून त्याला त्यांच्याविषयी तिरस्कारच वाटायचा. रत्नम्मांनी – त्याच्या आईनं, त्याच्या पुढच्या जीवनासंबंधी विचारात लक्ष घातलं नाही. त्यांनी कधीच मुलाच्या स्वातंत्र्याला बाधा आणली नाही. त्यांनी एकदाच त्याला सांगून टाकलं होतं, ''बेटा, तू सगळ्यांपेक्षा जास्त शिकला आहेस. तुला जितकं समजतंय तेवढं मला कुठून समजायला? तुला जे योग्य वाटेल तसं कर. पण वाईट नादानं आयुष्याची माती करून घेऊ नकोस!'' त्यामुळे त्याच्या मनातला आईविषयीचा आदर अनेक पटीनं वाढला होता.

त्यानं संतोषच्या घरी पाहिलं होतं ना! त्याची आई मुलाच्या प्रत्येक निर्णयात किती ढवळाढवळ करायची! त्याच्या खाण्यापिण्यापासून कपड्यालत्त्यापर्यंत आणि शिक्षणातल्या प्रत्येक कोर्सपर्यंत ती लक्ष घालत असे.

माणसाला प्रेम हवं, पण त्याचं बंधन होऊन श्वास कोंडता कामा नये. संतोषच्या आईचं प्रेम केवळ प्रेम राहिलं नव्हतं. ते बंधन झालं होतं. त्याचे वडील त्याला सल्ला द्यायचे. पण त्याच्या आईचा सल्ला ही एक प्रकारे आज्ञाच असे! ''तू बंगळूरमध्ये राहिलं पाहिजेस; अमुकच विषयात पीजी केलं पाहिजेस; वगैरे....''

आपल्यावर तसं कुठलंच बंधन नव्हतं. जगाच्या कुठल्याही कोपऱ्यात सुखानं राहाणं शक्य होतं. आईची आपल्याकडून कसलीच अपेक्षा नाही, ती स्वत:पुरती

स्वतंत्र आहे, आणि मुलाचं स्वातंत्र्य मान्य करते. आर्थिक अडचण कदाचित असेलही. पण स्वातंत्र्यापेक्षा काही पैसा श्रेष्ठ नाही!

अशा वेळी अलेक्सची भेट झाली. कॉलेजमध्ये असताना तो संजयपेक्षा एक वर्ष पुढे होता. तेव्हा एकमेकांची तोंडओळख होती एवढंच. संजय गायनॅकॉलॉजीमध्ये ड्युटी करताना अलेक्स आला होता. त्यानंच विचारलं होतं, ''काय संजय! एमबीबीएस झाल्यावर काय करणार आहेस?''

''मी अजून विचार केला नाही. पीजी करावं म्हणतोय.''

''कशात?''

''गायनॅकॉलॉजीमध्ये.''

''पण ते तितकंसं सोपं नाही! तेही सरकारी कॉलेजमध्ये.''

''नाही मिळालं तर ॲनॉटॉमी किंवा फिजिऑलॉजी मिळेल... म्हणूनच मी काही फारसा विचार केला नाही अजून!''

''माझं एक ऐकशील?''

''काय?''

''पीजी करण्याआधी एखाद्या सरकारी हॉस्पिटलमध्ये एक-दोन वर्षं ड्युटी-डॉक्टर म्हणून नोकरी कर. हवा तेवढा अनुभव जमा होईल. त्यानंतर तुला बाहेरच्या जगाचा अंदाज येईल. नंतर तुला काय करायचं त्याचा निर्णय घेणं सोपं जाईल. हवं तर पुढे शिक. तसंच सरकारी हॉस्पिटलमध्ये नोकरी करता येईल. मी तर हाच विचार करून मुंबईच्या केईएम हॉस्पिटलमध्ये नोकरी धरली आहे. तुलाही हवी असेल तर सांग. काही कठीण नाही. पण तिथे कायमची नोकरी मिळणं कठीण आहे. तेही कन्नड माणसांना...'' त्यानं त्याचवेळी आपला पत्ताही देऊन ठेवला होता.

संजयनं नेहमीप्रमाणं तो पत्ता ठेवून दिला. अलेक्सचा विचार त्यानं स्वभावाप्रमाणे एकदम डोक्यावरही घेतला नाही आणि एकदम नाकारलाही नाही. त्यानं पीजीच्या पहिल्या वर्षाची परीक्षा दिली. तसा तो हुशार विद्यार्थी असला, तरी त्याचा पेपर म्हणावा तसा चांगला गेला नाही. त्यामुळे अलेक्स म्हणाला, तशी ॲनॉटॉमीसाठी सीट मिळाली. त्याच्यापेक्षा कमी हुशार असलेल्या चंद्रशेखरला गायनॅकॉलॉजीची सीट मिळाली, याचं मात्र संजयला आश्चर्य वाटलं. खेदही वाटला. आणखीही त्याच्या कानावर आलं, काही मुलांनी आपल्याला हव्या त्या विषयात सीट मिळण्यासाठी पैसाही खर्च केला होता! असं बोलण्यात असूयेचा काही भाग असेलही; कदाचित त्या दिवशी चंद्रशेखरनं संजयपेक्षा चांगला पेपरही दिला असेल किंवा आणखीही काही केलं असेल. काही का असेना, संजयला हवी ती सीट मिळाली नाही, एवढं मात्र खरं!

हा संजयच्या जीवनातला दुसरा मोठा आघात. त्यानंतर इथे राहाणं नकोसं

होऊन तो अलेक्सच्या म्हणण्याप्रमाणे मुंबईला गेला होता!

काय चाललंय आज हे! अजिबात झोप येत नाही आहे! मन मागच्या घटना आठवण्यात रमून गेलंय की, मृदुला आपल्याला नकार देईल, या भयानं आपलं मन दुसऱ्या गोष्टीकडे खेचलं जातंय? सारासार विचार केला, तर यात घाबरायचं कारणच नाही. मृदुला सुरेख आहे. तिला मी लग्नाला माझी अपेक्षा असल्याचं कळवलं आहे. पण लग्न होण्यासाठी तिची संमतीही तितकीच महत्त्वाची आहे ना! पन्नास टक्के माझी पसंती असेल, तर पन्नास टक्के तिची पसंतीही आवश्यक आहे ना! आणखी कुणावर तरी प्रेम असू शकतं किंवा कदाचित तिला मी पसंतही नसेन. असं असेल तर विषयच संपला! विचार कसला करायचा?

तरीही मनाची अस्वस्थता कमी होत नव्हती.

तो पहिल्यांदा मुंबईला आला, तेव्हा ही अपरिचित भाषा ऐकून भय वाटलं होतं. इथून लगोलग निघून जावंसं वाटत होतं. पण अलेक्सनं रोखलं. त्यानं संजयला आपल्या खोलीत नेलं. तिथे कुणा-कुणाशी ओळखी करून दिल्या. पुढे आठवड्याभरात तात्पुरती नोकरी मिळवूनही दिली. ते काही तितकंसं कठीणही नव्हतं म्हणा! कारण इथले डॉक्टर संधी मिळाली की, लगेच परदेशी निघून जातात. त्यामुळे या तात्पुरत्या नोकरीसाठी वेगळ्या प्रांतातल्या डॉक्टरांचीच गरज भासते.

अलेक्सनं आणखीही एक गोष्ट समजावून सांगितली, ''हे बघ, इथे तीन गायनिक विभाग आहेत. डॉक्टर जोग, डॉक्टर पारेख आणि डॉक्टर भोसले. यांपैकी डॉक्टर भोसले हे स्थानिक आहेत. ते राजकारण्यांशी संबंधित आहेत. त्यांची मंत्र्यांच्या घरी चांगलीच ये-जा असते. डॉक्टर पारेख चांगले आहेत. पण त्यांचं स्वतःचं नर्सिंगहोम आहे. त्यामुळे त्यांना त्यांच्या प्रॅक्टिसची काळजी जास्त असते. माझ्या मते तू डॉ. जोगांच्या विभागात सामील होणं चांगलं. ते मूळचे कर्नाटकातलेच. तुमची भाषा बोलतात. शिवाय डॉक्टर म्हणूनही उत्तम आहेत! तू मान्य कर किंवा करू नकोस! निदान आपल्या देशात तरी आपला प्रदेश, आपली भाषा, आपली जात या सगळ्या गोष्टी अतिशय महत्त्वाच्या ठरतात. माझ्या दृष्टीनं तिघेही सारखेच. तरीही मी डॉ. जोगांच्या विभागात असणं पसंत करतो.''

त्यानंतर संजय जोगांच्या विभागात दाखल झाला होता.

डॉ. जोग कन्नड भाषिक आहेत, हे ठाऊक असलं तरी तो कधी त्यांच्याशी आपण होऊन बोलला नव्हता. स्वतःहून बोलून नसता संबंध सांगणं त्याच्या स्वभावातच नव्हतं. एका रोग्याकडून डॉ. जोगांना तो कन्नड असल्याचं समजलं होतं. नंतर मात्र तो त्यांच्या चांगलाच लक्षात राहिला होता. ते त्याच्याकडे विशेष लक्षही देऊ लागले. मुंबईमध्ये कितीतरी गरीब कन्नड माणसं राहतात. त्यातही गुलबर्गा, बिदर, रायचूरकडून घर बांधायच्या कामावर कामगार म्हणून येणारी

माणसं. एका पाठोपाठ दुसरं घर बांधायला म्हणून एकदा आलेली माणसं सतत कामात गाडली जातात. राहायला फूटपाथच. ही माणसं आजारी पडली की, सरकारी हॉस्पिटल हाच एक त्यांचा आधार असतो. अशा एका पेशंटशी इतर माहिती घेण्यासाठी संजय कन्नडमध्ये बोलत असताना डॉ. जोगांचं तिकडं लक्ष गेलं होतं. पण म्हणून त्यांनी फार जवळीक दाखवून त्याला घरी वगैरे बोलावलं, असंही नाही.

मृदुला पत्र वाचल्यावर काय करेल? आपली थट्टा करेल? काय उत्तर देईल ती?

दोन वर्षं होत आली आहेत. आता आपण इथंच राहायचं की बंगळूरला जाऊन पुन्हा पीजीसाठी प्रयत्न करायचा?... या विचारात असताना डोळा लागला.

■

नोव्हेंबर-डिसेंबरची सुखावह हवा. पावसाचा जोर ओसरला होता. उन्हाचा तापही नव्हता. सुखद वारं वाहत असलं तरी आकाश निरभ्र होतं. अशा दिवसांत 'कार्तिकी पौर्णिमे'ची मजा काही औरच! आलद हळ्ळीमध्ये अशा वेळी सगळे नातेवाईक एकत्र जमतात. तळ्याच्या काठी वडाच्या झाडाजवळ चांदणी भोजन करायची पद्धत. त्यासाठी परगावाहूनही मित्रपरिवाराला आणि नातेवाइकांना बोलावलं जातं. तऱ्हेतऱ्हेचा स्वयंपाक बनवला जातो. संध्याकाळी तिथे जायचं आणि रात्री जेवण करून माघारी यायचं.

दर वर्षीप्रमाणे भीमण्णाच्या घरी चांदणी भोजनाची जोरदार तयारी चालली होती. जेवणाच्या थाटात काही कमतरता राहिली, तर भीमण्णाला अजिबात चालत नाही. त्याचं सुरू होतं, ''आम्ही काही महाराज नाही. आम्ही काही दररोज पक्वान्नं मागत नाही! पण केलेला स्वयंपाक मात्र फर्स्टक्लास असला पाहिजे!'' शिवाय त्यानं बायकोलाही सूचना देऊन ठेवलेली असते. महिनाभर आधी नातेवाइकांना पत्रं गेलेली असतात. त्यामुळे त्यांच्या घरात कार्तिकी पौर्णिमेला सणच मानलं जातं.

या खेपेच्या महाराष्ट्र-प्रवासानंतर मृदुला विचारमग्न असल्याचं घरात कुणाच्याही लक्षात आलं नाही. तेवढं सूक्ष्मबुद्धी तिथे कुणी नाही म्हणा! पण आईला, रकुमाबाईला, मात्र मुलगी अबोल झाली आहे, असं जाणवलं होतं. मुंबईत तिला बरं नसल्याचंही ठाऊक होतं म्हणा! कदाचित त्यामुळे ही गप्प-गप्प राहात असेल, असं तिला वाटलं होतं.

प्रवासाहून येताना तिनं भीमण्णा, कृष्णा, सतीश या सगळ्यांसाठी पुण्याहून कुर्ता-पायजमा आणले होते. सतीश सरलाचा भाऊ. मृदुलाचा मामेभाऊ. तिनं आई आणि चंपक्कासाठी नऊवारी लुगडीही आणली होती. सरलासाठीही तिनं आपल्यासारखी साडी आणली होती. या कार्तिकी पौर्णिमेसाठी हुबळीहून सरला

आणि सतीश आले होते.

संजयचं पत्र वाचल्यापासून मृदुला विचारात पडली होती. तिला आलेलं ते खरं तर पहिलं-वहिलं प्रेमपत्र! लग्नासारख्या महत्त्वाच्या विषयावर ती एकटी निर्णय घेणं शक्य नव्हतं. याबाबतीत आईवडील जे काही म्हणतील ते मान्य करणाऱ्यांपैकी ती होती. शिवाय घरात इतर नातेवाईक असताना ती कसा स्वत:च्या लग्नाचा विषय काढणार? चंपक्का मावशीची थोरली बहीण सरोजाबाई, त्यांची मुलगी शारदाही नरगुंदहून आली होती. चंपक्का नेहमीच्या असल्या तरी सरोजाबाई कधीतरीच यायच्या. त्यामुळे घरात गडबडीचं वातावरण होतं.

मृदुलाची अवस्था मात्र अवघड झाली होती. तिला सगळं आईवडिलांना सांगायचं होतं, आणि ते तिला जमतही नव्हतं. पण सांगणंही आवश्यक होतं ना!

घरातले सगळे पाहुणे आधी तळ्याकाठी हणमंताच्या देवळाला जाऊन नंतर वडाच्या राईपाशी येणार असं ठरलं होतं. भीमण्णाचे घरचे सगळे त्यानंतर घराला कुलूप लावून जाणार होते. आपण आता हा विषय काढला नाही, तर सगळे पाहुणे गावी परतेपर्यंत आणखी आठवडा जाईल हे ठाऊक असल्यामुळे मृदुलानं विषय काढायचं ठरवलं.

भीमण्णा बायकोची वाट बघत माजघरातल्या मोठ्या झोपाळ्यावर बसून झोके घेत होता. ही संधी पकडून मृदुलानं न बोलता संजयचं पत्र वडिलांच्या हातात ठेवलं. ते वाचल्यावर भीमण्णानं आश्चर्यानं मृदुलाकडे पाहिलं. ती काही बोलली नाही. मग त्यानं ओरडून बायकोला म्हटलं, “हे बघ! तो मुंबईचा डॉक्टर जुलै महिन्यात आला होता ना; कसा वाटला तो?”

दहीभातात शेवटचं दूध ओतत असलेल्या रकुमाबाईंनं विचारलं, “कसा वाटला म्हणजे काय? तो काय नवरा मुलगा आहे?”

“होय. तुझ्या लेकीला मागणी घातलेय त्यानं. इथे पत्र आहे बघ!”

आता मात्र दहीभाताची बुत्ती कालवणारा तिचा हात थबकला. काय हे विचित्र! लग्न करणाऱ्या मुलानं आपण होऊन असं पत्र लिहायचं?

“पण आपल्याला त्याचं घरदार, गाव, कुटुंब कशाचीच माहिती नाही.”

“आपल्याच जातीचा आणि भाषेचा आहे तो. आता बोल.”

“अहो... पण... असं कसं पाच मिनिटांत सांगता येईल?”

“हे बघ, त्याच्याविषयी बाकी तपशिलानं माहिती चंद्रकांतकडून काढता येईल. पण त्याचा हात....”

आता मात्र हातातलं काम सोडून रकुमाबाई खरकट्या हातानं बाहेर आली. “अहो, काहीतरी काय! आपली मृदुला कशात कमी आहे म्हणून अशा थोट्या मुलाला तिला द्यायची?”

मृदुला बाहेर निघून गेली. आईवडिलांना मोकळेपणानं बोलू दे, असा विचार करून कृष्णाही बाहेर आला. त्यानं विचारलं, ''मृदुला, पुन्हा कुठं भेटली होतीस त्याला? आणि मला काही सांगितलं नाहीस तू!''

मृदुलानं त्याला सगळी हकिकत सांगितली. नंतर म्हणाली, ''माझ्या मनात तसं काही नव्हतं आणि तू त्यांना इथे आलेलं असताना बघितलं नाहीस काय?''

आतल्या खोलीत भीमण्णा म्हणाला, ''बाकी सगळं चांगलं असेल, तर नकार कशाला द्यायचा? जर मृदुलाचा होकार असेल, तर आपण कशाला माघार घ्यायची? मुलगा सशक्त आहे, दिसायला चांगला आहे, शिकलेला आहे. काय हरकत आहे विचार करायला?''

''अहो! आमच्या सत्यबोधला सांगितलं, तर उत्तम मुलं शोधेल मृदुलेसाठी!'' नाही म्हटलं तरी रकुमाबाईच्या मनात आशंका होती.

''हा मुलगा चांगल्या वळणाचा दिसतोय. म्हणून त्यानं पत्र लिहिलंय. आणि चांगला मुलगा असल्यामुळेच चंद्रकांतनं त्याला आपल्या घरी पाठवून दिलं असावं. आपल्यावर कुठल्याही प्रकारचं दडपण नाही. मृदुलेच्या मनात नसेल, तर आपण नाही म्हणून सांगू!''

''पण त्याचा हात असा आहे ना!...''

''असू दे ना! आपण मृदुलेला विचारू म्हटलं ना! मृदुला....''

सलज्ज वधूप्रमाणे मृदुला आत आली.

''हे बघ! आम्हाला बघायला जमलं नाही म्हणून थोट्या मुलाला दिलं, असं तू उद्या म्हणता कामा नये! बाकी सगळी माहिती चंद्रकांतला विचारून घेऊ. सगळी माहिती योग्य असेल, तुझा होकार असेल, तर आमचीही काही हरकत नाही. कुणाची संपत्ती बघून मुलगी द्यायची नसते! मुलगा बघून मुलगी द्यायची असते. त्या दृष्टीनं संजय काही कमी आहे असं वाटत नाही. तू काय म्हणतेस?''

खाली मान घालून मृदुला म्हणाली, ''लग्न झाल्यावर हाताला काही झालं असतं तर? मी काय केलं असतं? तुम्हा सगळ्यांची मान्यता असेल, तर मीही तयार आहे!''

भीमण्णा आणि रकुमाबाईनं एकमेकांकडे पाहिलं.

■

टी. नरसीपूर देवळासमोर असलेल्या अनेक छोट्या-छोट्या दुकानांपैकी एक रत्नम्माचंही होतं. इथे सगळी ब्राह्मणांचीच घरं होती. इथल्या अग्रहारामध्ये बरीच घरं असली, तरी त्यातले बरेच जणं कायमचे मैसूर-बंगळूरला गेले आहेत. त्यात जमीनजुमला असणारे अगदीच कमी होते.

रत्नम्माच्या दुकानामागंच त्यांचं घरही आहे. आणि दुकानही काही फार मोठा व्यापार असलेलं दुकान नव्हतं. देवळात जाणाऱ्या लोकांच्या गरजेनुसार असलेलं दुकान. केळी, कापूर, कापसाची वस्त्रं, वाती, फुलं, उदबत्ती असलं बारीकसारीक सामान असलेलं दुकान. त्याचबरोबर कावेरी स्नानासाठी सोयीचं व्हावं म्हणून प्लॅस्टिकचे मग, स्वस्तातले पंचे आणि टॉवेलही ठेवलेले असायचे. त्याच रांगेत अशाच प्रकारची आणखीही दुकानं होती. फायद्याचं प्रमाण अगदी बेताचं असलं तरी तिथे दुकानं होती.

इथे खरा व्यापार व्हायचा तो जत्रेच्या वेळी. मे महिन्यात येणाऱ्या बुद्ध पौर्णिमेच्या आदल्या दिवशी नरसिंह चतुर्दशी किंवा जयंती. तेव्हा इथे बरीच गर्दी असते. दररोज कोण इथे येऊन देवाला नैवेद्य करणार? बहुतेक यात्रेकरू मैसूरहून येतात. तेही येताना केळी आणि नारळ घेऊन येतात. ते देवाला वाहून सोबत आणलेलं खाणं नदीच्या काठावर बसून खाल्लं की निघाले. त्यामुळे फक्त दुकानावर घर चालवणं शक्य नसतं. सोबत आणखी एखादा उद्योग करावाच लागतो.

त्यामुळे रत्नम्मानंही आपला एक व्यवसाय ठेवला आहे. किरकोळ जमीनही आहे. येतं तेवढं भात पोटाला पुरतं. व्याजी पैसे द्यायला धंदाही आहे तिचा. तिच्या इतका नेटका व्याजाचा हिशेब आणखी कुणीही करत नाही. अगदी काटेकोर हिशेब असतो. वसूल करताना ती अजिबात दयामाया दाखवत नाही. त्यासाठी कुणी तिला कठोर म्हटलं तरी, ती अजिबात रागावत नाही.

"वसुलीच्या वेळी ढिलेपणा दाखवला तर लोक कर्णाचा अवतार म्हणून नावाजतात! पण भिकेला कोण लागतं? देणाराच ना? लोक देणाऱ्याची थट्टा करून कर्ज बुडवणाऱ्याचं मात्र 'वीरभद्र' म्हणून कौतुक करतात! मोठमोठ्या बँकांना लोक चुना लावतात! माझ्यासारखीला बरे सोडतील?" असं तिचं म्हणणं. तिच्या बोलण्यात सत्य आहे. व्याजानं पैसे देणाऱ्यांच्या क्रूरपणाच्या कितीतरी कथा गावकऱ्यांना ठाऊक आहेत. त्या तुलनेत रत्नम्मा फार चांगली, असंच गावकऱ्यांना वाटतं.

रत्नम्मांचा स्वभाव मात्र थोडा विचित्र आहे. त्या तशा बऱ्याच गप्पा मारतात. पण पोटातली गोष्ट कधीही सहजपणे ओठावर येऊ देत नाहीत. त्या कितीही रागावलेल्या असल्या तरी आवाज चढवून बोलत नाहीत.

दिवसातला बहुतेक वेळ त्या दुकानातच असल्यामुळे त्यांच्या दुकानापुढच्या बाकावर बसून वाळल्या गप्पा मारणाऱ्यांची संख्याही बरीच असते. म्हणून याही कधी कुणाला दोन केळी उचलून देत नाहीत.

इथं आहे, ते नरसिंहाचं देवस्थान. तशी कर्नाटकात नरसिंहाची देवालये कमीच आहेत म्हणा! इथे शिवलिंग आणि विष्णूची देवळं अधिक. विष्णूचाच एक अवतार असलेल्या नरसिंहाची देवळं मात्र क्वचित दिसतात. टी. नरसीपूर हे तुमकूरजवळचं

गावं. ज्यांचं कुलदैवत हे आहे, ती माणसं मात्र वर्षातून एकदा तरी इथे येऊन जातात.

गाव-गप्पांमध्ये रत्नम्मा वरवर लक्ष देते. मनात असो वा नसो, दुकानासमोर चाललेल्या गप्पा आपसूक कानावर येतातच ना! तिथे येणाऱ्या प्रत्येकाच्या आतल्या-बाहेरच्या कथा तिला ठाऊक असतातच. पुराण ऐकून यापैकी कुणी आपलं जीवन सुधारलेलं नाही, हे तिला ठाऊक आहे.

तिची मुलगी लक्ष्मी बेलूरहून माहेरी आली होती. लक्ष्मीच्या मुलाची – अनिलची, अजून शाळा सुरू झाली नव्हती. आई दुकान सोडून घरी येत नाही, हे ती पाहातच होती. म्हणून लक्ष्मी स्वत: गावी आली होती. कारणही तसंच होतं. संजयचं पत्र आलं होतं. पत्राबरोबर मृदुलाचा फोटो होता. पत्रात त्यानं लग्नाचा विषय काढला होता. लक्ष्मी हुंदके देऊन रडत होती. रत्नम्मा नेहमीप्रमाणे शांत होत्या.

''बघ ना आई! संजयनं मला सासरी खाली मान घालायला लावलीय!''

तरीही रत्नम्मा शांतच होत्या. लक्ष्मीचा बोलका स्वभाव तिच्या वडिलांवर गेला होता.

''बघा ना! हा डॉक्टर. तो डॉक्टर मुलीशी लग्न करून स्वत:चं नर्सिंगहोम काढणार आहे, असं सांगितलं होतं मी सगळ्यांना!''

''तू तसं का सांगितलंस? त्यानं माझ्यापुढे तरी कधीच नर्सिंगहोमचा विषय काढला नव्हता!'' आता मात्र रत्नम्मा म्हणाल्या.

''मलाही तसं त्यानं कधी सांगितलं नाही. पण माझ्या नंणदेच्या मुलीसाठी – उषासाठी, त्यांनी विचारलं होतं. पण मी ते मान्य केलं नाही. तिच्याकडे ना रूप, ना शिक्षण, ना पैसे! शिवाय माझ्या नंणदेनं, विमल वन्संनी, मला तेव्हा किती छळलंय हे तुलाही ठाऊक आहे! तिच्या मुलीसाठी मी कशाला माझ्या भावासाठी तयार होऊ? आता त्या मला हसणार नाहीत काय? आणि ही मुलगी कोण? माणसं कुठली? कुठं आलं हे धारवाड? शिवाय मुलगी डॉक्टरही नाही!''

रत्नम्मा शांतपणे म्हणाल्या, ''रडून काय होणार आहे? तो शिकलेला आहे; विचारी आहे. तू गप्प राहा बघू!''

त्या पुन्हा गप्प राहिल्या. मुलगी समोर असली तरी त्यांनी आपल्या मनातली भावना बोलून दाखवली नाही. मुलगी दिसायला देखणी आहे, हे फोटोवरून दिसतंय. सरकारी शाळेत मास्तरीण आहे म्हणे. याच्या ओळखीची नक्की असेल. याला हव्या तेवढ्या मुली आपल्या भागातही मिळतील. पण त्यानं ठरवलं असेल तर मी नको म्हटलं तरी तो लग्न करणारच. मग कशाला नाही म्हणायचं? नको म्हणणं म्हणजे मुलाशी कायमचं नातं बिघडवून घेणं.

याला हिच्यापेक्षा चांगली मुलगी निश्चित मिळाली असती. चंद्रिका एकुलती एक मुलगी. सैतरायांकडे अपार संपत्ती आहे. परवा कारमधून घरी आले होते ना!

त्यांचाही कर्जाऊ पैसे द्यायचा व्यवसाय. त्यांनी स्पष्टच विचारलं, 'मुलासाठी मुलीला पाहाता का?' तसंच, 'आमची नलिनी डॉक्टर आहे। आम्ही दवाखाना घालून देऊ...' असं श्रीपतीरायांनी मैसूरमध्ये सांगितलं होतं. पण त्यांनी कुणालाच काही उत्तर दिलं नव्हतं. मुलांचं काही मुलींसारखं नसतं. मुलं वयात आली की, आपण अलिप्तपणे त्यांच्याकडे पाहिलं पाहिजे. त्यांच्यावर हक्क चालवता कामा नये. लक्ष्मीला अजून हे समजलं नाही. तिचा अनिल मोठा होईल, तेव्हा तिला समजेल!

किती दिवस झाले संजयला बघून! वर्ष होऊन गेलं! मुंबईला जायच्या आधी आला होता. एकाच दिवसासाठी. तेव्हा म्हणाला होता, "आई, आता मी कमावतो. तू हे दुकान बंद का करत नाहीस?"

असं का म्हणाला असेल? डॉक्टर झाल्यावर त्याला या दुकानाची लाज वाटायला लागली की काय? त्याला हवं तितकं कमवू दे; आपण हे दुकान अजिबात बंद करायचं नाही! हे काही फक्त दुकानच नाही! आर्थिक व्यवहारासाठी येणाऱ्या गिऱ्हाइकांचीही ही सोय आहे. आणि दुकान बंद केलं, तर आपण काय करायचं?

एवढ्यात कुणीतरी गिऱ्हाईक आलं. नदीवर अंघोळ करण्यासाठी आले असावेत. टॉवेलच्या किमतीची चौकशी करू लागले. किंमत सांगताच म्हणाले, "एवढी किंमत? मैसूरच्या देवराज मार्केटला गेलं तर यापेक्षा निम्म्या किमतीला मिळेल!"

आतून लक्ष्मी म्हणाली, "तर मग घ्यायचा तिथेच! इथे कशाला आलात?" तिचा भावावरचा राग गिऱ्हाइकावर वळला.

नशीब! गिऱ्हाइकाला ते ऐकू आलं नाही. रत्नम्मा तिला म्हणाल्या, "तू लेकराला पीठ-दूध-गूळ दे. मी बघते इकडं." नंतर गिऱ्हाइकाला म्हणाली, "मैसूरमध्ये स्वस्तच असतं; पण तिथे विकत घेऊन, बसमधून इथे आणेपर्यंत बसखर्च आणि हमाली द्यायला पाहिजे ना! त्यासाठी आम्ही कर्जाऊ पैसा आणतो. तो सगळा पैसा आम्ही कुठून वसूल करायचा? तुम्हीच सांगा! शिवाय क्वालिटी बघा! रंग सारखाच असला तरी आमच्या मालाची क्वालिटी बघा ना!" आता गिऱ्हाईक थोडं निवळलं.

प्रत्येक गिऱ्हाईक वेगवेगळं असतं. त्यांना हाताळायची पद्धत वेगवेगळी असते. या लक्ष्मीला काय समजतं यातलं? नवरा दरमहा बँकेत काम करून पगार आणतो! त्याला पैसे मोजण्याव्यतिरिक्त आणखी काय काम असतं? आमच्यासारखे चढ-उतार त्याला कुठं ठाऊक असतात? कुणी बँकेला बुडवलं तरी याच्या पगारातली दमडी कमी होत नाही! घरात रिकामी बसून असणाऱ्या लक्ष्मीला व्यापारातलं काय समजणार?

एवढ्यात आत तिचा मुलगा किंचाळून रडू लागला. एक मूल सांभाळता येत नाही हिला! रत्नम्माला आपण जगलो ते आठवू लागलं. हिचा नवरा शंकर हा काही नरसिंगरावांसारखा नाही. नरसिंगरावांना व्यवहार ज्ञानच नव्हतं. ते झाडपाल्याचे पंडित होते. गावातल्या लोकांना औषध द्यायचे; पण वसूली करायची वेळ आली

की काहीही जमायचं नाही. सुरुवातीला ती घाबरत नवऱ्याला ''पैसे मागून घ्या ना!'' असं सुचवायची. तेव्हा ते म्हणायचे, ''कसं मागू? धन्वंतरी देवाचा प्रसाद आहे हा! गुण आलेल्या रोग्यांनी आपल्या मनानं द्यायचं असतं. आपण मागायला गेलो, तर हे ज्ञान निघून जातं.''

गावातली माणसं तर भारी हुशार! प्रकृती बिघडलेली असताना ही माणसं, 'तुम्हीच आमचे देव!' म्हणत लोटांगण घालत यायची आणि कार्यभाग संपला की, ओळखही दाखवायची नाहीत. समोर गिऱ्हाईक नसताना मागच्या घटना आठवत बसायची रत्नम्माला सवयच लागून गेली होती. असल्या नवऱ्याबरोबर संसार करणं ही काही साधी गोष्ट नव्हती. त्यात दोन मुलं झाली. पैसा नसताना जगणं इतकं सोपं असतं का? त्यामुळे तिनंच धैर्य एकवटून जमिनीकडे बघणं, दुकान चालवणं, आणि पैसे कर्जाऊ देणं, यांसारखे व्यवहार सुरू केले.

लक्ष्मी शंकरला देण्यावरूनही किती वाद झाले घरात! रत्नम्माची नजर दुकानात टांगलेल्या लक्ष्मीच्या लग्नातल्या फोटोवर गेली. आपली लेक म्हणून नव्हे; पण खरोखरच लक्ष्मी किती देखणी दिसायची तेव्हा! आताही एका मुलाची आई असली तरी देखणीच दिसते. पण फक्त रूप असून काय होणार? या असल्या वैद्याच्या मुलीशी कोण लग्न करणार? नरसिंग पंडितांकडून कसल्या-कसल्या आजारावर औषधं घेऊन बचावलेले कितीतरी जणं गावात होते. पण तेच पंडित मुलीची पत्रिका घेऊन गेले, तर ही माणसं ओसरीवर त्यांना बसवून पाणी प्यायला द्यायची आणि अत्यंत नरम शब्दांत 'योग दिसत नाही!' असं सांगून मोकळी व्हायची. या मागचं कारण नरसिंग पंडितांना कुठं समजायचं? रत्नम्माला मात्र त्यांच्या या सांगण्यामागे केवळ पत्रिका कारणीभूत नसून आपली आर्थिक परिस्थितीही कारणीभूत आहे, हे समजत होतं. त्यानंतर मात्र याही बाबतीत ती नवऱ्यावर अवलंबून न राहाता स्वत: मुलीसाठी नवरा शोधू लागली. तेव्हा या शंकरच्या घरी जाऊन तिनं गयावया केल्या होत्या. त्या एवढ्या मोठ्या एकत्र कुटुंबात शंकरला आईवडील नव्हते. त्यामुळे घरात त्याच्यावतीनं हुंड्याचा आग्रह धरणारं कुणीही मोठं नव्हतं. दोघात वयाचं अंतरही बेताचं होतं. तरी तोही मोठं मन करून लग्नाला तयार झाला.

तेव्हाही नरसिंगराव या लग्नाला विरोध करत होते. त्यांच्या मते शंकरला पैशांचा मोह आहे आणि तो बराच तोंडाळही आहे. रत्नम्माच्या मते, या दोन्ही गोष्टी आजच्या जगात जगायला अतिशय आवश्यक आहेत! नाहीतर लक्ष्मीच्या नशिबीही आपल्यासारखं जगणं आलं असतं! त्यातही आपल्यात धमक आहे. तेवढी धमक हिच्यात कुठं आहे? नुसती बडबड करते. उभं राहून काम अंगावर घ्यायची छाती नाही! संजय मात्र या बाबतीत माझ्यावर आहे!

त्याचवेळी शेतमजूर मादा आला. मादा गेली अनेक वर्षं त्यांच्याकडे काम करत

होता. तो म्हणाला, ''अम्मा! परसात झाड लावायचं म्हणे! लक्ष्मम्मा सांगत आहेत. कुठलं रोप लावायचं? 'होंगे'? धन्यांना फार आवडायचं ते!''

रत्नम्मा हसत म्हणाली, ''नको. चाफ्याचं लाव.''

''आणि जमीन किती खोदू त्यासाठी?''

''खडक लागेपर्यंत माती काढ.''

मादा परसात निघून गेला. देवळात दुपारची महामंगळारती झाली. बसल्या जागेवरून रत्नम्मानं देवाला हात जोडले. भक्तिभावानं नव्हे; सवय म्हणून. लाकडी फळ्यांनी दुकान झाकून रत्नम्मा दुपारच्या जेवणासाठी घरात आली. एव्हाना लक्ष्मीनं नाचणीची उकड आणि पावट्याचं सार करून ठेवलं होतं. तिचा मुलगा अंथरुणावर झोपला होता. घर काही फारसं मोठं नव्हतं. तिजोरीची एक लहान खोली. सुमारे पंचवीस माणसांची पंगत बसू शकेल एवढं माजघर, झोपायची खोली, स्वयंपाकघर. देवासाठी वेगळी खोली नव्हती. त्याला कशाला हवी वेगळी खोली? ठेवेल तिथे राहातो तो! त्यामुळे रत्नम्मानं त्याला एका कोनाड्यात जागा दिली होती. पंडित असताना त्यांच्या औषधासाठी म्हणून असलेली खोली आता दुकानाचं जास्तीचं सामान ठेवायला वापरली जात होती. संजयनं पाठवलेल्या पैशांमधून लक्ष्मीनं हट्ट करून सिमेंटची जमीन करायला लावली होती. पण मातीच्या भिंती तशाच होत्या. रत्नम्माला हे अजिबात आवडलं नव्हतं. तिच्या मते, 'कमावलेला सगळा पैसा माती-सिमेंटमध्ये घातला तर काय उपयोग? उलट तोच पैसा व्याजानं दिला तर त्याला पिल्लं होतात!'

रत्नम्मा मुलीबरोबर जेवायला बसली. आणखी एका भांड्यातली कढी बघून तिच्या कपाळावर आठी उमटली. जेवायला दररोज दोन-दोन पदार्थ केले तर कसं? दुपारचं एवढं जेवण केलं तर दुपारी झोप आल्याशिवाय कशी राहील? जवळच्या गावातल्या कामकरी बायका दुपारच्या वेळी व्याजानं पैसे मागायला येतात. त्या वेळी ताणून दिली तर व्यापार कसा होणार? लक्ष्मीला हे सांगावंसं वाटलं तरी नातवाकडे लक्ष जाऊन ती गप्प राहिली. तिनं सहज विचारल्याच्या स्वरात विचारलं, ''रोज स्वयंपाकात काय-काय करतेस?''

आईला काय म्हणायचंय ते लक्षात येऊन लक्ष्मी म्हणाली, ''हे तर म्हणतात, पैसा कशाला कमवायचा? दोन वेळा चांगलंचुंगलं जेवायलाच ना? त्यांना तर आमटी, सार, दोन भाज्या लागतातच! आम्ही काही रोज चिरोटे-परमान्न मागत नाही!''

रत्नम्माला वाटलं, म्हणावं, असं दररोज जेवायला लागलात तर सगळा पगार खायला संपून जाईल! पण ती काही बोलली नाही. शंकरचा आपल्या जमीनजुमल्यावर डोळा असेल काय? पण आपण तरी आपलं सगळं या असल्या जावयाला का द्यायचं? तिची नजर लक्ष्मीच्या साडीवर गेली. कमीत कमी अडीच-तीनशेची साडी

असेल! हिला कशाला हवीय एवढ्या महागाईची साडी? ही काही नोकरीसाठी बाहेर जात नाही. साधी सुती किंवा एखाद्या फाटक्या साडीला दंड टाकून नेसायला काय हरकत आहे? रत्नम्मानं स्वत:साठी साडी घेऊन कितीतरी दिवस झाले होते. दिवस कसले? वर्षं! नातवाच्या पहिल्या वाढदिवसासाठी सगळ्यांनी फार आग्रह केला म्हणून दुकान बंद ठेवून ती एका दिवसासाठी बेलूरला गेली होती. तिथे चाललेला अवांतर खर्च बघून तिच्या घशाखाली अन्न गेलं नाही. त्या एवढ्याशा मुलाला किती महागाईचे कपडे! काय ते खाणंपिणं! किती नको-नको म्हटलं तरी तिच्यासाठीही एक साडी आणली होती. त्या साडीनंतर आणखी साडी घेतली नव्हती. वाढदिवसासाठी जो खर्च केला त्यात एखादी सोन्याची साखळी केली असती, तर उद्या ती गहाण ठेवून किंवा विकून पैसा उभा करता आला असता. रत्नम्मानं मात्र मुलाला तोंडभर आशीर्वाद दिला आणि ती गावी परतली.

देवस्थानात लक्ष्मीच्या मूर्तीला काही जण साड्या नेसवतात. आता ती मूर्ती काय आमच्यासारखी रोज साडी नेसून मळवणार आहे का? आणि तेल, हळद-कुंकू लागून मळलेल्या साड्या तिथले पुजारी कुणा-कुणाला देतात. पुजाऱ्यांशी ओळख असल्यामुळे रत्नम्मालाही वर्षाकाठी एक-दोन साड्या येतात. त्या पाण्यात भिजवून नेसल्या की देवाचा प्रसाद मिळाल्याचं पुण्यही मिळतं आणि कामही होतं. त्यातही चांगल्या रेशमी साड्या असतील, तर पुजाऱ्यांची बायकोच नेसते.

मादा खणत असल्याचा आवाज ऐकू येत होता. रत्नम्मा हात धुवायला परसात आली. परसात पंडितांनी लावलेलं आणि आता भलं मोठं वाढलेलं 'होंगे'चं झाड सावली देत उभं होतं. पंडित हयात असताना परसात काही भाजीपाला लावला जायचा. आता रत्नम्मा जास्त करून भोपळ्याचे वेल लावते. तसं पाहिलं तर कोथिंबीर लावणं अगदी सोपं. पण धन्याची किंमत भरपूर आहे! ते पेरून कोथिंबीर काढली आणि ती कोथिंबीर घालून स्वयंपाक केला तरी काय उपयोग? त्याऐवजी चार-दोन भोपळ्याच्या बिया टाकल्या, तर कसल्याही काळजीशिवाय वेल येतो. हवा तिथे येतो. वर्षभर फळ येतं. शिवाय भोपळे माडीवर काढून ठेवले तर टिकतात. हवं तेव्हा ते काढून विकता येतात. गावात कुठलीही भाजी मिळेनाशी झाली की गावकरी आपल्याच दुकानात येऊन भोपळा घेऊन नाही का जात?

हात धुऊन आल्यावर रत्नम्मा माजघरातल्या चटईवर आडवी झाली. मनात पुन्हा आलं, 'या होंगेच्या झाडाचा काय उपयोग? त्या सावलीत गावातली उडाण मुलं येऊन बसतात. ही रिकामटेकडी मुलं भोपळा चोरू शकतात. त्यासाठी कुंपण घालायचं झालं, तर पुन्हा पैसा खर्च करायला पाहिजे. भोपळ्याची किंमत किती आणि कुंपणासाठी होणारा खर्च किती, याचा हिशेब करून बघायला पाहिजे. तिला नवऱ्याचा रागही आला. होंगे झाड काढूनच टाकलं तर कसं? लाकूडफाटा तर

मिळेलच. पण लक्ष्मी तयार व्हायला पाहिजे! ती तर या झाडाला 'अप्पांचं मूल'च मानते! ती काही इथे कायमची राहाणार नाही म्हणा! ती नसताना कापून टाकलं तरी चालेल. पण संजय? तो येईल तेव्हा दंगा नाही ना करणार? तो केव्हा येईल कोण जाणे! झाड किडलं होतं म्हणून सांगितलं की गप्प बसेल!

या 'होंगे'ऐवजी चार-सहा चाफ्याची झाडं लावली तर त्यात स्वार्थही आहे आणि परमार्थही आहे! दररोज चाफ्याची फुलं विकता येतील ना! काही बायका तर श्रावणात चाफ्यानं गौरीची पूजा करायचं व्रत धरतात. त्या बायका मैसूरहून फुलं आणण्याऐवजी त्या दरानं इथंच फुलं विकत घेतील! इतकी वर्षं का केलं नाही हे आपण? या विचारानं तिचं मन खट्टू झालं. तसं चाफ्याचं रोप लावल्यावर फुलं यायला सात-आठ वर्षं लागतात. पण अलीकडे हायब्रिड झाडांना दोन-तीन वर्षांत फुलं येतात ना! वास थोडा कमी असतो. तेही बरंच म्हणा! कुणाचं डोकं तरी दुखणार नाही.

पंडितांना शंकर जावई म्हणून अजिबात आवडला नव्हता. तेच बरं आहे. मऊ माती लागली की, लोक कोपरानं खणायला कमी करत नाहीत! पण हे अव्यवहारी पंडितांना कसं पटणार म्हणा! आहे शंकर तोंडाळ, भांडखोर म्हणायलाही हरकत नाही. मीही अनेकदा घाबरते ना त्याला! मैसूरमध्ये तो बायकोसाठी दररोज मोगऱ्याचा गजरा आणायचा. न राहावून एकदा म्हटलं, "दररोज गजऱ्यासाठी एक रुपया खर्च होतो. म्हणजे वर्षाला तीनशे पासष्ट रुपये! ते खर्च करण्याऐवजी व्याजानं देता येतील ना!"

त्यावर त्यानं सुनावलं होतं, "सासूबाई, श्वास घ्यायचं बंद केलं, तर आणखी पैसे शिल्लक राहातील!" मुलगी देणारी सासू म्हणूनही मान ठेवला नाही त्यानं! बस्स! त्यानंतर कधीही त्याचं नाव काढलं नाही! त्याला पैसेही दिले नाहीत. तळ नसलेल्या भांड्यात कितीही पाणी ओतलं तरी काय उपयोग?

शेजारी मुलाला घेऊन झोपायला आलेली लक्ष्मी म्हणाली, "आई, तू संजयच्या लग्नाविषयी काहीच बोलत नाहीस! वाईट वाटतंय?"

"छे गं! आज ना उद्या त्याचं लग्न तर व्हायलाच पाहिजे, ना!" एवढं बोलून ती गप्प राहिली.

शंकरबरोबर संसार करता-करता लक्ष्मीही बदलली आहे. आता हिच्यामध्येही खोटा मानमरातब, मोठेपणा वगैरे आलं आहे. आपण संजयचं एखाद्या श्रीमंत घरच्या मुलीशी लग्न लावून दिलं तरी तिचा बाप काही याला पैसे देणार नाही. तरीही हिला माहेरचा मोठेपणा आहे. तरी बरं! आपण काही तेवढे श्रीमंत नाही! बँकेत सोन्याचा सर करून ठेवला असला तरी तो कधीही तासाभरासाठी आपण अंगावर चढवला नाही. मुलीलाही घालायला दिलेला नाही आणि सुनेलाही देणार नाही.

अगदी अडचणीचा प्रसंग आला तर त्याचा उपयोग होईल, एवढंच.

तिचं मन पुन्हा मृदुलेकडे वळलं. धारवाडकडे चोख सोनं बरंच वापरतात म्हणे. इथे तांबं बरंच मिसळतात. पण वितळायचं म्हटलं तर किती नुकसान! महिन्यातून एकदा नरसीपूरमध्ये भिशीचे पैसे भरायचे असतात. त्यात सगळ्या बायकाच आहेत. चालवणारीही नरसम्माही एक बाईच आहे. सगळे जमतात तेही या माजघरातच. अलीकडेच धारवाडकडच्या विजयाबाईही यायला लागल्या आहेत. त्यांचे यजमान बँकेत ऑफिसर आहेत. त्यांच्या हातातल्या बांगड्यांमध्ये किंचितही तांबं मिसळलेलं नाही. हातानं कागदासारख्या दुमडता येतात त्या! संजयच्या लग्नाला जाऊ तेव्हा त्या प्रकारचं सोनं घेता येईल. लग्न म्हटलं की, मुलीकडच्यांना कितीतरी खर्च असतात. मुलाकडच्यांना कसला आलाय खर्च? तरीही हात राखूनच खर्च करायला पाहिजे. मुलीचे वडील जमीनदार आहेत म्हणे. त्यांना मुलीच्या अंगावर जे घालायचं आहे ते घालू द्या. आपला काय संबंध? सुनेला ते जे काही घालतील ते तिचंच! ती काही ते माझ्या व्यापारासाठी देणार आहे थोडीच? आता मुलाकडच्यांचा मानपान. मला तर साडी नको. मी सांगेन, साडीऐवजी पैसेच द्या म्हणून. लक्ष्मी? ती काही पैसे घेणार नाही. त्यानं ठरवलंय, त्याचं त्याला करून घेऊ दे. हवं तर लक्ष्मी-शंकर बोलणी करून येऊ देत. पण एक मात्र नक्की. आपण फक्त मंगळसूत्र घेऊन येऊ, असं सांगायचं. माझं जुनं मंगळसूत्र आहे, वेढणी आहे. त्यालाच पॉलिश केलं की काम झालं.

लक्ष्मी कुशीवर वळली. नरसीपूर सोडून तिला चार-पाच वर्षं झाली. तिनं वेगवेगळी माणसं पाहिली आहेत. त्यामुळे तिचे विचार आईपेक्षा वेगळे झाले आहेत. तिला समजत होतं, आईला पैशाव्यतिरिक्त आणखी काहीही समजत नाही. आपलाही एकुलता एक भाऊ आहे. त्याच्या लग्नाची बोलणी करायला आपल्याला नवऱ्याबरोबर जाता येईल. पण यात काय अर्थ आहे? आधीच लग्नाच्या मुलाला त्यांनी स्वत:कडे वळवून घेतलं आहे! अजून नजरेला न पडलेल्या मृदुलेचा तिला राग आला. दिसायला तर ही आपल्यापेक्षा देखणी दिसते आहे. संजयचाही तिला राग आला. त्याचबरोबर मनात असाहाय्यतेची भावना निर्माण झाली. बंगळूर किंवा मैसूरमध्ये मोठं कार्यालय घेऊन मोठ्या प्रमाणात भावाचं लग्न लावून त्यात आपण भरपूर मिरवायचा तिचा उत्साह आता वठून गेला होता. आई तर काहीही खर्च करणार नाही! प्रत्येक वेळी माहेरहून जाताना रिकाम्या हातीच पाठवून देते! कधीतरी म्हणाली होती, "उगाच साडीवर कशाला खर्च करायचा? सगळे पैसे मिळून तुला एक सोन्याची साखळी करून देते," असं तिनं सांगितलं होतं. कधी? कोण जाणे! अजून तरी आली नाही! कदाचित लग्नाच्या वेळी द्यायचा विचार असेल! आतापर्यंत तरी नवऱ्याच्या नकळत ती त्याच्या खिशातले पैसे काढून घेऊन त्या पैशाची साडी

घेऊन 'आईनं दिलीय' असं सांगत होती. संजयची मुंबईत नोकरी सुरू झाल्यावर त्यानं मात्र गौरीच्या सणासाठी म्हणून पाच हजार रुपये पाठवून दिले होते म्हणा! निदान तो तरी लग्नाच्या वेळी भारीतली साडी घेईल! पाहुण्यांना सांगून करवलीची साडी घ्यायलाच पाहिजे! हे सगळं संजयशी बोलायला पाहिजे.

शिवाय लग्नाला कोण-कोण जायचं? सासरच्यांपैकी कुणा-कुणाला न्यायचं? ओळखीपैकी कुणाला न्यायचं? खरं तर कितीतरी बोलण्यासारखं आहे. पण आई बोलायलाच तयार नाही! एक मात्र आहे, व्यवहार म्हणून लग्नाला येणारे कितीतरी जणं आहेत. पण अंत:करणापासून येणारं कुणीही नाही! आईनं नातेवाइकांना जाणीवपूर्वकच दूर ठेवलं. आठवतंय तसं लहानपणापासून आपण कुणाच्याही घरी कधी गेलो नाही, तेही कुणी आलं नाही. संजय डॉक्टर झालाय म्हटल्यावर काही जण जवळ येऊ पाहात होते. पण त्यांना आपणही दूरच ठेवलं ना! आणि व्यवसायातली माणसं जवळ कशी येतील?

लक्ष्मीचं लक्ष गेलं तेव्हा आईला गाढ झोप लागली होती. बहुतेक ताकाच्या कढीचा प्रभाव असावा.

■

शंकर आणि लक्ष्मीनं बेलूरला जाऊन तिथून लग्नाची बोलणी करायला आलद हळ्ळीला जायचं ठरलं. हे ठरवण्यातही रत्नम्मापेक्षा लक्ष्मीचाच पुढाकार होता. संजयलाही यात काहीच चुकीचं वाटलं नाही. दोन्ही घरच्यांनी एकत्र येऊन लग्न लावून दिलं की झालं! त्यामुळे त्यानं तसं भीमण्णाला कळवलंही.

बेलूरहून अरसिकेरे, तिथून हुबळी आणि तिथून आलद हळ्ळी. रात्रभराचा प्रवास करून दोघे हुबळीला पोहोचले, तेव्हा कृष्णा स्टेशनवर त्यांची वाट बघत होता. बोगी क्रमांक ठाऊक असल्यामुळे एकमेकांना ओळखणं कठीण गेलं नाही. तिथे अजंता हॉटेलमध्ये अंघोळ वगैरे आन्हिकं उरकून आलद हळ्ळीला जायचं असा लक्ष्मीचा विचार होता. कृष्णाच्या मते, त्याऐवजी आलद हळ्ळीलाच लगोलग गेलं तर सगळं तिथेच आवरता येईल. पण त्याला तसं सांगायला जमलं नाही. सगळं आवरून ते आलद हळ्ळीला जायला निघाले, तेव्हा दहा वाजून गेले होते.

दारात भीमण्णा आणि रकुमाबाईनं त्या दोघांचं आदरानं स्वागत केलं. आदरातिथ्यात भपकेपणा नसला, तरी काहीही कमतरता नव्हती. थोड्याच वेळात मृदुला खोलीबाहेर आली. तिला पाहाताच लक्ष्मीला असूया वाटली.

लक्ष्मी चटईवर बसली होती. शंकर बाहेरच्या पडवीत बसून घराच्या आर्थिक परिस्थितीचा अंदाज घेत होता. भीमण्णांनी आपल्या पद्धतीनं गप्पा सुरू केल्या, ''घरात बसून कंटाळा येतो. चला, आमच्या हनुमंताच्या देवळापर्यंत चक्कर मारून

येऊ या! तिकडंच जवळ आमचा मळा आहे. तिथंही चक्कर मारून येऊ या.''

शंकरला हे जरा विचित्रच वाटलं. शिवाय त्यांची कन्नड भाषाही काहीशी वेगळी होती. अर्थात समजायला काही अडचण नव्हती म्हणा! तो त्यांच्या पाठोपाठ निघाला. अनोळखी, त्यातही मुलाकडचे पाहुणे! तरीही हा माणूस कसा बऱ्याच दिवसांची ओळख असावी तसा बोलतोय!

रस्त्यात भेटलेल्या प्रत्येकाशी भीमण्णा आपल्या 'हळू' आवाजात पण शंकरच्या दृष्टीनं चढ्या आवाजात बोलत होते. भेटणारेही मोकळेपणानं विचारत होते. ''पाहुणे दिसतात!'' आणि भीमण्णाही तेवढ्याच मोठ्या आवाजात सांगत होते, ''होय! आमच्या मृदुलाचं लग्न ठरलंय ना! चंपक्काच्या चंद्रकांतच्या शिष्याबरोबर! त्याचीच बोलणी करायला त्याची बहीण आणि मेहुणे आलेत!'' ते दोघं मळ्यात जाऊन पोहोचण्याच्या आधी शंकरला त्यांच्या संपूर्ण आर्थिक परिस्थितीचा अंदाज आला होता.

भीमण्णा मध्यम श्रीमंत शेतकरी म्हणता येईल. जमिनी आहेत, बँकेतही बऱ्यापैकी पैसा असावा. पण एक मात्र शंकरला समजलं नाही. हे आपल्या गरीब घरच्या आणि थोट्या हाताच्या मेव्हण्याला का आपली मुलगी देत आहेत? कदाचित मुलीचा बराच हट्ट दिसतोय! बाकी घर पाहिलं तर आपल्या बँकेतल्या क्लार्कच्या घरापेक्षाही साधं होतं! त्याच्या घरातही, कर्ज करून का होईना, फ्रीज, स्कूटर, कुकिंग रेंज, व्हीसीआर, टीव्ही, वॉशिंग मशीन या सगळ्या वस्तू होत्या. पगाराचा पाऊण भाग कर्ज फेडण्यासाठी जात असला तरी. एक कर्ज संपलं की दुसऱ्या वस्तूचं कर्ज सुरू होतं. अलीकडे तर लक्ष्मीचा कार घ्या म्हणून हट्ट सुरू झाला आहे. सेकंड हॅन्ड असली तरी हरकत नाही, असं तिचं म्हणणं. यांच्यासारखी माझी परिस्थिती असती तर मी तर मर्सेडीज बेंझ कारच घेतली असती! हुबळीत एखादा बंगला बांधला असता. पैसा असतो, तो त्याचा उपभोग घ्यावा म्हणूनच ना! यांना यातलं काहीच समजत नाही. या लोकांना पिढ्यान् पिढ्या धन गोळा करून ठेवायचं आणि गोळा केलेलं धन दान करत वाटून टाकायचं, एवढंच समजतं! काय हा मूर्खपणा! आपल्याला काय करायचंय म्हणा हे सगळं घेऊन! एक मात्र खरं! या लग्नामुळे संजयचा भरपूर फायदा होणार आहे! देखणी बायकोच नव्हे, तिच्याबरोबर अपार संपत्ती येणार आहे! आपलं नशीब खतरूड आहे! ही लक्ष्मी फक्त नावाचीच! संजयला बरा बकरा भेटलाय!

इकडे लक्ष्मी त्यांच्या घरातलं सोनं जोखत होती. हातात काचेच्या बांगड्या, चार सोन्याचा बांगड्या आणि गळ्यातलं मंगळसूत्र सोडलं तर रकुमाबाईच्या अंगावर काहीही सोनं नव्हतं. मृदुलेच्या अंगावर तर कर्णफुलं, दोन सोन्याच्या बांगड्या आणि

गळ्यात एक चेन एवढंच होतं. ही गरीब माणसं आहेत की गरिबीचं सोंग घेतलेली माणसं आहेत म्हणायची? मुलाकडची माणसं बोलणी करायला येत आहेत, हे ठाऊक असताना असे कसे हे? मागे कितीतरी वेळा आई नको म्हणत असताना काही प्रसंगी शेजाऱ्यांकडून सोन्याचे दागिने मागून घेतले नव्हते का? आमच्या गावात लग्नात कुणाचे खरे दागिने, कुणाचे नकली, कुणाचे स्वत:चे आणि कुणाचे उधारीचे हे समजत नाही.

रकुमाबाई कमी बोलणाऱ्या. त्या लगेच स्वयंपाकघरातल्या कामाचं निमित्त करून आत गेल्या. त्या मानानं मृदुला बोलकी. तिच्याकडून काही माहिती काढून घ्यावी म्हणून लक्ष्मीनं तिला विचारलं, ''तुम्ही संजयला कुठं भेटलात?''

मृदुला हसत म्हणाली, ''तुम्ही मला आहो-जाहो म्हणू नका! मी वयानं तुमच्यापेक्षा लहान आहे. तुम्ही माझ्या थोरल्या बहिणीसारख्या आहात. तुम्ही मला ये-जाच म्हणा.''

काय हे विचित्र! पहिल्या भेटीतच ही नवऱ्याच्या बहिणीशी नातं जोडायला निघालीय! किती मूर्खपणा! हे शक्य तरी आहे का? लग्नाला इतकी वर्षं झाली तरी मी माझ्या नंणदेशी बहिणीचं नातं नाही जोडलं! सासरच्यांना कधीही एवढ्या जवळचं मानलं नाही. आईनंही कधी तसं सांगितलं नाही म्हणा! तिला व्याजाच्या व्यवहाराव्यतिरिक्त आणखी कशात अजिबात रस नाही. इथं-तिथं बघूनच मी जो काही व्यवहार शिकले तो शिकले. तेही बहुतांशी जावांच्या वागण्यातूनच. त्यामुळे मृदुलाचं वागणं बघून आश्चर्य वाटणं स्वाभाविकच होतं. ही या छोट्याशा खेड्यात राहून नोकरी करत राहिली आहे. त्यामुळे हिला स्पर्धा ठाऊक दिसत नाही. इथून बाहेर पडल्यावरच हिला खऱ्या जगाची ओळख होईल. त्यात जर हिच्यावर एकत्र कुटुंबात राहायची वेळ आली, तर हिला कळेल सगळी नाती कशी पैशांवर अवलंबून असतात, प्रेम किंवा मायेवर नाही, ते!

लवकरच लक्ष्मीला संजय आणि मृदुलाची पहिली भेट, त्यानंतर कसे ते पुन्हा मुंबईत भेटले. हे सगळं सविस्तरपणे समजलं. मृदुलेनं त्यात काही लपवून ठेवायचा प्रश्नच नव्हता.

दुपारपर्यंत कितीतरी जणं जेवायला जमले. त्यातलं कुणीही त्यांचे फार जवळचे नातेवाईक नव्हते. सावनूरहून रकुमाबाईच्या माहेरची बरीच माणसं आली होती. त्यात रकुमाबाईच्या भावाची, सत्यबोधनची मुलगी सरला आणि मुलगा सतीशही होते. हे सगळे जवळपास एकाच वयाचे होते. त्या सगळ्यांचा परस्परांवर स्नेह पाहून लक्ष्मीला विचित्र वाटलं. सरला आणि मृदुलेच्या वागण्यात कुठल्याही प्रकारची स्पर्धा नव्हती. सतीश मॅथ्समध्ये एमएस्सी करून आता हुबळीच्या कॉलेजमध्ये लेक्चरर होता. सरला बीई करून आता नोकरी शोधत होती आणि तिचे आईवडील

तिच्यासाठी नवरा शोधत होते.

जेवण होईपर्यंत शंकर आणि लक्ष्मीनं परिस्थितीचा अंदाज घेतला. आपण काहीही मागितलं तरी हे नाही म्हणणार नाहीत. पण येताना संजयनं सांगून ठेवलं होतं, सोनं-नाणं किंवा हुंडा मागायचा नाही. ठीक आहे! वेगळ्या मार्गानं जे काही पाहिजे ते मागावं लागेल. शंकर म्हणाला, ''आम्हाला पैशांचा मोह नाही. आम्हाला काहीही नको आहे. तुम्हाला जे द्यायचं आहे ते तुम्ही तुमच्या मुलीला द्या. जावयाला रीतीप्रमाणे जे द्यायचं ते तर दिलंच पाहिजे ना!''

भीमण्णाला हे 'रीतीप्रमाणे' प्रकरण समजलं नाही. त्यानं विचारलं, ''रीतीप्रमाणे म्हणजे?''

''आमच्याकडे लग्नात जावयाला रेशमी सोवळं, सुती सोवळं, उपरणं, गळ्यात एक पदरी चेन, एक अंगठी, एक सूट, पूजेसाठी लागणारी चांदीची भांडी, निरांजनांची जोडी, समईची जोडी एवढं द्यायची पद्धत आहे. आणि घरच्यांना साड्या, एवढंच.''

''ठीक आहे!'' विरोधाचा सूर न काढता भीमण्णानं होकार दिला.

''लग्नाला बरीच माणसं येतील. तुम्ही बस पाठवा किंवा आम्ही करून येऊ.''

''तुम्हीच करून या. आम्ही त्याचा चार्ज देऊ.''

लग्नाची बोलणी संपली. भीमण्णानं 'तुम्ही सुनेला काय घालणार?' हे विचारलंच नाही. रकुमाबाईच्या मनात येऊन गेलं, तरी ते विचारण्याइतकं धैर्य नव्हतं.

पाहुणे त्याच दिवशी गावी परतले. सरला आणि सतीश मात्र आणखी चार-पाच दिवस राहाणार होते. सतीशच्या कॉलेजलाही सुट्टी होती. सतीशनं मृदुलाची थट्टा केली, ''नाहीतरी तू अप्पांबरोबर डॉक्टरकी करत होतीस! त्यात फर्स्ट-एड करत गावात निम्म्या डॉक्टरासारखी मिरवत होतीस! आता काय! गायनॅकॉलॉजिस्टची बायको! समोर येईल त्या बाईची डिलिव्हरी करत राहाणार वाटतं!'' ती त्याची आत्तेबहीण. त्यामुळे बालपणापासून दोघांमध्ये बराच मोकळेपणा होता. सुट्टी पडली की मृदुला त्यांच्या गावी जायच्याऐवजी ते दोघे या गावी यायचे.

घरातली कामवाली दुंडव्वा तळ्याकाठी घरातले कपडे धुवायला घेऊन जायची. कधीमधी कंटाळा आला म्हणून मृदुलाही तिथे कपडे धुवायला जायची. सुट्टीत तर तोही एक 'कार्यक्रमच' असायचा. त्यात पुढाकार मृदुलेऐवजी सरलाचा असायचा. शहरात नळाखाली बादली ठेवून पाणी भरायची सवय असणाऱ्या सरलेला प्रत्यक्ष कपडे धुण्यापेक्षा तळ्याच्या पाण्यात खेळण्यात रस असायचा.

इतरांच्या घरांमध्ये लग्नाच्या वाटाघाटीचा जो थाट असायचा तसा मृदुलेच्या लग्नाच्या बोलण्याचा झाला नव्हता. पाहुण्यांपैकी फक्त दोघं आले होते! खरं तर

बोलणी करण्यासाठी कमीत कमी पंचवीस-तीस माणसं यायची त्या भागाची पद्धत! परवाच रावसाहेब गौडांच्या मुलीच्या लग्नाची बोलणी करायला सुमारे दीडशे माणसं आली होती. गव्हाची खीर शिजवता-शिजवता लिंगप्पाच्या हाताचे तुकडे पडले म्हणून सांगत होता तो! आदले दिवशी ५०० तीळ लावलेल्या भाकऱ्याही करून ठेवल्या होत्या. त्याबरोबर हंडाभर भरली वांगीही केली होती. प्रत्यक्षात इतकी माणसं आली की, तेवढ्या भाकऱ्या पुरल्या नाहीत. भाजीही संपली. अखेर घरच्यांना पुन्हा पिठलं करायची वेळ आली! ते जाऊ दे; गावचे शाळा मास्तर प्राणेशाचार्य यांच्या मुलीच्या – सरस्वतीच्या, लग्नाची बोलणी करायला धारवाडहून पन्नास माणसं आली होती. एवढ्या माणसांना पुरणपोळी आणि चित्रान्नचा स्वयंपाक करेपर्यंत तारांबळ उडाली होती. पाहुण्यांना वाढेपर्यंत घरच्या बायकांच्या कमरेचा काटा ढिला झाला होता. शेवटची पंगत उठली तेव्हा संध्याकाळचे पाच वाजले होते! मृदुलाच्या लग्नाची बोलणी इतक्या झटपट झाली की, लग्नाची बोलणी झाल्यासारखं वाटलंच नाही, असंच सगळे म्हणाले. पाहुणेही इतके नाजूक की एकदा वाढलेलं संपवेपर्यंतच थकून गेले.

सगळ्या गावाला याचं फार आश्चर्य वाटलं! त्यात, आतापर्यंत गावातल्या कुणीही जातीतले पाहुणे तुंगभद्रा नदीच्या पलीकडून आले नव्हते! मुलगी देणं असो वा घेणं; सगळं त्या अलीकडेच चालायचं. त्यामुळे रितीभातींमध्ये फारसा फरक नसायचा. या खेपेला मात्र सगळंच आश्चर्य वाटण्यासारखं होतं!

तळ्याच्या एका काठावर कपडे धुवायचे दगड होते. त्या पलीकडे भली मोठी मोकळी जागा होती. गावातल्या बायका एकीकडे कपडे धुवायला गेल्या की, दुसऱ्या बाजूला गावचे परीट कपडे धुवायला जात. मोकळ्या जागेवर कपडे वाळायला टाकत. सतीश मृदुलेची थट्टा करायचा, ''तुमच्या गावात पांढरे शुभ्र कपडे परिटाकडे दिले की तांबडे होऊन जातात.''

मृदुला घरच्यांचे कपडे भिजवू लागली. सरला पाण्यात खेळण्यात रमली होती. नाहीतरी तिला तळ्याच्या काठावर दगडावर कुस्करून आणि आपटून कपडे धुवायला जमतच नव्हतं. सतीश देवळापाशी काहीतरी करत होता. त्यानं सरलाला हाक मारली. सरला त्या दिशेनं निघून गेली. मृदुलेला कपडे भिजवताना हाताला काहीतरी वस्तू लागली. तिनं पाहिलं, सतीशच्या पॅन्टच्या मागच्या खिशात त्याची पर्स होती. तिनं ती बाहेर काढली. पर्स बाहेरून ओली झाली असली, तरी आतून कोरडी होती. तरीही, आतल्या नोटा तर ओल्या झाल्या नाहीत ना, या काळजीनं तिनं पर्स उघडून पाहिली. पर्सच्या एका कोपऱ्यात प्लॅस्टिकच्या कव्हरमध्ये एक फोटो ठेवला होता. तिच्या मनात कुतूहल निर्माण झालं. कुणावर प्रेम करत असेल हा? तिनं उत्सुकतेनं पाहिलं आणि ती अवाक झाली. तिच्या पायाखालचा दगड

हालल्यासारखा झाला.

तिच्या ध्यानीमनी नसलेलं एक वास्तव तिच्या समोर होतं! तो तिचाच फोटो होता. सुमारे चार-पाच वर्षांपूर्वीचा. कॉलेजच्या आयडेंटीटी कार्डवरचा. सतीशच्या हृदयातलं प्रेम इतकी वर्षं त्याच्या पर्समध्ये उबदारपणे बसून होतं. हा फोटो त्याच्याकडे कसा गेला असेल?

काय करावं हे तिला कळेना. तिनं पाहिलं, सरला देवळासमोरच्या झोपाळ्यावर बसून झोके घेत होती. सतीश तिच्याच दिशेनं येत होता. या क्षणापर्यंत तिनं सतीशकडे त्या दृष्टीनं पाहिलं नव्हतं. तिच्या दृष्टीनं तो थोरला भाऊच होता. तोही तिच्याशी मोकळेपणानंच वागत होता. त्या मोकळेपणामागे ही भावना असेल, याचा संशयही तिच्या मनात आला नव्हता.

पण यानं आपल्या मनातलं प्रेम इतकी वर्षं झाकून का ठेवलं असेल? आपल्याला सांगायला काही हरकत नव्हती. नाही तर त्याने सरळ अप्पांकडे मागणी घालायची! समजा, त्यानं आपल्यापुढे असा काही विषय काढला असता तर? आपली काय प्रतिक्रिया झाली असती? तिला काही सुचलं नाही. आता तर गोष्टच वेगळी होती. तिच्या मनात संजय व्यापून राहिला होता.

मृदुलानं फोटो आपल्या ब्लाउजमध्ये ठेवून दिला. काहीही न घडल्यासारखी, पर्स बाजूला ठेवून ती बाकीचे कपडे भिजवू लागली. सतीश धावतच तिथे येऊन पोहोचला.

''माझी पर्स खिशातच राहिलीय. भिजली की काय कोण जाणे!''

मान वर न करता मृदुला म्हणाली, ''तिकडं ठेवलीय बघ! मला आधीच सांगायचं, म्हणजे भिजवायच्या आधी पाहिलं असतं मी!''

त्यानं गडबडीनं पर्स उचलली. आतला फोटो नाहीसा झाल्याचं पाहून त्यानं एकवार तिच्याकडे पाहिलं आणि वळून चालू लागला. त्याच्या चेहऱ्यावरची वेदना तिच्याही लक्षात आली. ती त्याच्या पाठमोऱ्या आकृतीकडे पाहात राहिली.

■

लग्नानंतर मृदुला बंगळूरमध्ये यलहंक उपनगरापाशी राहात होती. बंगळूरच्या सरकारी हॉस्पिटलमध्ये संजयनं टेंपररी नोकरी धरली आणि तो मुंबई सोडून बंगळूरला आला होता. नुकतंच लग्न झालेली मृदुलाही त्याच्या मागोमाग तिथे आली होती. मृदुलेला मुंबईचा परका प्रदेश आणि परक्या भाषेत अजिबात करमेना. ती कर्नाटकात जायचा आग्रह धरू लागली. संजयलाही ते पटलं. त्यामुळे त्यानं प्रयत्न करून ही नोकरी मिळवली आणि ते कर्नाटकात आले. मृदुलालाही यलहंकमधल्या सरकारी शाळेत बदली मिळाली होती. नोकरी कायम राहिली असली, तरी आलद

हळ्ळीमधली सरकारी शाळा आणि इथली सरकारी शाळा यात जमीन-अस्मानाचा फरक होता. गावातल्या शाळेत जवळपासच्या छोट्या-छोट्या गावाहून मुलं यायची. शाळेसमोर खेळाचं भलं मोठं मैदान होतं. शिवाय रंगमंदिरही होतं. तिथे येणारे विद्यार्थी खेड्याच्या वातावरणातून येत असल्यामुळे जास्त निष्ठेनं यायचे. त्यामुळे शिकवणं ही एक संधी वाटायची.

यलहंकची सरकारी शाळा तशी नव्हती. तिथे ही काही एकमेव शाळा नव्हती. पूर्वीच्या काळी मैसूर संस्थान असताना उदार हृदयाच्या महाराजांमुळे इथे शाळा सुरू करण्यात आली होती. हे महाराज इतर संस्थानिकांसारखे नव्हते. आपल्या प्रजेसाठी त्यांनी अनेकानेक धर्मशाळा आणि शिक्षणासाठी मोफत शाळा सुरू करताना अजिबात हात आखडता घेतला नव्हता. शिवाय उत्तम शिक्षकांची नेमणूक केली होती.

शाळेत येणाऱ्या विद्यार्थ्यांमध्येही असाच फरक होता. इथले विद्यार्थी फक्त या परिसरातून यायचे. कन्नड माध्यमाची शाळा असल्यामुळे येणारे विद्यार्थी बहुतेककरून आर्थिकदृष्ट्या कमी थरातले असत. शिक्षकांची प्रवृत्तीही वेगळीच असल्याचं तिच्या लक्षात आलं होतं. बहुतेकांची वृत्ती घरात शिकवण्या करून पैसे कमावण्याकडे होती. काही जणांनी बंगळूरमध्ये बायकोच्या नावावर कंपन्या सुरू केल्या होत्या आणि त्यांचं सगळं व्यवधान तिकडंच असे. शाळेच्या स्वच्छतेविषयी कुणीच जागरूक नसे. कारण कुणालाच शाळेविषयी आस्था नसायची. एका हाताच्या बोटांनी मोजता येण्याएवढी माणसं मात्र मृदुलेप्रमाणे निष्ठेनं काम करायची.

एका अर्थी पहिल्यांदा गावाबाहेर पडलेल्या मृदुलेला नवं जग बघितल्यासारखं वाटत होतं. कर्नाटकात सगळीकडे कन्नड भाषा बोलली जात असली, तरी ती बोलायची पद्धत सगळीकडे वेगवेगळी असते. समुद्रकिनाऱ्याची मंगळूरकडची भाषा वेगळी. उत्तर कर्नाटकातली 'गंड' म्हणे पुरुषी भाषा वेगळी, बंगळूरची इंग्लिशमिश्रित भाषा वेगळी. त्यामुळे मृदुलेला कन्नड बोलतानाही भीती वाटत होती. शाळेचे हेडमास्तर मुनियप्पा हे कोलारकडचे होते. अतिशय सुसंस्कृत माणूस! त्यांनी मृदुलाचं मनापासून स्वागत केलं होतं. त्यांनी सांगितलं होतं, "तुम्ही या शाळेत नव्या आहात. तुम्हाला हवा तो विषय घ्या. हवा तो वर्ग घ्या. अर्थात तुम्हाला दोन वर्षं शिकवायचा अनुभव आहे म्हणा!"

संजयला सोयीचं व्हावं म्हणून हॉस्पिटलच्या बाजूला घर घ्यायची इच्छा असली तरी त्यांची तेवढी आर्थिक परिस्थिती नव्हती. यलहंक दूर असलं तरी इथलंही भाडं काही कमी नव्हतं. नाष्टा करून डबा घेऊन संजय निघाला की, त्याला यायला रात्र व्हायची. काही इमर्जन्सी असेल, तर अनेकदा त्याला रात्रीही तिथेच राहावं लागे. त्यांच्या घरी फोन नसल्यामुळे अशा वेळी मुनियप्पांच्या घरी फोन करून तो कळवत असे. कुठलीही वेळ असो, त्यांचा चोवीस वर्षांचा मुलगा अरुण

सायकलवरून येऊन निरोप सांगून जायचा. एकदाही त्यानं कपाळावर आठी आणली नाही. बंगळूरच्या पीईएस कॉलेजमध्ये कॉम्प्युटर इंजिनिअरिंग शिकत होता.

आलद हळ्ळीमध्ये असेपर्यंत मृदुलाला स्वयंपाक करायची अजिबात सवय नव्हती. कधीतरी काही विशेष करायचं असलं, तर ती 'पाकसिद्धी' पुस्तकाचा आधार घेऊन करायची. शेतकरी कुटुंब असल्यामुळे घरात सतत नोकर-माणसं असायची. त्यात जेवायला जास्त माणसं असतील, तर सामराचार्यांना निरोप जायचा. रोजचा स्वयंपाक रकुमाबाईंचा असे. त्यामुळे मृदुला फक्त वरचं काम करत असायची.

लग्नानंतर तिच्यावर स्वयंपाकाची जबाबदारी आली. दोघांसाठी दोन मुठी तांदूळ टाकले की भरपूर भात होई. मुलीचं घर लावून द्यायला आलेल्या रकुमाबाईंची एवढासा स्वयंपाक करता-करता पुरेवाट झाली होती. त्यात संजयला भाकरी किंवा चपातीची अजिबात सवय नव्हती. त्यात मुंबईला असेपर्यंत त्याला तेच जेवावं लागल्यामुळे तो कंटाळला होता. इथे आल्या-आल्या त्यानं बायकोला बजावलं होतं, "मला भाकरी, चपाती, दहीभात, साखर घालून बिघडवलेलं श्रीखंड अजिबात आवडत नाही. तू भाताचा कसलाही प्रकार केलास तरी हरकत नाही! मी मुकाट्यानं खाईन!"

पण मृदुलेला साधा भात आणि कलसन्ना सोडला, तर भाताचा कुठलाही प्रकार ठाऊक नव्हता. वर सार, बस्स! संजयला आणखी कसल्याही सवयी नव्हत्या. तरी बिचाऱ्याची एकच मागणी होती; ती म्हणजे भाताची!

अखेर मृदुला मुनियप्पांची बायको कांतम्माना शरण गेली. त्या पहिल्यांदा तर तिला म्हणाल्या, "हे काय अम्मा! तू इतक्या सगळ्या परीक्षा दिल्या आहेस! हे सांगतात, मुलांनाही चांगलं शिकवतेस म्हणून! तुला मी काय शिकवणार? मी आपला खेडवळ स्वयंपाक करणारी बाई! पुळिओगरे, सागु, नाचणीची उकड, ताकाची कढी, ताकातली भाजी, पावट्याची आमटी... माझ्या सासूबाईंनी शिकवलंय तेवढंच करते मी! लग्नात तेरा वर्षांची होते मी. सासूबाईच माझ्या आई!" त्या आपल्या सासूची हृद्य आठवण काढत म्हणाल्या.

हे सुख मृदुलाच्या नशिबी नव्हतं. रत्नम्मा सुनेचं स्वागत करायला या घरी आल्याच नाहीत. शेतातल्या कामाचं त्यांनी निमित्त सांगितलं. वर म्हणाल्या, "ती काही दहा वर्षांची मुलगी नाही. लग्नाच्या आधीपासून दोघांची ओळख आहे. तिच्या आईलाच येऊ दे घर लावून द्यायला!" तिनं त्या दोघांना 'रजा आहे तोवर येऊन जा,' असंही सांगितलं नव्हतं. लक्ष्मीच्या मुलाची शाळा सुरू होत असल्यामुळे तीही घर लावायला आली नव्हती. आता कांतम्मांच्या मार्गदर्शनाखाली मृदुला स्वयंपाकाचे धडे एकेक करून गिरवू लागली. एखाद्या दिवशी भात गोळा-गिचका व्हायचा, तर कधी एकदम फडफडीत व्हायचा. कधी सार तिखट जाळ व्हायचं तर कधी अगदी

सपक. पण संजय कधीही त्यावर टीका-टिपणी न करता जेवायचा. कधीकधी मृदुलाच कंटाळायची. पण तो म्हणायचा, "तू एवढा वेळ कष्ट करून स्वयंपाक केलेला असतोस. टीका करायला दोन मिनिटं पुरतात. तुझ्या कष्टाची काहीतरी किंमत आहे की नाही?"

पैशाची चणचण सोडली, तर मृदुलाला आणखी काहीही त्रास नव्हता. संजयचा पगार बेताचाच होता. त्यातच घरभाडं, घरखर्च करून काही पैसे तो आईला पाठवून द्यायचा. तशा रत्नम्मा कधीही मुलाकडे पैसे मागायच्या नाहीत. त्याचबरोबर त्यानं दिलेल्या पैशाला त्या कधी नकारही द्यायच्या नाहीत. पैसे दिले म्हणून कौतुक नाही आणि दिले नाहीत म्हणून नावं ठेवणंही नाही! त्यानं दिलेले पैसेही फक्त साठवून न ठेवता, त्या व्याजानं द्यायच्या. त्या म्हणायच्या, "कदाचित गेलेली वेळही परत येईल; पण व्याजानं न देता खर्च केलेले पैसे कधीही परत येत नसतात."

संजयची मात्र अपेक्षा असायची की आपण पाठवलेल्या पैशांमध्ये आईनं सुखा-समाधानानं जीवन काढावं. पैसा व्याजानं देत रत्नम्माही आपल्या परीनं 'सुखा'तच होत्या! नाहीतरी सुख हे मानण्यावर असतं ना!

पहाटे लवकर उठून मृदुला जमेल तसा स्वयंपाक करायची. संजय डबा घेऊन हॉस्पिटलला गेला की स्वत: जेवण उरकून शाळेत जायची. संध्याकाळी ती घरी परतायची. त्यानंतर निवांतपणे धुणं-भांडी करायची. भीमण्णानं मुलीच्या संसाराला लागेल तेवढं धान्य-धुन्य आणून टाकलं होतं. शिवाय त्यानं सांगितलं होतं, "घराला लागणाऱ्या सामानाची यादी करून दे. आणून देतो." पण हे संजयला मान्य नव्हतं. "आपण कमवून जमेल तेव्हा घेऊ या. घाई काय आहे?" हे मृदुलेलाही मान्य होतं. त्यामुळे त्यांच्या घरात फ्रीज-टीव्हीसारख्या वस्तू नव्हत्या. मृदुलानं संजयला आपल्या पगारातून साठलेल्या पैशातून एक स्कूटर घेऊन दिली होती. एकंदरीत त्यांचं जीवन सुखा-समाधानात चाललं होतं.

अलीकडे शंकरला व्यापाराचं वेड लागलं होतं. बेलूरमध्ये त्याच्या एका मित्रानं हॉटेल काढलं होतं. त्याच्याबरोबर तो अधूनमधून खरेदीसाठी बंगळूरला यायचा.

लग्न झाल्यापासून मृदुला सासरच्या घरी गेलीच नव्हती. लग्नानंतर ती आधी संजयबरोबर मुंबईला गेली आणि तिथून सामान घेऊन बंगळूरला आली होती. त्यामुळे तिथे टी. नरसीपूरला जाणंच झालं नव्हतं. संजयनंही फारसा उत्साह दाखवला नव्हता. तिनं तिच्या सासूला लग्नात पाहिलं होतं तेवढंच.

भरल्या कुटुंबात वाढलेल्या मृदुलाच्या दृष्टीनं हे थोडं विचित्र होतं. एकदा तिनंच संजयपुढे हा विषय काढला. त्यानंही फारसा उत्साह दर्शवला नाही. पण लक्ष्मी मात्र भावजयीला पत्र लिहित होती. 'बेलूरमध्ये फार छान देवालय आहे. तिथल्या मूर्ती

बघण्यासारख्या आहेत. आम्ही इथे आहोत, तोपर्यंत तुम्ही येऊन जा!....'

एका संध्याकाळी मृदुला आणि संजय टी.नरसीपूरला येऊन पोहोचले. तिथे त्यांना बसस्टॅन्डवर येऊन आदरानं बोलावणारं कुणीही नव्हतं. तिथून घरही जवळच होतं म्हणा! त्यामुळे ते सरळ घरी आले.

संजयनं आईच्या व्यवहारात कधीही डोकं घातलं नव्हतं. आताही आपला पगार तो मृदुलेच्या हातात देत होता. त्यात रत्नम्मांना पैसे पाठवायचे सोडले, तर त्याला पैशाची गरज नसे. मृदुलाच घरचा खर्च करत होती. हिशेब ठेवत होती. तीच आग्रहानं त्याच्याकडे काही पैसे ठेवायला देत होती.

संजयला मित्रही कमी होते. एकदा हॉस्पिटलमध्ये गेला की, काम संपल्यावरच बाहेर यायचा. त्याला वाचनाची आवड आणि कामात अतिशय रस, त्यामुळे वेळ कसा जायचा तेच समजायचं नाही. सासरी जाताना काय न्यायचं असं मृदुलानं विचारलं तरी त्यानं 'तुला वाटेल ते घे!' असंच तिला सांगितलं. मृदुलाला काही कळलं नाही, तेव्हा तिनं कांतम्मांना विचारलं. त्यांनी सांगितलं, ''पहिल्यांदा निघालीस! रिकाम्या हातानं जाऊ नये! लग्नानंतर सासू हीच आई असते! बाकी आयुष्य त्यांच्याबरोबर काढायचं असतं ना! त्यांच्यासाठी फळं आणि साडी घेऊन जा. त्या काही कारणानं बोलल्या तरी तू उलट उत्तर देऊ नकोस! तुझाही स्वभाव तसा नाही म्हणा! तरी वय असतं ना! आपण सहन केलं पाहिजे!''

मृदुलानं सासरी जाताना आपल्या पगारातून सासूला साडी, फुलं, फळं घेतली होती. तिच्या दृष्टीनं दोघांच्या पगारात भेद नव्हता.

दोघं घरी पोहोचले तेव्हा रत्नम्मा दुकानात बसली होती. ते आले तेव्हा संध्याकाळचे पाच वाजले होते. त्या दोघांना बघताच रत्नम्माला फार आनंद झाला. ''या! ये बाळ! उजवा पाय आधी टाकून ये. आमच्या घरी तुझं स्वागत करायला कुणी नाही. लक्ष्मीच्या मुलाचीही शाळा सुरू झालीय ना!....''

त्यांनी माजघरात चटई अंथरली. मृदुला त्यावर बसली. तिनं घरभर नजर फिरवली. एव्हाना संजय परसात गेला होता. त्यालाही इथे येऊन दोन वर्षं होऊन गेली होती.

घर बघून मृदुलाला आश्चर्य वाटलं. तिला खेड्यातलं घर काही अपरिचित नव्हतं. तसं पाहिलं तर आलद हळ्ळी हे टी. नरसीपूरहून लहान गाव होतं. शिवाय हे यात्रेचं स्थळ आहे. मैसूरहून जवळ आहे. मैसूरच्या महाराजांच्या काळी या प्रदेशातून भरपूर सुधारणा झाल्या होत्या. पण हे घर? आलद हळ्ळीमधल्या कुठल्याही रयताचं घरही यापेक्षा नीटस होतं. घर तर जुनंच होतं. तिथली आधुनिकता म्हणजे विजेचा दिवा. बस्स! घरात अजूनही नारळाच्या झावळ्या जाळून स्वयंपाक केला जात होता. तिथे एकंदरच गरिबीपेक्षा दुर्लक्ष झाल्याची जास्त लक्षणं होती. जर आपली

आई लग्नाआधी हे घर बघून गेली असती तर काय म्हणाली असती कोण जाणे!

संजय आत आला. आश्चर्य आणि खिन्नतेनं भरलेला बायकोचा चेहरा त्यानं पाहिला. तो म्हणाला, ''घरात आई एकटीच असते ना! त्यामुळे घराकडे लक्ष द्यायला जमत नाही तिला. त्यात दुकानाची कामं असतात!...'' त्याचवेळी रत्नम्मांनी स्वयंपाकघरातून स्टीलच्या तांब्यात प्यायचं पाणी आणि दुकानातून दोन केळी आणून तिच्या पुढ्यात ठेवली. मृदुलाचा स्वभाव बोलका असला, तरी आता सासूशी काय बोलावं हे तिला सुचेना. त्याही काही बोलल्या नाहीत. तिला हे मौन असह्य वाटलं. माय-लेकामध्येही गप्पा नव्हत्या.

''कशी आहेस आई?''

''बरी आहे. तुम्ही कसे आहात?''

''छान आहे. लक्ष्मी कशी आहे?''

''बरी आहे!''

एवढ्यावर त्या दोघांचाही संवाद संपला. शेवटी मृदुलानं विचारलं, ''मी रात्रीचा स्वयंपाक करू?''

''कर!'' उत्तर मिळालं. रत्नम्मांच्या सांगण्यात सासूचा अधिकारही नव्हता आणि कांतम्मा म्हणत होत्या, तशी आईची ममताही नव्हती. केवळ व्यवहार होता त्यात.

संजयनं इथे बरीच वर्षं काढली होती. त्याचे अनेक मित्र बंगळूर-मैसूरला होते. काही अजूनही इथंच होते. त्यामुळे संजय ''आई, जरा जाऊन येतो गं!'' म्हणत निघून गेला. मृदुला एकटीच होती. एवढ्यात कुणीतरी गिऱ्हाईक आलं. रत्नम्मा दुकानात गिऱ्हाइकाबरोबर व्यवस्थित गप्पा मारत होत्या. पण घरात मात्र त्यांना काय बोलायचं ते सुचत नव्हतं.

मृदुलाला मागे कधीतरी भीमण्णानं सांगितलेली विक्रमादित्याची कथा आठवली. विक्रमादित्याचं सिंहासन जमिनीत गाडलं गेलं होतं; त्या मातीच्या ढिगाऱ्यावर कुणीही बसलं तरी त्याच्यामध्ये असामान्य न्यायशक्ती जागृत व्हायची म्हणे. आता ते रत्नसिंहासन मैसूरच्या राजांच्या जवळ आहे, असं म्हणतात. तसंच या रत्नम्मांच्या दुकानचंही असेल! कदाचित हा तिथल्या गल्ल्याचा प्रभावही असेल!

तिनं स्वयंपाकघर पाहिलं. एका डब्यात थोडेसे तांदूळ होते. एका डब्यात डाळ होती आणि एका डब्यात नाचणीचं पीठ होतं. तिखट आणि मसाल्याची बरणी कुठं आहे? या अंधाऱ्या स्वयंपाकघरात शोधलं पाहिजे. भाजी? आणि मिरच्या कुठं आहेत? तिला काहीच कळेना. तिनं बॅगेतून जुनी साडी काढली. ती नेसून आपण आणलेलं सामानही तिनं चटईवर काढून ठेवलं. त्याचवेळी रत्नम्मा आत आल्या. गिऱ्हाईक निघून गेलं होतं.

''भाजी शोधायची गरज नाही. माडीवर भोपळा आहे. तोच घालून आमटी

करता येईल. दुकानात हिरवी मिरची आहे. काल देवळाच्या पुजाऱ्यांनी नारळाचं भकल दिलंय. ते शिंक्यावर ठेवलंय. परसात कढीपत्त्याचं झाड आहे. आणि हो! स्वयंपाक मी करेन. तू दमून आलीयस!'' त्या म्हणाल्या. त्यांच्या बोलण्यात अजिबात नाटकीपणा नव्हता, उलट स्पष्टपणा होता. फक्त पैसा खर्च करायला त्यांचा विरोध होता, एवढंच! सुनेला स्वयंपाक करायला सांगितलं, तर तिच्या सांगण्यावरून आपला अव्यवहारी मुलगा ढीगभर भाज्या आणून टाकेल! एवढीच त्यांना काळजी होती. सुनेनं आणलेलं सामान बघून त्या म्हणाल्या, ''अय्यो! एवढं सगळं कशाला आणलंस? मला काय करायचीय एवढी भारी साडी? ती नेसून मला काय तुझ्यासारखं शाळेत जायचं आहे काय? तुझ्या लग्नात तुम्ही दिलेल्या साडीची मी अजून घडीच मोडली नाही!''

यावर काय बोलायचं ते न समजून मृदुला गप्प राहिली.

त्याच पुढे म्हणाल्या, ''संजय आला की, तुम्ही दोघं देवाला जाऊन या. बरोबर तुम्ही आणलेली फळं नेली तरी पुरेसं आहे. तसेच नदीच्या काठावर फिरून या.''

रत्नम्मा पुन्हा दुकानात गेल्या. शुक्रवारची संध्याकाळ असल्यामुळे गिऱ्हाईक जास्त होतं. त्यांच्याकडे लक्ष दिलं नाही, तर ते शेजारच्या दुकानात जातात.

संजय आल्यावर दोघंही देवळात गेले. तिथल्या बऱ्याच बायका संजयला ओळखत होत्या. त्या म्हणाल्या, ''काय म्हणतोस? काही का असेना बायकोला घेऊन आलास की नाही? मुंबईची आहे म्हणून समजलं! कन्नड बोलता येतं की नाही?''

''मी कन्नडच आहे. शाळेत शिकवते मी.'' तिनं सांगितलं. लहान गावात काही-काही बातम्या पसरल्या जातात. म्हणतात ना, सत्य एक असलं, तर असत्य अनेक संख्येनं असतं. अंदाज तर हजारोंच्या संख्येनं असतात.

देवळात चार-सहा सवाष्णी खांबापाशी बसल्या होत्या. आज शुक्रवार असल्याचं तिला आठवलं. तिनं जवळची विड्याची पानं आणि सुपारी काढली आणि त्यावर दहा-दहा रुपये ठेवून तिथल्या प्रत्येक सवाष्णीला दिले. वर सगळ्यांना नमस्कार केला. आलद हळ्ळीमध्ये रकुमाबाई दर शुक्रवारी हे करायच्या. आणि त्यासाठी त्या जाती-पंथाचं बंधन पाळायच्या नाहीत. कुणीही विवाहित स्त्री असली, तरी पुरेसं असायचं.

हे दोघं देवाला नमस्कार करून नदीच्या काठावर फिरून घरी येण्याआधी रत्नम्माच्या सुनेनं पान-सुपारीबरोबर दहा-दहा रुपये दिल्याची बातमी विद्युत्वेगानं गावभर पसरली. तशी ती रत्नम्मांनाही येऊन पोहोचली. हे फारच विचित्र होतं! रत्नम्मा तळमळल्या. अय्यो! हिला दहा रुपयांची किंमत ठाऊक तरी आहे काय? दक्षिणा कनवटीला लावून तोंडभर आशीर्वाद द्यायला कुणाचं काय जातं? तोंडानं आशीर्वचन म्हटलं, तर ते काही सिमेंटमधलं कायमचं वचन नाही होत! आणि कुणी पैसे दिले तर नको कोण म्हणेल? शिवाय देवळात असलेल्या त्या सगळ्या

चांगल्या घरच्या बायकाच होत्या. त्या केवळ सवाष्ण आहेत म्हणून या ढ मुलीनं असे पैसे वाटायचे का? सवाष्ण ही काय महान पदवी आहे? अगदी वाटलंच तर पाय धरून नमस्कार करायचा. मिळाला असता आशीर्वाद! हिला सांगायला पाहिजे! त्यांनी ठरवलं.

रात्री दोघं घरी आली तेव्हा नऊ वाजले होते. दुकान बंद करायची वेळ झाली होती. भात, नाचणीची उकड, भोपळ्याची आमटी, नारळाची चटणी असा जेवणाचा बेत होता. संजयला नाचणीची उकड अत्यंत आवडते. अलीकडे मृदुलाही उकड काढायला शिकली असली, तरी रत्नम्मांसारखी तिला जमत नव्हती.

रत्नम्मा मुलाला विचारत होत्या, ''पुढचा काय विचार आहे तुझा? पुढे शिकणार आहेस की दवाखाना काढणार आहेस?''

''मला आणखी शिकायचं आहे. सरकारी सीट मिळाली, तर पगारही मिळायला लागेल. पूर्वी एमबीबीएस झाल्या-झाल्या दवाखाना काढायचे. आता तसं नाही चालत! नुसत्या एमबीबीएसला आज काहीही किंमत नाही.''

यात रत्नम्मांना समजण्यासारखं काही नव्हतं. त्या गप्प बसल्या. संजयनं आस्थेनं आईला विचारलं, ''तू रोज काय करतेस?''

''भरपूर काम असतं! आठवड्याला बंगळूरला किंवा मैसूरहून सामान मागवायचं, हिशेब लिहायचा. दर महिन्याला एकदा भिशी असते. आपल्याच घरी असते. उद्याही आहे... शिवाय दुकान आहेच. एक-दोन दिवस दार बंद ठेवलं की सगळं गिऱ्हाईक दुसरीकडं जातं. शिवाय शेतीची कामं असतात. हल्ली पूर्वीसारखी कामाला माणसं मिळत नाहीत. तुला कदाचित ठाऊक नसेल; कावेरीच्या काठची वाळू घर बांधायला चांगली असते म्हणे. त्यामुळे सगळे मजूर त्या कामाला जातात. रात्रभर ते काम चालतं. पैसेही भरपूर मिळतात तिकडं. त्यामुळे इथे पेरणीला, कापणीला माणसं मिळत नाहीत.''

संजयलाही आठवलं, अलीकडे देशभर सगळ्या नद्यांमधली वाळू काढणं आणि विकणं हा नदीकाठच्या सगळ्या खेड्यांमध्ये चालणारा बेकायदेशीर धंदा आहे. पेपरमध्ये अशा व्यवसायांविषयी अनेकदा येत असतं. महानदी, यमुना, गंगासारख्या मोठ्याल्या नद्यांच्या पात्रातही हा धंदा चालतो ना! शहरात इमारतींचं बांधकाम वेगानं सुरू असताना ही वाळूची मागणीही असणारच ना! इमारतीची मागणी वाढते आहे कारण वाढणारी लोकसंख्या... सरकारी कुटुंब नियोजनाचं महत्त्व कुणाच्याच कसं लक्षात येत नाही?....

त्या दोघांच्या बोलण्यात मृदुलेचा काहीही संबंधच नव्हता. संजय विचार करत होता, उद्या आईची भिशीची मीटिंग... तिच्या मैत्रिणी घरी येतील. त्यांच्या भिशीविषयीच गप्पा चालतील. मृदुलेला काय वाटेल?

त्यानं आईला म्हटलं, ''अम्मा, नाहीतरी आता तू तर भेटलीसच. उद्या बेलूरला जातो, लक्ष्मीलाही भेटून गावी परततो.''

हा नवा प्लॅन मृदुलेच्या दृष्टीनं अनपेक्षित होता. संजय बेलूरला जाण्याविषयी अजिबात बोलला नव्हता. त्याचं बोलणं ऐकून रत्नम्मा कणभरही विचलित झाल्या नाहीत. त्यांनी शांतपणे विचारलं, ''रजा किती दिवसांची होती?''

''तीन दिवस. त्यातला एक दिवस तर संपलाच ना!''

''ठीक आहे! उद्या नाष्टा करून निघा. इथून थेट बस नाही. मैसूरला जाऊन तिथून दुसरी बस पकडावी लागेल. जाण्याआधी फोन करा तिला.''

''लक्ष्मीच्या घरी फोन आहे?''

''शंकरला तसली सगळी थेरं लागतात. त्याच्या तालावर तीही नाचते! उगाच केवढाला खर्च करून फोन घेतलाय! कशाला हवाय? घरात असेल तर आणखी खर्च होतो! ठाऊक आहेच म्हणा तुला! शंकरचा थोरला भाऊ महादेव असतो मैसूरला. त्यांच्याशी त्यांची सतत स्पर्धा असते, तीही पैसे खर्च करायच्या बाबतीत! असली कसली स्पर्धा? पण सांगणार कोण त्यांना? मी सांगायला गेले, तर ऐकतंय कोण? दर आठवड्याला टॅक्सी करून ट्रिपला जातात!''

''कुणी सांगितलं तुला?''

''माझ्या कानावर सगळं येत असतं. परवा टॅक्सी करून शृंगेरीला गेले होते म्हणे! दोन आठवड्यांपूर्वी बंगळूरला गेले होते. असा खर्च करत गेलं तर पगारातलं शिल्लक काय राहील? नाहीतरी आता तू जात आहेस, तूच तिला जरा समजाव!''

रात्री मृदुलानं विचारलं, ''तुम्ही लक्ष्मीच्या घरी जाण्याविषयी काही सांगितलंच नव्हतं मला.''

''आता वाटलं तसं. नंतर रजा मिळणार नाही ना! शिवाय मलाही एन्ट्रन्स परीक्षेची तयारी करायची आहे, तीही वरचेवर बोलवत असते. एकदा बाहेर पडलोच आहोत, संपवून टाकू या.''

ह्यावर मृदुलानं विश्वास ठेवला. तरीही तिच्यापुढचा प्रश्न होताच.

''अहो, पण... त्यांच्या घरी जायचं म्हटल्यावर रिकाम्या हाती कसं जायचं? पहिल्यांदाच जातोय आपण!''

''ते काही तेवढं महत्त्वाचं नाही! लक्ष्मीची काही तशा प्रकारची अपेक्षा नसते.''

पण हे मृदुलाला पटलं नाही. आता तिच्याकडे फक्त हजार रुपये होते. तिला आणखी एका गोष्टीचं आश्चर्य वाटलं. मुलगा-सून एकच दिवस राहून लगोलग निघाले म्हणून रत्नम्मांनी अजिबात त्रागा केला नाही! वाईटही वाटून घेतलं नाही.

सकाळी रत्नम्मांनी उप्पीट आणि कॉफी केली. ते दोघं निघाले तेव्हा त्यांनी सुनेला देवाच्या कोनाड्यात असलेला कुंकवाचा करंडा दाखवून कुंकू लावून घ्यायला

सांगितलं. नंतर हलक्या आवाजात म्हणाल्या, "मृदुला, दर महिन्याला पगारातली काही रक्कम बाजूला काढून ठेवत जा! जीवनात अडचणी कधी आणि कशा येतात ते सांगता येत नाही! हातात पैसा नसेल, तर आयत्या वेळेला कुणीही देत नसतं. हे मला संजयपुढे नाही सांगता येत. पुरुषांना या गोष्टी सांगितल्या तर नाही पटत! मी अनुभवाच्या गोष्टी सांगते ऐक!"

मृदुलानं मान हालवली.

यंदा शाळेची ट्रिप मैसूर-बंगळूरला गेली होती. पण मृदुला त्यात नव्हती. त्यामुळे तिचं मैसूर बघणं राहून गेलं होतं. त्यामुळे मैसूरमध्ये पाय ठेवताना तिला आनंद झाला. दोन-तीन दिवस इथे राहिलं तर झू, वृंदावन गार्डन, राजवाडा पाहाता येईल! तिनं मनातला विचार संजयपुढे बोलून दाखवला. पण संजय म्हणाला, "होय. पण आता रजा नाही. पुन्हा कधीतरी येऊ या."

विषय संपला. मृदुला गप्प राहिली. तिची मनोराज्यं सुरू झाली. तेव्हा उतरायचं कुठं? लक्ष्मीच्या सासरच्या घरी राहाणं तर शक्य नाही. लग्नातच ते सगळे आपल्याकडे किती तिरस्कारानं बघत होते!

देवराज मार्केटला उतरून मृदुलानं थोडी भाजी आणि थोडी फुलं-फळं घेतली. सासरच्या घराची आठवण झाली. पाठोपाठ वाटलं, आता लक्ष्मीचं घर कसं असेल कोण जाणे! संजय काही बोलला नाही. तिनंच हिशेब करून जवळच्या साडीच्या दुकानातून एक सिंथेटिक साडी विकत घेतली.

हासनहून निघून बस बेलूरला पोहोचली तेव्हा संध्याकाळ झाली होती. मैसूरहून संजयनं फोन करून आपण येत असल्याचं कळवलं, तेव्हा लक्ष्मीला आनंद झाला. बसस्टॉपवर शंकर वाट बघत उभा होता. मृदुला म्हणाली, "तुम्ही कशाला आलात? आम्हाला पत्ता ठाऊक होता. आलो असतो आम्ही रिक्षा करून!"

शंकरनं ठरवलेल्या रिक्षातून ते घरी येऊन पोहोचले. लक्ष्मीचं घर बघून मृदुला आश्चर्यानं दंग राहिली. सुरेख लाकडी सोफासेट, फ्रीज, कुकिंग रेंज, टी.व्ही., व्हीसीआर ...आधुनिक घरात असावीत, ती सगळी सुख-साधनं त्या घरात होती. आलद हळ्ळीमधल्या कुठल्याही श्रीमंत घरात या सगळ्या वस्तू नव्हत्या.

शंकर बँकेत कारकून होता. पण त्यांचं घर बँक मॅनेजरपेक्षा चांगलं होतं. मृदुलेनं आणलेली भाजी, फळं, साडी बघून लक्ष्मी मंद हसली. म्हणाली, "हे सगळं कशाला आणत बसलात? इथे सगळं मिळतं."

जेवणाचा बेत तर उत्तम होता. मृदुलानं विचारलं, "अहो! इतक्या लवकर तुम्ही गुलाबजाम आणि चंपाकली कसं केलंत?"

"तुमचा फोन आल्या-आल्या गुलाबजाम केले. आमच्या एका मित्राचं हॉटेल आहे. आम्हाला काही पक्वान्नं हवं असेल, तर आम्ही तिथूनच मागवतो. मोठ्या

प्रमाणात हवं असेल, तर तेच घरी येऊनही करून देतात.''

लक्ष्मीच्या अंगावर मैसूर सिल्कची साडी होती. केसात मोगऱ्याचा गजरा होता. ती कुठल्या तरी समारंभासाठी निघाली असावी असं वाटत होतं.

''बाहेर निघालात का?''

''नाही. तुम्ही येणार होता ना? म्हणून तयार झाले होते!''

एवढी चांगली साडी? मृदुलाला समजलं नाही. तिच्याकडे लग्नात मिळालेली एकुलती एक रेशमी साडी होती.

त्या दिवशी त्यांच्याकडे मुक्काम झाला. दुसऱ्या दिवशी ते बेलूरचं देवालय बघून आले. हळेय बिडु पुढे आठ किलोमीटरवर होतं. तिथे जाण्यासाठी हव्या तेवढ्या बसेस होत्या. पण शंकरनं ते मान्य केलं नाही. तो म्हणाला, ''कधी नाही ते आलात तुम्ही! टॅक्सी करू या. तसंच पुढे हासनपर्यंत जाऊन तिथल्या हॉटेलमध्ये जेवण करून येऊ या.''

संजय-मृदुलाला त्या सगळ्याचा त्रास होत होता. आपल्यामुळे किती खर्च यांना!

गावी निघायच्या वेळी लक्ष्मीनं एका तबकातून रेशमी साडी आणली. त्या साडीसह अनेक फळांनी तिनं मृदुलाची ओटी भरली. लक्ष्मीचा उदारपणा बघून मृदुलाचं मन भरून आलं.

त्या दोघांना बसस्टॅन्डवर सोडून घरी आल्यावर लक्ष्मी शंकरला म्हणाली, ''बघितलंत! किती बिलंदर आहे ही?''

हे शंकरला समजलं नाही. लक्ष्मीनं खुलासा केला, ''नाहीतर काय! सिंथेटिक साडी आणि भाजी घेऊन आली! आम्ही आमच्या घरी भाजी खात नाही की काय! यांनी भाजी आणल्यावर आम्ही यांना स्वयंपाक करून जेवायला घालणार होतो? सिंथेटिक साडी मी तर नेसत नाही! आणि मी दिलेली रेशमी साडी कशी निर्लज्जपणे घेऊन गेली! बघितलंत की नाही?''

आता शंकरही म्हणाला, ''संजयही तसाच आहे हं! मी टॅक्सी करतो म्हटल्यावर नको म्हणाला. पण मी पैसे देतो, असं काही त्याच्या तोंडून नाही आलं! हा कसला डॉक्टर? आमच्या बेलूरचा हकीम राजाभाईसुद्धा याच्यापेक्षा जास्त कमावतोय! ही सगळी खरकट्या हातानं कावळ्यालाही न हाकलणारी माणसं! शितं पडतील ना!!''

या कशाचीही जाणीव नसलेली मृदुला लक्ष्मीच्या विशाल मनाच्या आदरातिथ्याचं मनोमन गुणगान करत होती.

■

लक्ष्मीची नणंद विमल हिच्या मुलीचं, उषाचं लग्न ठरलं होतं. नवरा मुलगा एलआयसीमध्ये ऑफिसर होता. तसं संजयविषयी विमलला अजिबात प्रेम नव्हतं. तरी माहितीतला मुलगा, कुठलंही व्यसन नाही. दोन वर्षं तो आपल्या घरी राहून शिकलाय. हाताचं वैगुण्य काही जन्मजात नाही. रत्नम्मानं कंजूसपणे वागून भरपूर माया जमवली आहे, ती आपल्याच मुलासाठी ना? शिवाय मुलगा दिसायला देखणा. रत्नम्मा काही सुनेला सासूरवास करणाऱ्यांपैकी नाहीत. हा सगळा विचार करून विमलनं संजयसाठी उषाला विचारलं होतं. तेव्हा लक्ष्मीनं मोठ्या थाटात 'त्याला डॉक्टर मुलगीच हवी आहे!' असं सांगितलं होतं. त्यानंतर संजयचं लग्न झालं होतं. आता उषाचंही लग्न ठरलं होतं. आता मागे जे काही घडलं, ते प्रत्यक्ष दाखवून देण्यात अर्थ नाही, एवढी समज विमललाही होती. तिनं लक्ष्मीला चार-सहा लग्न पत्रिका देऊन "तुम्हाला ज्यांना द्यायच्या असतील त्यांना द्या," असंही सांगितलं होतं. लग्न बंगळूरमधल्या 'धर्मस्थळाच्या मंजुनाथ कल्याण मंडपा'त व्हायचं होतं. म्हणून लक्ष्मीनं संजयलाही निमंत्रण पत्रिका दिली होती.

कार्याच्या वेळी लक्ष्मी संजयकडे उतरली आणि देवकार्य, सोडमुंज, सीमंतपूजन आणि रिसेप्शन असं आग्रहाचं निमंत्रण दिलं होतं. जवळपास मृदुलाचं कुणीही नव्हतं. तिचा सगळा गोतावळा तिच्या आलद हळ्ळी आणि हुबळीच्या जवळपास होता. बंगळूरमध्ये तिला काही वेळा खूप एकटं-एकटं वाटून कंटाळा यायचा. इथे घरात ते दोघंच. त्यातही संजय दिवसभर घराबाहेर. आलद हळ्ळीमध्ये घरची माणसं चारच असली, तरी घरात सतत कुणी ना कुणी येत जात असायचं. कायम वस्तीलाही कुणी ना कुणी असायचं. या बंगळूरमध्ये तिला एकटीला राहायचं म्हणजे कंटाळा यायचा. त्यामुळे या लग्नाचं निमंत्रण म्हणजे नव्या माणसांना भेटायची एक चांगली संधी असल्यासारखं तिला वाटलं. ती संजयला म्हणाली, "मी लक्ष्मीबरोबर देवकार्याला जाते. तुम्ही रिसेप्शनला या."

कधीही नको न म्हणणाऱ्या संजयनं सांगितलं, "नको, मृदुला! आपण दोघं रिसेप्शनला एकत्र जाऊ या. तुला काही गोष्टी समजणार नाहीत."

प्रत्येक बाबतीत 'का?' म्हणून विचारायचा मृदुलाचा स्वभाव नव्हता. घरातल्या पुरुषांना उलट उत्तरं द्यायची नसतात, हा मंत्र तिच्या आजीच्या काळापासून चालत आला होता. त्यामुळे मनात येऊनही तिनं तो प्रश्न विचारला नाही. त्या वेळी संजयनंही तिला कसलाही खुलासा केला नाही.

ठरल्याप्रमाणे दोघंही रिसेप्शनच्या दिवशी कार्यालयात गेले. वधूवरांना आशीर्वाद देण्यासाठी प्रचंड गर्दी जमली होती. विमलच्या नवऱ्याची नोकरी काही खास नव्हती. तरीही त्यांनी लग्नासाठी बराच खर्च केलेला दिसत होता. मृदुलाचं लग्न आलद हळ्ळीला घरातच झालं होतं. इथे विविध फुलांचं डेकोरेशन, वाद्यांचा गजर,

संगीत, मुलीला द्यायच्या सामानाचं प्रदर्शन! एकापेक्षा एक डोळे दिपवणारं होतं. त्यात मृदुला हे सगळं पहिल्यांदाच बघत होती. संजयला मात्र या कशाचंच काही वाटलेलं दिसलं नाही. तो त्या संदर्भात काहीही बोलला नाही. लक्ष्मीच्या सासरच्यांनी या दोघांना पाहिलं तरी तिकडं दुर्लक्ष केलं. लक्ष्मीही ''तुम्ही बसा! गर्दी कमी झाल्यावर मी तुम्हाला वधूवरांकडे घेऊन जाते...'' असं सांगून अदृश्य झाली. लक्ष्मी नुकतीच ब्यूटी पार्लरहून आल्याचं लक्षात येत होतं. त्यामुळे ती नवऱ्यामुलीपेक्षा आकर्षक दिसत होती.

मृदुला आणि संजय मुकाट्यानं एकेक खुर्च्या पकडून बसले.

त्यांच्या मागे विमलचे कुणी नातेवाईक बसले होते. निवांत गप्पा मारण्यासाठी लग्नापेक्षा चांगली जागा कुठली? त्यांच्या गप्पा चालल्या होत्या. त्या दोघांकडे त्यांचं लक्ष नव्हतं.

''ठाऊक आहे? विमलच्या नवऱ्यानं या लग्नासाठी दोन लाख कर्ज काढलं आहे!... काही म्हणा! दिनेशनं लग्नाचा दणका मात्र जोरदार उडवलाय!''

''उषासाठी खूप पायपीट केलीय त्यांनी! कुठंही जमत नव्हतं.''

''होय! तुला ठाऊक आहे? लक्ष्मीचा भाऊ संजय आहे ना, त्याच्यासाठीही विचारलं होतं म्हणे!''

''त्याच्यासाठी? पण त्याच्या हाताचा प्रॉब्लेम आहे ना?''

संजयच्या चेहऱ्यावर विषाद उमटला, हे मृदुलेच्याही लक्षात आलं.

''होय. पण त्याच्या त्या चलाख बहिणीनं, त्याला डॉक्टरच बायको पाहिजे, असं सांगितलं म्हणे!''

''ती! ठाऊक आहे मला! रांगोळीखाली घुसण्यात पटाईत आहे! पण संजयनं लग्न कुणाशी केलं?''

''आहे कुणीतरी धारवाडकडची खेडवळ मुलगी! तिच्यामध्येही काहीतरी व्यंग असेल म्हणूनच तिनं याच्याशी लग्न केलं असेल! नाहीतर कोण कसं लग्नाला तयार होईल?''

''मुलीचे आईवडीलही बेजबाबदार दिसतात! मुलगा असा! त्यात सरकारी नोकरी. मागेपुढे काही नाही!''

''होय! एवढ्यातच पाहिलं मी त्याला. जुन्या स्कूटरवरून आलाय. हा कसला डॉक्टर? अजून स्कूटरवरून फिरतोय! हा खरोखरच एमबीबीएस डॉक्टर तरी आहे की नाही कोण जाणे!''

''कोण जाणे! कोण डिग्री पाहायला जातंय? आणि असला तरी काय उपयोग? उलट शंकर बघ! आहे बँकेतलीच नोकरी; पण कार घेतलीय! लक्ष्मी तर दर महिन्याला दागिने करतच असते! हा अगदी ढ डॉक्टर दिसतोय!''

"तेही खरंच म्हणा! नाहीतर एव्हाना त्यानं स्वत:चं नर्सिंगहोम नसतं का उभारलं? आमचा जावईही एमबीबीएस डॉक्टरच आहे. एवढ्यात त्यानं जागा घेतली, कार घेतली. आणखी दोन वर्षांत स्वत:चं नर्सिंगहोम उभं करणार आहे!"

"मी तर ऐकलंय, या थोट्या संजयला आपल्या भागात मुलगी मिळाली नाही, म्हणून तो तिकडची मुलगी करून आलाय."

तेवढ्यात प्रसाद आल्यामुळे बोलण्यात खंड पडला. संजय आणि मृदुलेला कानकोंड्यासारखं झालं. संजय या प्रसादला चांगलाच ओळखत होता. त्याच्यापेक्षा बराच सिनियर आणि अतिशय ढ मुलगा म्हणून प्रसाद प्रसिद्ध होता. चार वर्षांचा कोर्स संपवायला त्यानं आठ वर्षं घेतली होती. विद्यार्थी असताना त्याच्यावर आर्थिक गडबड केल्याचे आरोप होते. आताही तो ॲबॉर्शन स्पेशालिस्ट म्हणूनच वैद्यकीय क्षेत्रात प्रसिद्ध होता. अशा प्रसादशी आपली तुलना होताना बघून संजय कष्टी झाला. एवढा वेळ झाला तरी इतर जाऊ द्या, लक्ष्मीनंही त्या दोघांची दखल घेतली नव्हती. त्याला वाटलं, आपण रिसेप्शनलाही यायला नको होतं.

■

या खेपेला संजयनं एन्ट्रन्समध्ये चांगले गुण मिळवले. त्याला त्याच्या आवडत्या 'गायनॅकॉलॉजी'मध्ये प्रवेश मिळाला. तो व्हिक्टोरिया हॉस्पिटलमध्ये कामाला लागला. आता त्याला भरपूर काम असायचं. त्याच्या पूर्वानुभवामुळे तो सगळ्या विद्यार्थ्यांपेक्षा पुढे होता.

आता त्याचा पगारही दोन हजार झाला होता. पण तोही संसाराला अपुराच होता. पण मृदुलेचा पगार मदतीला होता. त्याच्या क्लासमध्ये वेगवेगळे विद्यार्थी होते. सुमारे पाच-सहा वर्षं सर्व्हिस झालेल्यांची सरकारने निवड केली होती. तसंच नुकते एमबीबीएस केलेले तरुण-तरुणीही होते. पण एचओडींचा संजयवर अपरिमित विश्वास होता.

आता त्यानं आपलं घर यलहंककडून विजयनगर बसस्टॅन्डच्या बाजूला असलेल्या 'सुखसागर'च्या शेजारी असलेल्या भाड्याच्या जागेवर बदललं आहे. मृदुलानं विजयनगरच्या सरकारी शाळेत बदली मागितली होती. सुरुवातीला ती मिळाली नाही. पण नंतर तिथले शिक्षक अचानक मरण पावल्यानं तिथे जागा झाली आणि तिला तिथे नोकरी मिळाली.

यलहंक सोडून येताना मृदुलाला वाईट वाटलं. तिला गेली दोन वर्षं त्या शाळेची सवय झाली होती. त्यापेक्षा मुनियप्पा-कांतम्मांशी तिचं नातं जुळलं होतं. त्या परक्या गावात तेच तिला आधार होते. त्यांचा निरोप घेताना कांतम्मांनी तिला

हळदी-कुंकू लावून खणानं ओटी भरली. आता मुनियप्पांचीही नोकरी संपत आली होती. तेही कोलारला जायच्या तयारीत होते.

विजयनगरची शाळा यलहंकच्या शाळेपेक्षा वेगळी होती. इथे 'कुणाचा पायपोस कुणाच्या पायात!' अशी अवस्था होती. यलहंकमध्ये अजूनही थोडीतरी आत्मीयता होती. इथलं वातावरण तर फारच अलिप्तपणाचं होतं. इथले सगळे शिक्षक 'फक्त शिकवणं एवढंच आमचं काम!' अशा वृत्तीनं काम करायचे. अशा शाळेत मुलांना तरी शाळेविषयी आपलेपणा कसा वाटणार? शाळेच्या इमारतीला कितीतरी वर्षांत रंग लागला नव्हता. श्रीमंतांचं नगर असणाऱ्या या गावात या शाळेत मुलांना घालून कुणीही पैसा खर्च करत नाही. स्थानिक अधिकारीही तिकडं लक्ष देत नव्हते. इथे कुणीही या शाळेचा आणि समाजाचा काही संबंध आहे, असं मानत नव्हतं. आलद हळ्ळीत असं नव्हतं. इथे सगळ्यांना वाटायचं सरकारी शाळा आहे, सरकारकडे इतका पैसा आहे, आपण का पैसे खर्च करायचे?

त्यांच्या जीवनात गेल्या चार वर्षांत कितीतरी फरक झाला होता. तसाच त्यांच्या जवळपासच्या लोकांच्या जीवनातही झाला होता. मृदुला वार्षिक परीक्षेचे पेपर तपासत असताना तोच विचार करत होती.

आलद हळ्ळीमध्ये गुडिगेरी गावच्या वत्सलाबरोबर कृष्णाचं लग्न झालं होतं.

सरलाचं लग्न सॉफ्टवेअर इंजिनिअर प्रसन्नबरोबर झालं होतं आणि आता ती अमेरिकेत कॅलिफोर्नियाजवळ राहात होती. तीही सॅनफ्रान्सिस्कोमध्ये नोकरी करत असल्यामुळे गेल्या तीन वर्षांत फक्त एकदा भारतात येऊन गेली होती.

सतीशचंही लग्न झालं होतं. त्याची बायको शैला बँकेत नोकरी करत होती. ते दोघं हुबळीत राहात होते.

आता शंकरची बेलूरहून मंड्याला बदली झाली होती. त्यामुळे तो आणि लक्ष्मी मंड्याला राहात होते. ते अधूनमधून बंगळूरला संजयकडे येऊन जायचे.

अलेक्स आणि अनिताचं मंगळूरच्या चर्चमध्ये थाटामाटानं लग्न झालं. मृदुला आणि संजय त्या लग्नाला जाऊन आले. त्या लग्नामध्ये राज्याचे मोठे अधिकारी आणि मोठी माणसं आली होती.

रत्नम्माचं टी. नरसीपूरमधलं जीवन नेहमीप्रमाणे चाललं होतं.

मृदुला-संजय बंगळूरमध्ये असताना त्यांना मुलगा झाला होता. आलद हळ्ळीमध्ये हॉस्पिटल नसल्यामुळे बाळंतपण नीट होणार नाही म्हणून संजयनं बंगळूरमध्येच बाळंतपण करायचा निर्णय घेतला होता. बाळंतपण करायला रकुमाबाई तिथे आल्या होत्या.

संजयचं एमडी एका झटक्यात संपलं होतं. त्याला मेडलही मिळालं होतं. त्याला आता त्याच डिपार्टमेंटमध्ये नोकरी मिळाली होती. अजून नोकरी कायम

झालेली नव्हती.

एवढ्या वर्षांत संजय-मृदुलाच्या संसारात आलद हळ्ळीहून भीमण्णा किंवा टी. नरसीपूरहून रत्नम्मांनी कुठल्याही बाबतीत लक्ष घातलं नाही. आपल्या संसारातले सगळे निर्णय ते दोघंच घ्यायचे. त्यानं सरकारी हॉस्पिटलमध्ये नोकरी करण्याविषयी त्यांच्यापैकी कुणी आक्षेपही घेतला नाही.

अजून संजयची सरकारी नोकरी कायम झाली नव्हती. पण मिळायची शक्यता होती. सरकारी नोकरीत कायम व्हायचं तर एक तर राजकारण्यांशी संबंध हवेत किंवा पैशाचं बळ हवं. याउपर इतके उत्तम गुण हवेत की यांना न नेमून चालणार नाही, अशी परिस्थिती हवी. संजय एमडीला पहिला आला होता. त्यामुळे आज ना उद्या नोकरी नक्की पक्की होईल, याची खात्री होती.

मृदुलाची नोकरी नेहमीप्रमाणे चालली होती. तिची नोकरीही सरकारी असल्यामुळे पगारही चांगला होता. तिच्या नोकरीचा तिच्या संसाराला अजूनही मोठा आधार होता. पगार कमी असला तरी संजयला सरकारी नोकरी आणि तिथल्या शिक्षकी पेशावर अतिशय जीव होता. तो म्हणायचा, ''सरकारी नोकरीत कितीतरी गरीब रोग्यांवर उपचार करायला मिळतात. हा फार मोठा फायदा आहे! अनुभव भरपूर मिळतो. अमेरिकेतल्या डॉक्टरांपेक्षा भारतातले डॉक्टर 'क्लिनिकल सिम्टम्स'च्या बाबतीत तरबेज असतात. त्यांच्याकडे ॲडव्हान्स टेक्निक असेलही, पण ते पुस्तकी ज्ञान असतं. त्यामुळे मी सरकारी नोकरीच करणार!'' मृदुलानंही त्याला प्रोत्साहन दिलं होतं. त्यातच त्याला सरकारी कॉलेजमध्ये लेक्चरर म्हणून नोकरी मिळाली होती.

ही चर्चा चालली असता शंकर आपल्या शेअर्सच्या किमती पेपरमध्ये बघत होता. संजयचा विचार ऐकून शंकर-लक्ष्मीला त्याचा राग आला. लक्ष्मी मनाशी म्हणाली, 'अकला नाहीत दोघांना! देवानं बुद्धी दिलीय, पण वापरायला येत नाही! मुंबईमध्ये दोन वर्षं वाया घालवली. नंतर इथे एक वर्षं नोकरी केली. त्यानंतर ही एमडी डिग्री. आता पुन्हा सरकारी नोकरी! योग्य ती जागा बघून दवाखाना काढला असता, तर एव्हाना पैशाचा पाऊस पडला असता! संजयकडे गोड बोलायचा स्वभाव नाही. तिच्याकडे तर अजिबात नाही! फक्त हुशारी असून काय उपयोग? याच्या बायकोत तर काहीही अर्थ नाही! पांढरं दिसलं की दूध समजते ती! खेड्यात वाढलीय. माझ्या नवऱ्यानं असं केलं असतं, तर मी त्याचा कान पिळून सरकारी नोकरी सोडायला लावली असती. स्वत:ची प्रॅक्टिस सुरू करायला लावली असती. मी स्वत: काउन्टरवर बसून पैसा गोळा केला असता! आईही आपल्याच राज्यात असते. काय ठेवलंय त्या खेड्यात? तिचं ते दुकान, तिचा तो व्यवहार! मला तर सासरच्या घरात आईच्या दुकानाचा विषय निघाला की जीव गेल्यासारखं वाटतं!'

तिची जाऊ शामला म्हणजे तर गोमुख व्याघ्र! किती मऊ शब्दांत ती आपली

त्यावरून टिंगल करते! म्हणते "तुला काय कमी आहे? भावाला सरकारी नोकरी आहे, भावजय शाळेत शिक्षिका आहे, गावाकडं आईचं दुकान आहे! शेती आहे! आमचं काही तसं नाही! माझे वडील तहसीलदार! एकखांबी तंबू आहे!" वरवर बोलण्यात कौतुक असलं तरी त्याचा मथितार्थ मला समजतोय! असलं तिचं शालजोडीतलं बोलणं मला नाही का समजत!

व्याजाचा व्यवहार, शेतीचं उत्पन्न सगळं धरलं तर वर्षाकाठी आई किती मिळवत असे? लक्ष्मी या विचारापाशी अडखळली. तिनं तो प्रश्न नवऱ्याला विचारला. तिच्या दृष्टीनं शंकरला सगळं ठाऊक असतं. तो काही संजयसारखा अव्यवहारी नाही! तिला नवऱ्याचा अभिमान होता.

"काय हो? आईचं सगळं मिळून किती उत्पन्न असेल वर्षाकाठी?"

विकत घेतलेल्या शेअर्सच्या किमती ढासळत असलेल्या बघून वैतागलेला शंकर म्हणाला, "तुझी आई मला सांगून इन्कम टॅक्स भरते की काय? सगळं आतल्या आत लपवून ठेवते. काहीही सांगत नाही! तुझी आईही तशीच आणि भाऊही तसाच! तुमच्या घरातली बातमी जेवढी समजते, ती त्या खेडवळ बडबड्या मुलीकडून!"

तो रागावलाय हे लक्षात येऊन लक्ष्मी गप्प बसली. ही मृदुला तरी काय मुलगी आहे! बोलण्यात काय बोलावं आणि काय नाही, याचं अजिबात तारतम्य नाही! कुणी दोन गोड गोष्टी केल्या की, लगेच त्यांना ही 'चांगली आहेत!', असं सर्टिफिकेट देऊन टाकते! चांगलं बोलायला काय कुणाला पैसे लागतात? आणि बोलल्याप्रमाणे वागलंच पाहिजे, असं समजायला आम्ही काय राजा हरिश्चंद्र लागून गेलोय की महाभारतातला भीष्म? मृदुलाला व्यवहार अजिबात समजत नाही. स्वत:चं असं काहीही गुपित नाही तिचं! सतत इतर काय म्हणतील, हाच विचार करत राहाते.

बंगळूरमध्ये ट्युशनचा दुष्काळ आहे का? इथे शाळा-कॉलेजपेक्षा ट्युशन्स चालतात, हे सगळ्या जगाला ठाऊक आहे! त्याच्या फीयाही भरपूर असतात. कितीतरी जणं नोकऱ्या सोडून हेच करतात. हिनं का शिकवण्या घेऊ नयेत? तीही नवऱ्याच्या तालावर नाचते! काय करणार? शेवटी मलाही म्हणावं लागतं, "तुम्ही दोघं म्हणजे सारख्याला-वारखा भेटावा तसे आहात! दोघेही नशिबवान आहात. म्हणून दोघांकडून गरिबांची सेवा घडतेय. हे पुण्य सगळ्यांच्या वाटेला नसतं! सुदैवी आहात!"

माझ्या बोलण्यातली खोच कदाचित संजयला समजतही असेल! पण मृदुलाला अजिबात समजत नाही! एका दृष्टीनं पाहिलं तर तीच आमच्या आईसाठी साजेशी सून आहे! हिलाही तिच्याप्रमाणे एकही दागिना, चांगली साडी, छानछोकीचं वागणं... कशाचाच मोह नाही! लग्नाच्या वेळी तिच्या वडिलांनी घडवून दिलेले जे दागिने होते

तेच अजूनही आहेत. कधीकाळचं ते धारवाडकडचं पिवळं सोनं! सगळे दागिने जड-जड! मंगळूरच्या सोनारांसारखे नाजूक दागिने नाहीत. त्याच जाड-जाड बांगड्या, तीन पदरी हार, त्या पाटल्या, ते मराठी पद्धतीचे तोडे! मी तिच्या जागी असते, तर एक बांगडीचा जोड मोडून इथल्या लेटेस्ट फॅशनच्या तीन-चार प्रकारच्या बांगड्यांचे जोड केले असते!

आणि तिच्या त्या साड्या! देवा रे! एकुलती एक रेशमी साडी. तीही लग्नात संजयकडून पैसे मागून घेऊन आईनं घेऊन दिली होती. ती सोडली तर मी दिलेली एखादी साडी असेल, तेवढीच! इतक्या दिवसांत एकही साडी स्वत: विकत घेतली नाही तिनं! ती गरोदर राहिली तेव्हा आईनं काहीही कौतुक केलं नाही. मी मुलगी. माझं तरी कुठं केलं होतं म्हणा! "आपल्याकडे आरती करायची पद्धत नाही..." असं सांगून तिनं हात झटकून टाकले! गरवारशीला खेड्यात घेऊन जाणं शक्य नाही म्हणून मृदुलाच्या माहेरचेही बंगळूरला आले आणि डोहाळजेवणाचं शास्त्र करून निघून गेले होते. तेव्हा मला तर हसू आलं होतं. हिरव्या खड्याच्या सोन्याच्या बांगड्या, हिरवं सुती लुगडं! उलट आपलं डोहाळजेवण तिला आठवलं. आईनं करणार नाही असं सांगितलं, तरी तिनं आईच्या न कळत संजयला चोरून पत्र लिहून पैसे मागवले होते. तेव्हा त्याचं लग्न झालं नव्हतं. त्यात शंकरकडून चोरून साठवलेले पैसे घालून रेशमी साडी घेतली आणि सासरी सगळ्यांना, त्यातही जावेला – शामलेला, 'आईनं दिली' असं सांगितलं होतं. शामला काही कमीची नाही! ती म्हणाली होती, "हो गं बाई! तुमच्या माहेरी सावकारी आहे ना! भाऊही मुंबईत नोकरीला आहे! मग एवढं केलं यात काहीही आश्चर्य नाही!"

काहीही म्हणा! फक्त बुद्धी आहे आणि शाळा-कॉलेजात भरपूर मार्क्स घेतले म्हणून जगण्याला काय उपयोग? त्यापेक्षा माणसांना जोखून त्यांच्याकडून आपल्याला हवं ते उकळण्यात यश मिळवण्यात खरं शहाणपण आहे! हे शहाणपण मृदुलाकडे कुठं आहे? ही अक्कल काही पुस्तकातून नाही येत! ती आपल्या आपण आजूबाजूला बघून शिकावी लागते! मी माझ्या जावांकडून ती अक्कल हळूहळू शिकलेय. त्यांच्यावर अनेकदा मातही करते! लक्ष्मीला स्वत:चा अभिमान वाटला.

बाराचे टोले पडले. लक्ष्मी उठून स्वयंपाकघराकडे निघाली. तिथे कामाचे ढीग वाट बघत होते. अजून अनिल उठायचा होता. रात्रभर टीव्ही बघत होता की काय कोण जाणे! यानंतर स्वयंपाक करून जेवायचं म्हणजे दोन वाजतील. तिला एकाएकी कंटाळा आला. ती नवऱ्याला म्हणाली, "अहो! आज मला खूप दमल्यासारखं झालंय! पाठ भयंकर दुखतेय. आज बाहेर जेवायला जायचं का? आणि अनिलला उठवा. त्याला तयार करा. सॉरी हं, तुम्हाला काम सांगतेय! पण काय करू? अजिबात बरं वाटत नाही आहे! मी जरा आडवी होऊ?"

शंकरचा पेपर वाचून संपला होता. त्यानं मान वर करून पाहिलं आणि म्हणाला, ''झोप जा तू. सगळी तयारी झाली की मी तुला उठवतो.''

नवऱ्यालाही आतली गोष्ट सांगायची नसते. कोण कशाचा कसा वापर करून घेईल, हे सांगता येत नाही. कधी ना कधी हाच नवरा 'आळशी आहेस तू! स्वयंपाकाचा कंटाळा करतेस!' असा पाणउतारा करणार नाही कशावरून? किंवा कधी काळी मरण पावलेल्या आईची आता आठवण काढून 'माझी आई रोज आला-गेला धरून तीस-चाळीस लोकांचा स्वयंपाक करायची! एक दिवसही कंटाळा करायची नाही!' असा टोमणाही मारेल. कोण बघायला गेलं होतं! म्हणतात ना, मेलेल्या म्हशीला वीस शेर तूप! कशाला टोमणे खायचे? त्याऐवजी नवऱ्याच्या मनात सतत 'आपली बायको नाजूक आहे; तिला पाठीचा प्रॉब्लेम आहे; आपण तिला फार काम सांगता कामा नये!' अशी धास्ती राहायला पाहिजे! बायकांच्या भात्यातली ही असलीच तर ब्रह्मास्त्रं असतात ना! त्याचाच हुशारीनं वापर करत राहायचं असतं! नवरा सांगेल ते सगळं लगोलग 'जी हुजूर'म्हणून ऐकत राहिलं तर हेच पुरुष आपली बायको म्हणजे हक्काचं नोकर-माणूस आहे, असं समजून वागायला लागतात! मग हाच नवरा बायकोला घरात आणि घराबाहेर राबवून घ्यायला लागतो. आता मृदुलाचं काय चाललंय! तिला 'कसंतरी होतंय', 'गरगरतंय', 'थकले' यांसारखे शब्द ठाऊकच नाहीत! परिणामी एखाद्या गुलामासारखी घरात आणि घराबाहेर राबतच असते! जर मीही अशीच वागले असते, तर यांनीही माझी तीच गत केली असती! कितीतरी वेळा तेही म्हणतात ना, ''तूही ग्रॅज्युएट आहेस. माझ्याबरोबर नोकरीला लागली असतीस, तर दोघे मिळून कमवत राहिलो असतो. आणखी चैनीत राहिलो असतो. दोघांचं कर्ज मिळून आपण मस्त बंगला बांधला असता!''

त्याचं बोलणं अजिबात आवडलं नाहीतरी ती म्हणायची, ''तुमचं खरं आहे! पण हा लहान आहे ना! त्याच्याकडे, त्याच्या शिक्षणाकडे कोण बघणार? तुमच्या आई असत्या तर त्यांच्याकडे याला ठेवलं असतं आणि त्यांनीही कौतुकानं नातवाचं सगळं मायेनं केलं असतं!''

आता ती मरण पावलेल्या सासूविषयी एवढ्या आस्थेनं बोलत असली तरी सासू जिवंत असती, तर दोघींमध्ये कुरूक्षेत्रच अवतरलं असतं, हे तिलाही ठाऊक आहे! पण पुरुषांना नुसतं नाही म्हटलं तर ऐकून घ्यायला त्रास होतो. म्हणून 'तुझ्याकडचं कुणी मदतीला नाही,' याची जाणीव करून देऊन नकार दिला की, मुकाट्यानं गप्प बसतात! नोकरी मिळाली तरी आपण करणार नाही, याची खात्री असलेली लक्ष्मी झोपायला आपल्या बेडरूमकडे चालू लागली.

■

राज्याचे ज्येष्ठ मंत्री नागनिंगेगौडा बऱ्याच वर्षांपासून राजकारणात होते. फारसं बोलायचा त्यांचा स्वभाव नव्हता. इतर मंत्र्यांप्रमाणे त्यांचं नाव किंवा फोटो दररोज पेपरात झळकायचा नाही. पुढे-पुढे करायचा त्यांचा स्वभावही नव्हता. सभेत हात वर करणं एवढंच त्यांचं काम होतं. त्यांनी कधीही स्टेटमेंट दिलं नव्हतं. कितीतरी जणांना हे मंत्री असल्याचंही ठाऊक नव्हतं.

त्यांना तीन मुलं. सगळी वडिलांसारखीच. कुणिगलजवळ त्यांची जमीन होती. थोरला तिथे शेती बघत होता. इथून ते निवडून आले होते. त्यांचा दुसरा मुलगा व्यापार करत होता. त्या दोघांच्या बायका नात्यातल्याच होत्या. तिसरा सुरेश मात्र वेगळा होता. तो डॉक्टर होता. खरं सांगायचं, तर त्यालाही डॉक्टर व्हायची फारशी इच्छा नव्हती.

गौडांची पत्नी निंगम्मा. त्यांनीच हट्ट धरला, ''जगात एवढ्या सगळ्यांची मुलं एवढी शिकतात! तुमच्या हातात एवढी सत्ता आहे! एका मुलाला तरी शिकवायला काय झालं?'' आईनं दोनदा म्हटल्यावर मुलगाही तयार झाला. गुण कमी असले तरी सरकारी सीट मिळणं कठीण नव्हतं. शेवटी खासगी कॉलेजमधून तो डॉक्टर झाला. सरकारी स्कॉलरशिप मिळाली म्हणून एका वर्षासाठी परदेशीही जाऊन आला. आता तो बंगळूरच्या सरकारी हॉस्पिटलमध्ये नोकरीला होता.

त्याचं लग्न चार वर्षांपूर्वी झालं. त्याची बायकोही शहरातली चमकदार मुलगी नव्हती. अरसिकेरेच्या शंकरप्पा या खोबऱ्याच्या व्यापाऱ्याची मुलगी. सुषमा कॉलेजमध्ये शेवटच्या वर्षाला नापास झाली असताना हे स्थळ सांगून आलं. मग पुढे शिकून काय करायचं, म्हणत तिनं शिक्षणाला राम-राम ठोकला.

गौडांच्या सगळ्या मुलांना लग्नानंतर वर्षाच्या आत मुलं झाली. पण सुषमाचं तसं झालं नाही. तिला दिवस राहिले, तरी अपुऱ्या दिवसांत गर्भपात व्हायचा. त्यामुळे सुरेश तिला सरकारी हॉस्पिटलमध्ये तिथल्या लेडी-डॉक्टरांना दाखवायला घेऊन गेला. तिथे आस्थेनं तपासण्या करण्यात आल्या. त्या केसमध्ये तसं काही फार विशेष नव्हतं. त्यांना डॉ. कमलांनी सांगितलं, ''दिवस राहिले की, एक विशिष्ट टाका घालावा लागेल. त्याला 'शिरोडकर स्टिच' म्हणतात. गरवारशीनं पूर्णपणे बेडरेस्ट घ्यायची. बाळंतपण थोड्या जागरूकतेनं केलं पाहिजे. तुम्ही दुसऱ्या कुणा खासगी डॉक्टरांना दाखवत असाल, तरी हरकत नाही!''

डॉ. कमला सावध होत्या. केस म्हणून काही विशेष कठीण नसली, तरी ही मंत्रीमहोदयांची सून! सगळं ठीक झालं तर चार कौतुकाचे शब्द कानावर येतील; पण काही विपरित झालं तर फार मोठी किंमत द्यावी लागेल! आपण कितीही काळजी घेतली तरी तो महावैद्य 'नंजुंडेश्वर' आहे ना! कितीतरी वेळा काहीही कारण नसताना डोळ्यांसमोर माणूस मरण पावल्याची कितीतरी उदाहरणं त्यांनी आपल्या तीस

वर्षांच्या वैद्यकीय जीवनात पाहिली होती ना!

पण डॉ. सुरेश डॉ. कमलांना चांगलं ओळखत होता. स्वच्छ चारित्र्याचा उत्तम डॉक्टर म्हणून त्यांचा लौकिक होता. त्यांच्या कामावरच्या निष्ठेचा अनुभव त्यानं त्यांच्या हाताखाली एक वर्षाची हाउसमनशिप करताना घेतला होता. त्यामुळे त्यानं निक्षून सांगितलं, ''नाही मॅडम! तुम्हीच बघा! आम्हाला आणखी कुणाकडे न्यायचं नाही!''

सुषमा गरोदर राहिल्या-राहिल्या हॉस्पिटलमध्ये दाखल झाली. डॉ. कमलांनी तिच्या गर्भाशयाला टाका घातला. तरी घरी जाताना बजावलं, ''गर्भाशय अशक्त आहे. आता घरी गेल्यापासून बेडरेस्ट घेतली पाहिजे. काही जड उचलायचं नाही. एकतीस आठवडे झाल्यावर पुन्हा ॲडमिट व्हायचं. तेव्हा हा टाका काढला जाईल. त्यानंतर एक-दोन आठड्यात डिलिव्हरी होईल. येण्याआधी आठवडाभर मला कळवा. काही वेळा मला इतर कामासाठी परगावी जावं लागतं. तसं जावं लागलं तर मला माझ्या उत्तम असिस्टंटला सांगून जावं लागेल. तुम्ही काही काळजी करू नका!''

सुषमानं घाबरत-घाबरत विचारलं, ''ऑपरेशन करावं लागेल?''

''अशा केसेसमध्ये शक्यतो नाही करावं लागत! तरीही त्या वेळच्या बाळाच्या पोझिशनवर अवलंबून असतं. घाबरता कशाला? तुमचे यजमान डॉक्टर आहेत ना?''

वस्तुस्थिती अशी होती की, बायकोपेक्षा सुरेशच जास्त घाबरला होता. तरीही त्याचा कमला डॉक्टरांवर अपरिमित विश्वास होता एवढंच!

डॉ. कमलांच्या हाताखाली दोन डॉक्टर होते. एक लता आणि दुसरा संजय.

लताचे वडील सरकारात ज्येष्ठ आयएएस ऑफिसर होते. लता बंगळूरमध्येच जन्मली आणि वाढली होती. तिनं खेडं असं पाहिलंच नव्हतं. शिक्षणात तशी बरी होती. पण लाह्या फुटल्यासारखी पटापटा इंग्लिश बोलण्यात तरबेज होती. एमबीबीएस झाल्यावर एका वर्षासाठी इंग्लंडला जाऊन शिक्षण घेऊन आली होती. सांगेल तेवढं काम न चुकता करण्याची तिची खासियत होती. आपण होऊन आस्थेनं काम करणाऱ्यांपैकी ती नव्हती. तिचा नवरा इन्कम टॅक्स अधिकारी होता. सदाशिवनगरमध्ये त्याचा उत्तम बंगला होता. दररोज तिला ड्रायव्हर हॉस्पिटलला सोडायचा, घेऊन जायचा.

दुसरा मदतनीस संजय. डॉ. कमलांना याच्यावर अपार विश्वास होता. संजयवर एखादी जबाबदारी सोपवून आपण निवांतपणे राहू शकतो, याची त्यांना खात्री होती. त्याचं बोलणं कमी असलं, तरी कामाच्या बाबतीत त्याचा प्रचंड आत्मविश्वास असायचा. बऱ्याच वेळा बायका लेडी-डॉक्टरची मागणी करतानाही तो कपाळावर आठ्या घालायचा नाही. हे ठाऊक असल्यामुळे हॉस्पिटलच्या कर्मचाऱ्यांपैकी कुणी आजारी असेल, तर ते डॉ. कमला नसतील, तर डॉ. संजयकडेच यायचे. कधीही डॉ. लताकडे जायचे नाहीत.

सोमवारची रात्र होती. आठ वाजले होते. मंत्र्यांच्या घरातून फोन आला,

''सुषमाच्या पोटात दुखायला सुरुवात झालीय. ती दवाखान्यात दाखल व्हायला येते आहे.'' लता ड्युटीवर होती. तिला आठवलं, ही मंत्र्यांची सून, डॉ. कमला बघत असलेली केस! मॅडमच्या घरी फोन केला, तेव्हा त्या गुलबर्ग्याला 'कोअर मीटिंग'साठी गेल्याचं समजलं. असल्या 'व्हीआयपी' पेशंटची डिलिव्हरी एकटीनं करायची तिची छाती नव्हती. आता काय करायचं? तिथल्या दुसऱ्या युनिटचे प्रोफेसरही चीफ-एक्झामिनर म्हणून चेन्नईला निघून गेले होते.

डॉ. लता चांगलीच घाबरली.

त्याचवेळी ग्रंथालयात पुढच्या वर्गाच्या शिकवण्याची तयारी करण्यासाठी चाललेला संजय तिला दिसला. एरवी त्याच्याशी बोलण्यात अजिबात रस न दाखवणाऱ्या लतानं त्याला हाक मारली आणि त्याला सगळी वस्तुस्थिती सांगून थांबण्याची विनंती केली.

''पण मी काय करू? त्यांना बहुतेककरून लेडी-डॉक्टरच लागते! तुम्ही त्यांना खासगी हॉस्पिटलला का पाठवत नाही?''

एवढ्यात सुषमा आली. बाळंतपणाच्या कळांनी तिचा चेहरा पिळवटून गेला होता. तिचा नवराही सोबत होता. त्यानं सांगितलं, ''मॅडमनी सांगितलं होतं, एकतीस आठवडे झाल्यावर ॲडमिट व्हायला. आठवडाभर आधी कळवायलाही सांगितलं होतं. पण आम्ही सगळे निवडणुकीच्या गडबडीत होतो. बाय-इलेक्शनला आमचे वडील उभे होते ना! आता पोटात दुखायला लागल्यावर आठवण झाली. क्षमा करा डॉक्टर!''

बापाच्या निवडणुकीच्या गडबडीत आपल्या बायकोचं बाळंतपण आणि आपल्या होणाऱ्या अपत्याचा विसर पडलेल्या या महाभागाला काय म्हणावं, ते संजयला सुचेना. तो स्वत: डॉक्टर आहे; याला पत्नीच्या आधीच्या गर्भपाताचं कारण ठाऊक आहे, तरीही हा कसा विसरला?

''हे पाहा, थोरल्या मॅडम गावात नाहीत. तुम्ही यांना खासगी नर्सिंगहोमला घेऊन जाऊ शकता. आमची काहीही हरकत नाही,'' लता म्हणाली.

''छे: छे:! तिला आम्ही इथंच ॲडमिट करू. तिची सगळी केस-हिस्टरी इथंच आहे ना! आयत्या वेळी आम्ही आणखी कुठंही जाणार नाही.''

यावर सुषमानंही होकारार्थी मान हालवली. इलाज नसल्यामुळे लताला तिला ॲडमिट करून घ्यावंच लागलं. नंतर ती संजयपाशी येऊन म्हणाली, ''तुम्ही नसाल तर मला हे निभावणं शक्यच नाही! तुम्हाला भरपूर अनुभव असल्यामुळे तुम्ही हा प्रसंग यशस्वीपणे निभावू शकाल! कृपा करून थांबा!''

संजयच्या दृष्टीनं या प्रकारची केस नवी नव्हती. मुंबईमध्ये त्यानं डॉ. जोग यांच्याबरोबर यासारख्या कितीतरी केसेस हॅन्डल केल्या होत्या. त्याला ठाऊक होतं,

टाका काढल्यावर शक्यतो असल्या केसेसमध्ये बाईची लवकर सुटका होते. फारफार तर फोर्सेप्स वापराव्या लागतील इतकंच. त्या दृष्टीनं तो तयारीला लागला. त्याला बाह्य जगताचा विसर पडला. लता इकडून-तिकडे उगाचच चकरा मारून वातावरण निर्माण करत होती. सुषमा कळा देत होती. तिच्या घरचे सगळे तिच्या पतीबरोबर बाहेर उभे होते.

संजयनं पाहिलं, बाळ आडवं आलं आहे. त्यानं हे लताला सांगितलं आणि तो ऑपरेशनसाठी तयार झाला. अर्ध्या तासात मुलाचा जन्म झाला. लतानं संजयला असिस्ट केलं. समाधानाचा निश्वा:स टाकून संजय हात धुवायला गेला.

लतानं बाळाला आधी आईपाशी नेऊन दाखवलं, नंतर बाहेर इतर नातेवाइकांना दाखवलं. एव्हाना मंत्रीमहोदयही येऊन पोहाचले होते. मुलगा झाल्याचं बघून निंगम्मानं कुलदैवताचं, मलेमादेश्वराचं स्मरण केलं. आणि म्हणाल्या, ''सगळी देवाची कृपा! मादेश्वरच जन्मला आहे! या बाईंनी फार कष्ट घेतले!''

त्या सरशी लताला परिस्थितीचा अंदाज आला! ती तत्परतेनं म्हणाली, ''सर! परिस्थिती कठीण होती! सिझेरियन करावं लागलं!''

मंत्र्यांनी विचारलं, ''किती वर्षं तू इथे आहेस?''

''इथंच शिक्षण झालंय माझं! पाच वर्षं इथंच नोकरी करतेय. माझे वडील बालसुब्रह्मण्यम. तुम्हाला कदाचित ठाऊकही असतील!''

''ओ! तू चीफ सेक्रेटरी बालसुब्रह्मण्यमची मुलगी?''

''होय सर!''

एवढ्यात बाळ रडू लागलं. लता बाळाला घेऊन ऑपरेशन थिएटरकडे गेली. एवढ्यात संजय कपडे बदलून घरी जायला तयार झाला होता. सुषमा ग्लानीत होती. लताचा बाण तिच्या लक्ष्यावर पोहोचला होता.

मंत्र्यांच्या घरात बारशाचा कार्यक्रम ठरला होता. कौतुकानं जन्मलेला मुलगा. बारशाची धामधूम जोरात असणं स्वाभाविक होतं. शिवाय हे काही नुसतं बारसं नव्हतं. व्यवसायात असलेल्या मुलाच्या सोयीसाठी आवश्यक असलेल्यांनाही निमंत्रण गेली होती. त्याचबरोबर इलेक्शनमध्ये विजयी झालेल्या मंत्रीमहोदयांना आपल्या कार्यकर्त्यांना धन्यवादही द्यायचे होते. त्याचबरोबर हॉस्पिटलमध्ये सुखरूप बाळंतपण केलेल्या सगळ्यांनाही बारशाचं निमंत्रण होतं.

आश्चर्य म्हणजे त्यात डॉ. संजयना निमंत्रण नव्हतं. लताकडे निमंत्रण-पत्रिकांचा गठ्ठा देऊन संबंधितांना बोलवायला सांगितलं होतं. सुरेशनं डॉ. कमलांना वैयक्तिक फोन करून निमंत्रण दिलं होतं. त्या एचओडी होत्या ना! लतानं मुद्दामच संजयला कार्ड दिलं नाही. त्याच्या बोलण्यामुळे आपण जे चित्र उभं केलं ते खोटं ठरू नये

म्हणून! हॉस्पिटलमध्ये संबंधित सगळे बारशाला निघून गेले. संजय एकटाच बसून इंटरनॅशनल कॉन्फरन्ससाठीचा पेपर तयार करत होता. जे काही घडलं होतं, घडत होतं, ते बघून त्याचं मन खट्टू झालं होतं. एकीकडे केस नीट झाल्याचं समाधान असलं, तरी सगळं श्रेय कुणीतरी परस्पर लाटत असल्याचं बघून वाईटही वाटत होतं. ही घटना घडली नसती, तर एव्हाना त्याच्या पेपरचं काम आणखी वेगानं पुढे गेलं असतं. मनाच्या एका कोपऱ्यात त्याला अवमानित झाल्यासारखं वाटत होतं. माणूस काही फक्त कुणी कौतुक करावं म्हणून काम करत नसतो, हे तोही मानत होता; पण कुणाकडून कौतुक झालं तर त्याला काम करायला उत्साह येतो, असा त्याचा अनुभव होता.

तो या विचारात असताना डॉ. कमला आल्या. सुमारे पंचावन्न वर्षांचं वय. जीवनातले चांगले-वाईट अनुभव घेऊन पक्व झालेलं व्यक्तिमत्त्व. निवृत्त व्हायला आणखी तीन वर्षं राहिली होती. आपलं सगळं आयुष्य सरकारी नोकरीत घालवून जनसेवेत त्या तृप्त होत्या. त्यांना पाहाताच संजय आदरानं उभा राहिला.

"बसा, डॉक्टर बसा! कधी संपवताय पेपर?" त्यांना त्याच्या कामाबद्दल अपार रस होता. त्याचा शिक्षणातला रस बघून त्या त्याला अनेक सवलती मिळवून देत होत्या. आपला अनुभवही सांगायच्या. त्यांनाही ठाऊक होतं, सरकारी हॉस्पिटलमध्ये असा पेपर लिहिणारं आणखी कुणीही नाही. लताला तर त्या चांगलंच ओळखत होत्या. तिला तिच्या वडिलांचं पाठबळ होतं. तिच्या बरोबरीच्या इतरांची वेगवेगळ्या गावी बदली झाली, तरी ती मात्र इथून हालली नव्हती. हिच्या चलाखीमुळे आजच्या कार्यक्रमाची पत्रिका संजयला मिळालेली नाही, हेही त्या जाणून होत्या. तसंच सुषमाचं बाळंतपण इतक्या सुलभपणे व्हायलाही संजय कारणीभूत आहे, याविषयी त्यांची खात्री होती.

संजयनं विचारलं, "काय मॅडम, बारसं जोरात झालं ना?"

"हे बहुउपयोगी बारसं! आपल्यासारख्यांना ते समजणारही नाही!"

संजय पुढे काहीही बोलला नाही. मॅडमनी त्याला हातातलं साडीचं पाकीट दाखवलं आणि म्हणाल्या, "मी काही डिलिव्हरीच्या वेळी नव्हते. पण त्याआधी मी तिला तपासत होते म्हणून त्यांनी हे मला दिलं असेल. पण एका गोष्टीचं मला आश्चर्य वाटलं... तिथे सगळे लताचं कौतुक करत होते! आणि तीही, आपण लंडनमध्ये असली बरीच बाळंतपणं केली आहेत, असं खोटंच सांगत होती! इथल्या सरकारी हॉस्पिटलमध्ये जेवढा अनुभव मिळतो, तितका लंडनमध्ये कुठला मिळायला! शिवाय ती लंडनमध्ये जेवढा वेळ होती, त्यातला निम्मा वेळ ती युरोप पाहत फिरत होती, हे सगळ्यांना ठाऊक आहे. असली माणसं खूप पाहिली आहेत मी. पण तरीही लतानं, आपण फॉरेन-रिटर्न असल्यामुळे हे ऑपरेशन केलं, असा त्यांच्यावर

प्रभाव पडेल असं केलं आहे! तिथे कुणाला काय समजतंय? लताला सोन्याची चेन दिलीय असं समजलं मला! पाहिलंत ना! प्रत्यक्ष काम करणाऱ्यांपेक्षा ते आपण केल्याचं भासवणं किती महत्त्वाचं आहे!!''

संजय काहीही बोलला नाही. तो विचारात पडला.

■

शिशिरचा जन्म झाला आणि मृदुलाच्या जीवनाची गती बदलली. इतके दिवस दोघंच होते. आता बाळाला बघायला घरात कुणीतरी असायची गरज भासू लागली. रकुमाबाई आणि भीमण्णांनी आपली शेतीवाडी आणि घर सोडून बंगळूरला येऊन राहाणं शक्य नव्हतं. त्यांनी तिला सांगितलं, ''बाळाला आमच्याकडे सोडून जा. आम्ही त्याला डोळ्यातल्या बाहुलीसारखं सांभाळू.'' पण हे मृदुलाला कसं शक्य होतं? आणि कदाचित ती तयार होणं शक्य होतं, पण संजय तयार होणं शक्य नव्हतं. रात्री घरी यायला कितीही उशीर झाला, तरी एकदा शिशिरला उचलून घेतल्याशिवाय त्याला करमत नव्हतं.

एकदा संजयनं हलकचे रत्नम्मांकडे विषय काढला, ''मृदुला म्हणते, बाळाला ठेवून कशी कामावर जाऊ?''

त्यावर त्या काहीच बोलल्या नव्हत्या. मृदुलेला तर सासूकडून अशा प्रकारची अपेक्षाच नव्हती. उलट इतर सासवांप्रमाणे आपली सासू आपल्याला टोमणे मारत नाही, मुलीची बाजू घेऊन आपली अवहेलना करत नाही, याचंच तिला विशेष वाटत होतं. इतक्या दिवसांत तिला ठाऊक झालं होतं, त्यांचं जग वेगळं आणि आपलं जग वेगळं आहे!

पण नोकरी सोडणंही शक्य नव्हतं. कारण आता पगार बरे होते आणि संजयची सरकारी नोकरी कायम झाली असली, तरी अजूनही तिच्या संसाराला तिच्या पगाराची गरज होती. आता त्यांना बंगळूरमध्ये एखादा छोटासा फ्लॅट घेणं आवश्यक होतं. त्यामुळे काही पैसे साठवणं आवश्यक होतं. ती चुकूनही रिक्षाचा खर्च करत नव्हती. साडीवर मॅचिंग ब्लाउजचा अट्टाहास धरत नव्हती. 'काळा-पांढरा ब्लाउज असला की कशावरही चालतो!' असं तिचं मत होतं. लक्ष्मीला मात्र हे ऐकून तिची दया येत होती.

अलीकडे घर बांधण्यासाठी कर्ज देणाऱ्या बऱ्याच कंपन्या आल्या होत्या. त्यातही दोघांच्या खासगी नोकऱ्या असल्यामुळे कर्ज मिळणं सोपं होतं. त्यासाठी मृदुलाचे प्रयत्न सुरू होते.

तिनं बाळाकडे बघायला गावाकडून कुणालाही बोलावून घेतलं नाही. कुणालाही आणलं तरी महिन्याभरात कंटाळतील, हे तिला स्वत:च्या अनुभवावरून ठाऊक

होतं. त्यामुळे इथंच कुणाला तरी विचारायचं असं तिनं ठरवलं.

ती याच मन:स्थितीत असताना तिला बाजारात कांतम्मा आणि मुनियप्पा भेटले. त्यांनी तिला प्रेमानं सांगितलं, ''आम्ही आता इथंच घर केलं आहे. एकदा घरी या.''

भाजी घेऊन परतत असताना कांतम्मांनी विचारलं, ''लेकराला कुठं सोडून जातेस कामावर जाताना?''

''अजून ठरवलं नाही. बाळंतपणाची रजा आणखी सहा महिने वाढवून घेतली आहे.''

''हे बघ! तुला आणि तुझ्या यजमानांना योग्य वाटलं, तर तुझ्या लेकराला आमच्या घरी सोडून जात जा. माझ्याच नातवासारखं सांभाळेन मी.''

मृदुलाच्या डोळ्यांत पाणी उभं राहिलं. संजयला या संदर्भात विचारलं तेव्हा त्यानंही होकार दिला.

संजय अजूनही विद्यार्थ्यासारखाच होता. अजूनही तो स्कूटरवरूनच हॉस्पिटलला जायचा. दुपारचं जेवणं बरोबर घेऊन जायचा. काम झालं की सरळ घरी यायचा. सतत एका ना एका कॉन्फरन्ससाठी पेपर लिहायचं काम घेऊन ग्रंथालयात वेळ काढायचा. एखाद्या वैज्ञानिकासारखा त्याचा जीवनक्रम होता. घरी हवं-नको ते बघणं, रत्नम्मांना पैसे पाठवणं, हे सगळं मृदुलाच बघत होती. आता ते सगळं तिच्या अंगवळणी पडलं होतं.

याच व्यवहारानं तिला काही शहाणपण शिकवलं होतं. माहेरी भाऊ आपला असला तरी भावजय परकीच असते. वत्सलाला सून करून आणताना भीमण्णांनी विचार केला होता, मुलगी खेड्यातली आणली, तर तिला आपल्या सुख-दु:खाची जाणीव असेल. हे त्यांनी त्यांच्या स्वभावाप्रमाणे सगळ्यांना सांगितलं होतं. त्याप्रमाणे गुडिगेरीची बीए नापास झालेली वत्सला घरी सून होऊन आली होती. लग्नघरातच चंपक्का कुणाच्यातरी कानात कुजबुजल्या होत्या. ''आमच्या मृदुलाच्या रूपाशी अजिबात तुलना होऊ शकत नाही हिची!'' ही मोठ्या आवाजातली 'कुजबुज' आणखी कुणाच्या नसली, तरी नवऱ्या मुलीच्या कानावर गेली होती. त्यामुळे तिचं त्याच दिवसापासून चंपक्काबरोबर शीतयुद्ध सुरू झालं. कुठली नववधू नणंदेशी तुलना करून कमी लेखलेलं सहन करेल? शिवाय खेड्यात वाढलेली वत्सला अजिबात उमद्या स्वभावाची वगैरे नव्हती. ती पूर्णपणे स्वार्थी होती.

■

अलेक्सला पीजी करण्यात अजिबात रस नव्हता. डिग्री मिळाल्यावर योग्य ती संधी मिळताच तो दुबईला निघून गेला. तिथे तो भरपूर पैसा कमावत होता. आता

त्याचा सासरा पिंटोही समाधानी होता. दर वर्षी अनिता आणि अलेक्स भारतात येऊन जायचे. अलेक्सचा मुक्काम दोन आठवडे गोव्यात असायचा आणि बाकी दोन आठवडे फिरण्यात जायचे. त्यामुळे बंगळूरमध्ये संजयशी न चुकता भेट व्हायची. अनिताही खरेदीचं निमित्त काढून बंगळूरला यायची. त्या वेळी त्या दोघांचा मुक्काम हॉटेलमध्ये असला, तरी संजय-मृदुलाबरोबर त्यांचं एक जेवण असायचं. मृदुला आणि अनिताचंही छान पटायचं. तिची कन्नड भाषा आणि आलद हळ्ळीच्या कन्नड भाषेत भरपूर फरक होता. पण कुठल्याही अवडंबराशिवाय त्या दोघींचा स्नेह वाढला होता. त्या दोघींचा फोन आणि पत्रव्यवहारही होता. मृदुलानं कितीही नको म्हटलं तरी ती प्रत्येक वेळी काही ना काही भेटवस्तू आणायचीच.

आता अनितालाही मुलगी झाली होती. तिचं नाव ज्युलिएट प्रतिभा.

थायलॅन्डच्या बँकॉक शहरात एड्‌सवरचं एक तीन आठवड्यांचं ट्रेनिंग जागतिक आरोग्य संस्थेनं आयोजित केलं होतं. सरकारी दवाखान्यांमध्ये काम करणाऱ्या डॉक्टरांचा त्यातही; स्त्रीरोग तज्ज्ञांचा त्यात खास समावेश होणं अपेक्षित होतं. संजयच्या दृष्टीनं ही एक चांगली संधी होती. आपल्या खर्चानं जायचं म्हटलं, तर तीन-चार लाख रुपयांचा खर्च होता. ते शक्य नव्हतं. पण तिथे जाऊन काही शिकायला मिळालं तर सरकारी हॉस्पिटलमध्ये चांगला उपयोग होईल, हेही त्याला समजत होतं. त्याप्रमाणे त्यानं आवश्यक त्या कागदपत्रांसह अर्ज तयार केला आणि डॉ. कमलांना भेटायला गेला.

डॉ. कमला तो आला तेव्हा एक पुस्तक वाचत होत्या. दुपारची वेळ असली तरी फॅन सुरू नव्हता. बिघडून तीन महिने झाले असले, तरी अजूनही कुणी दुरुस्त करायचे कष्ट घेतले नव्हते. कमला मॅडमनीही त्याचा पाठपुरावा केला नव्हता. संजयला पाहाताच त्यांनी त्याला बसायला सांगितलं.

संजयनं विषय काढला. ''मॅडम, तुम्हाला ठाऊक असेल ना, अलीकडे एड्‌सग्रस्त गरोदर स्त्रियांसाठी सरकारी हॉस्पिटलमध्ये वेगळा वॉर्ड काढायचं चाललंय. त्यासाठी काही डॉक्टरांना ट्रेनिंगही देणार आहेत.''

''होय. ठाऊक आहे. त्यासाठी सरकारनं विशेष निधीही मंजूर केला आहे. आणखी दहा-पंधरा वर्षांत केवळ वॉर्डनं भागणार नाही. वेगळी हॉस्पिटल्स बनवावी लागणार आहेत. त्यासाठी आतापासूनच अनेक डॉक्टरांना तयार करावं लागेल. शिवाय असे पेशंट हाताळताना डॉक्टरांनाही कितीतरी काळजी घ्यावी लागणार आहे, त्यासाठीही प्रशिक्षण आवश्यक आहे.''

''मॅडम, थायलॅन्डमध्ये चालणाऱ्या या प्रशिक्षणासाठी मी अर्ज देऊ शकतो का?'' जीव मुठीत धरून संजयनं विचारलं. संजयनं याआधी कुणापुढेही एवढ्या नम्रपणे चौकशी केली नव्हती.

“जरूर अर्ज द्या! गेल्या वर्षी मीही जाऊन आलीय या कोर्ससाठी! जगभरातल्या वेगवेगळ्या भागांतून तिथे डॉक्टर्स आलेले असतात. त्यांना भेटलं तर बाहेरच्या जगात काय-काय चाललंय हे समजतं. इंटरनेटमुळेही कितीतरी गोष्टी कळत असतात; तरीही माणसांना प्रत्यक्ष भेटणं, ही वेगळीच गोष्ट आहे!”

“मॅडम, मला ही संधी मिळायची शक्यता कितपत आहे? माझ्या डीटेल्स यात लिहून आणल्या आहेत.”

“संजय, तुमच्याविषयी माझ्याइतकं आणखी कुणाला ठाऊक आहे? तुम्हाला विद्यार्थी दशेपासून मी बघते आहे! तुमच्यासारखे उत्तम डॉक्टर आणि शिक्षक मिळणं अतिशय कठीण आहे! पण तरीही तुम्हाला ही संधी मिळेल की नाही, याविषयी सांगणं अतिशय कठीण आहे!”

“का?”

“एकदा तुमचा पेपर सरकारच्या हाती गेला की, त्यांनी संधी द्यावी किंवा का नाकारावी हे सांगता येत नाही. इतकी वर्षं बघते आहे मी! तरीही नाही सांगता येत! आपल्याल्या हव्या त्या व्यक्तीला ही संधी दिली जाते आणि त्यासाठी वेगवेगळी कारणं दिली जातात!”

संजयचा चेहरा पडला. हे लक्षात येऊन त्या म्हणाल्या, “तुम्हाला निराश करण्यासाठी मी हे सांगितलं नाही! पण खरं सांगणंही आवश्यक आहे ना! तुमची हितचिंतक आहे मी!”

संजयला काय बोलावं ते कळेना.

त्याच पुढे म्हणाल्या, “या प्रोग्रॅमसाठी सरकार स्पॉन्सर करू शकतं, तशी वैयक्तिक स्पॉन्सरशिपही मिळू शकते.”

“हं. ते मीही ऐकलंय. गेल्या वर्षी डॉ. लतांना कुठल्याशा औषध कंपनीनं स्पॉन्सरशिप दिली होती. माझ्याही बाबतीत तसं काही होऊ शकेल?”

त्या गप्प बसल्या.

लताची गोष्ट वेगळी होती. आपले कुठं कॉन्टॅक्ट्स आहेत? एक तर तिचे वडील अधिकाराच्या जागेवर आहेत. दुसरं म्हणजे तिचा नवरा इन्कम टॅक्स खात्यात वरचा अधिकारी आहे! ती इथल्या रोग्यांकडून प्रत्यक्ष-अप्रत्यक्ष प्रकारानं पैसा काढत असते. शिवाय तिचं स्वत:चं नर्सिंगहोम आहे. ती एक चलाख बाई आहे! ज्या व्यक्तीशी तिचं भांडण असतं, त्यांच्या घरावर अचानक इन्कम टॅक्स खात्याचे छापे पडतात! त्यामुळे तिच्या विरोधात जायचं धैर्य कुणीही दाखवत नाही. तिची कुठलीही कामं अगदी सुलभपणे होताना दिसतात. गेल्या वर्षी अशाच एका रजेच्या संदर्भात तिनं कमला मॅडमनाही इंगा दाखवला होता. अचानक त्यांची इन्कम टॅक्सची फाइल बाहेर काढायला लावली होती. तिथला अधिकारी लुइस ओळखीचा

निघाला. त्यानंच नाव न घेता काय झालं ते सांगितलं ना! फाइलमध्ये काहीही गोंधळ न सापडल्यामुळे बिचारा कानकोंडा झाला होता तोच! खाली मान घालूनच बोलत होता. तिथून हॉस्पिटलला आल्यावर डॉ. लता कशी सामोरी आली आणि मानभावीपणानं म्हणाली, ''मॅडम, तुम्हाला बरं नाही का? हवं तर तुम्ही घरी जा! तुमचं काम मी बघते!'' त्या वेळी मॅडमही तेवढ्याच ताठपणे म्हणाल्या होत्या. ''मी असेपर्यंत माझी कामं मी कुणालाही सांगणार नाही! हातात अधिकार आहे म्हणून त्याचा गैरफायदा घ्यायची माझी प्रवृत्ती नाही!''

लता बँकॉकला गेली आणि पुढंही प्रकृतीचं कारण सांगून तिथंच राहिली. इथून नंतर तिचा नवरा आणि मुलंही तिथे गेले असंही समजलं. एकूण सहा आठवड्यांनंतर ती कामावर परतली. येताना तिनं हॉस्पिटलमधल्या तिच्या काही जवळच्या माणसांसाठी भेटवस्तूही आणल्या होत्या. त्यांनीच मॅडमना सगळं सांगितलं होतं.

हे सगळं या संजयला कसं समजणार? त्यांना आठवलं, पंचवीस वर्षांपूर्वी त्याही या संजयसारख्याच होत्या. आपण बरं, आपलं शिकवणं बरं! पण या साधेपणाची फार मोठी किंमत द्यावी लागते....!

डॉ. कमलांनी नि:श्वास सोडला. संजयला त्याचा अर्थ समजला नाही. त्यानं पुन्हा तोच प्रश्न विचारला. स्पॉन्सरशिप मिळणं ही फार मोठी गोष्ट नाही. औषध कंपन्यांच्या दृष्टीनं ही काही फार मोठी रक्कमही नसते. पण त्या का याला देतील? ज्यांच्याकडून त्यांचा भरपूर फायदा होणार असतो, त्या खासगी प्रॅक्टिस करणाऱ्यांसाठी हवं तर करतील. आपण याचं नावही सुचवून काही फायदा नाही. आपण आणखी दहा महिन्यांत व्हीआरएस घेणार असल्याची बातमी त्यांनाही ठाऊक आहे. त्यामुळे अलीकडे त्यांनी आपल्याकडे दुर्लक्ष करून आगामी एचओडी डॉ. सरोजाकडे लक्ष द्यायला सुरुवात केली आहे. शिवाय एवढ्या वर्षांच्या सर्व्हिसमध्ये त्यांनी कधीच कुणासाठी काही मागितलं नव्हतं. त्यामुळेही त्यांना ते अवघड वाटलं.

त्या काहीही बोलल्या नाहीत. त्या मौनाचा अर्थ संजयला समजला.

काही वेळानं त्या म्हणाल्या, ''हे पाहा, आपल्या आरोग्य-खात्याचे मंत्री जागतिक आरोग्य संस्थेकडून आलेल्या अर्थसाहाय्याच्या कमिटीचे चेअरमन आहेत. तुम्ही एकदा त्यांना का जाऊन भेटत नाहीत? त्यांना हवं तर मी तुमचं नाव सुचवू शकेन.''

हा मार्ग संजयलाही पटला. त्याप्रमाणे एका दुपारी तीन वाजता सरकारी कचेरीत गेला, आरोग्य मंत्र्यांच्या पीएंना भेटला. पंखा गरगरत असला तरी तिथे भरपूर उकडत होतं. तिथल्या एकेका टेबलापाशी तीन-चार माणसं उभी होती. बाहेरच्या कॉरिडॉरमध्ये माणसं निवांतपणे सिगारेट ओढत गप्पा मारत होती. प्रत्येकाला काही ना काही समस्या असलेली दिसत होती. बदली, बढती, कुठली

फाइल काढणे अशी काही ना काही कामं होती. पीए अजूनही फोनवर बोलत होते. त्यांची नजर संजयवर गेली. समोर रिकामी खुर्ची होती. तरी त्यांनी त्याला बसायला सांगितलं नाही.

कितीतरी वेळानं फोनवरचं बोलणं संपलं. संजयनं नमस्कार केला. त्यांना प्रतिनमस्कार करायची सवय नव्हती. त्यांचा चेहरा प्रश्नार्थक झाला. संजयनं आपली फाइल त्यांच्या पुढ्यात ठेवली. त्यावर नजर टाकून पीए म्हणाले, ''पण सरकारनं तुम्हाला कसं स्पॉन्सर करायचं? नोकरी किती झाली आहे तुमची? तुमच्यासारख्यांना स्पॉन्सर करत गेले, तर सरकार भिकारी होऊन जाईल! कायद्याचं शून्य ज्ञान असणारे तुमच्यासारखे येतात आणि आमचा वेळ खातात!''

''मला सरकारकडून अपेक्षा नाही. जागतिक आरोग्य निधी....''

''कुणी सांगितलं तुम्हाला हे? त्यांना इथे घेऊन या! समजा असा निधी असेलही! पण तो तुमच्यावर का खर्च करावा? तुमच्यापेक्षा सिनियर कुणीही नाहीच का?''

''मला मंत्र्यांना भेटायचंय.''

''जर तुम्हाला याच कारणासाठी भेटायचं असेल तर –''

बोलणं अजून संपायचं होतं. त्याचवेळी सेलफोनची रिंग वाजली. पीएंनी त्याला त्या जुन्या टेबलापाशी सोडलं आणि बोलत कॉरिडॉरकडे गेले. ''रागावू नको, भाऊ! मी मिनिस्टरला सांगितलंय. काहीतरी करतो. काय करायचं? मंत्री फार स्ट्रिक्ट आहेत रे!....''

निरुपाय होऊन संजय तसाच उभा होता. शेजारच्या टेबलावरचे एक पस्तीशीचे गृहस्थ उठून त्याच्याकडे आले. काहीसा स्थूल बांधा. साधे कपडे. संजयला बघताच त्याच्याजवळ येत ते म्हणाले, ''नमस्कार डॉक्टर!''

संजयनं वळून पाहिलं. ओळख पटली नाही. तो गडबडला.

ते म्हणाले, ''तुम्ही मला ओळखणं शक्य नाही. आमच्या कुटुंबाला तुमच्या हॉस्पिटलमध्ये दाखवलं होतं. तुम्ही डॉ. कमलांबरोबर होतात तेव्हा! कठीण केस होती. तुम्ही आणि मॅडमनी ऑपरेशन केलं होतं. नंतर तुम्हीच काळजी घेतली होती. आम्ही फुलं-फळांसह भेटवस्तू द्यायला आलो, तर तुम्ही नको म्हणाला होतात!''

तरीही संजयला त्या व्यक्तीची ओळख पटली नाही. त्याच्या चेहऱ्यावरचा गोंधळ बघून ते हसले. त्यानं स्पष्टच विचारलं, ''नाही ओळखलं मी! आपलं नाव?''

''चिक्कनंजप्पा. माझ्या बायकोचं केंपम्मा.''

तरीही संजयला आठवलं नाही. पेशंटचा प्रॉब्लेम समजला असता, तर संजयला आठवलं असतं की काय कोण जाणे! पण सरकारी ऑफिसमध्ये एफडीसी असणाऱ्या चिक्कनंजप्पांना इंग्लिश रोगाचं नाव सांगायला कुठून आठवणार?

''ते राहू द्या डॉक्टर. तुम्ही इथे का आला होतात?''

संजयनं कामाचं स्वरूप सांगितलं. हातातली फाइलही दाखवली.

ती हातात घेत ते म्हणाले, ''डॉक्टर, इथे नको बोलायला! ताडीच्या झाडाखाली उभं राहून पाणी प्यायलं तरी दारू प्यायल्याचा आरोप येईल इथं! मलाही इथंच नोकरी करायचीय ना! आपण असं करू, आपण साडेपाच वाजता रेसकोर्सजवळच्या चालुक्य हॉटेलात भेटू या. तिथे मोकळेपणानं बोलता येईल.'' म्हणत ते निघून गेले.

संजयकडे कुणाचंच लक्ष नव्हतं. तो तसाच उभा होता. आता पीए आत आला. त्याचं सेलफोनवरचं बोलणं संपलं होतं. आता आणखी काही जणांनी त्याला घेरलं. त्या सगळ्यांना त्यानं सांगितलं, ''मॅडम टूरवर आहेत. आता त्या भेटणार नाहीत. फाइल्स ठेवून जा. उद्या फोन करा. उत्तर कर्नाटकातून आल्यावर त्या दिल्लीला जाणार आहेत. या आठवड्यात कुणालाही अपॉईंटमेंट मिळणार नाही....''

इतर माणसं त्याच्याशी हुज्जत घालत उभीच होती. संजय मात्र तिथून बाहेर आला. तो जड अंत:करणानं पायीच चालत चालुक्य हॉटेलपाशी आला. नोकरी मिळताना त्याचे गुणच बोलले होते. मुलाखत घेणाऱ्यांमध्ये डॉक्टर कमला होत्या. त्यांचं रेकॉर्ड उत्तम होतं. कुठल्याही शिफारशीशिवाय आणि कुणापुढेही तोंड न वेंगाडता त्याला ती नोकरी मिळाली होती. पण आता वातावरण तसं राहिलं नव्हतं. वातावरण बदलत चाललं होतं. त्याच्या कामाच्या वेळात कितीतरी रुग्ण येत असतात. संख्या भरपूर असते. सगळ्यांवर उपचार करताना बराच ताणही येत असतो. पण त्यानं कधीही त्याचं अवडंबर केलं नव्हतं. कारण डॉक्टरांचं पहिलं कर्तव्य म्हणजे, शत्रू जरी रुग्ण म्हणून आला तरी त्याच्यावर उपचार केलेच पाहिजेत! पण सरकारी कचेरीत मात्र त्याला वेगळाच अनुभव आला होता. त्याच्या मनात आलं, मला तरी कशाला हवंय हे सगळं?

तो चालुक्य हॉटेलात येऊन पोहोचला, तेव्हा चिक्कनंजप्पा त्याआधीच येऊन पोहोचले होते. बहुतेक ते स्कूटरवरून आले असावे. त्यांनी आधीच दोन कप कॉफीही सांगितली होती.

त्यांनी स्पष्टच सांगितलं, ''डॉक्टर, तुम्हाला मी खरं सांगतो. तुम्हाला स्पॉन्सरर मिळणार नाही! त्यासाठी शेकडो कनेक्शन्स लागतात. मी तुमची फाइल ठेवून घेतो, आणखी दोन दिवसांनी फोन करून कळवतो. तुम्हाला तुमच्या हॉस्पिटलमधलं कामकाज कसं चालतं, ते ठाऊक आहे की नाही? तुमच्याकडे मंत्र्यांकडचं कुणी आलं की, त्यांना व्हीआयपी ट्रिटमेंट मिळते की नाही? हॉस्पिटलमधल्या औषधांची विक्री केली जाते. पैसे खर्च केल्याशिवाय ऑपरेशन करतच नाहीत. आमच्याकडेही असंच आहे. ट्रान्स्फरसाठी अमुक इतके, बढतीसाठी अमुक इतके, एनओसीसाठी अमुक इतके असं ठरलंय. आणि ब्रह्मदेवाचा बाप आला तरी हे जाणार नाही!''

संजय यावर काय बोलणार?

चिक्कनंजप्पाच पुढे म्हणाले, ''डॉक्टर, तुम्ही सरकारी खात्यात नोकरी करणार असाल तर तुम्हाला इथे अनेकदा यायची पाळी येणार आहे! त्यामुळे हे सगळं नीट समजून घ्या! तुमच्यापैकी अनेक डॉक्टर आमच्या खात्यातल्यांना व्हीआयपी ट्रीटमेंट देतात! वेळेवर मदत व्हावी म्हणूनही असेल. तुमच्याही लक्षात येईल, तुमचे बरेच डॉक्टर दुपारनंतर हॉस्पिटलला येत नाहीत.''

संजयनं याकडे लक्ष दिलं नव्हतं. एवढ्यात कॉफीचं बिल आलं. चिक्कनंजप्पा नको-नको म्हणत असताना संजयनं बिल दिलं आणि विचारलं, ''तर मग मी दोन दिवसांनी फोन करू?''

''नको-नको! मला मोठाच प्रॉब्लेम होईल! आम्हाला येणाऱ्या फोनकॉल्सवरून आमच्या आर्थिक आवकीचा अंदाज बांधला जातो. तुमचा घरचा नंबर देऊन ठेवा. काही कळालं तर मीच रात्री फोन करेन. आणि शब्द द्या मला! आपल्या दोघांमध्ये जे काही बोलणं झालंय, ते आणखी कुणाच्याही कानांवर जाऊ देऊ नका! कुणाला समजलं तर मला टुरिझम विभागात पाठवून देतील! तिथे काहीही कमाई नाही! नाहीतर दुष्काळी भागात, बळ्ळारीला पाठवून देतील!''

संजयनं तशी खातरी दिली आणि जायला निघाला. चिक्कनंजप्पांनी बहुधा आणखी कुणाला तरी तिथे भेटायला बोलावलं असावं. त्यामुळे ते तिथेच वाट बघत बसून राहिले.

सगळं ऐकून डॉ. कमला म्हणाल्या, ''गेल्या वर्षी थायलॅन्डला मुंबईहून डॉ. वर्षा आल्या होत्या. त्यांना टाटा विद्यार्थी वेतनातून अर्थसाहाय्य मिळालं होतं. तो ट्रस्ट अशा प्रकारचं साहाय्य करतो, असं त्या सांगत होत्या. तुम्ही त्यासाठी प्रयत्न का करत नाही? तिथे फक्त प्रतिभा असली तरी पुरेसं आहे!''

''मला त्यांचा पत्ता कुठं मिळेल?''

''डॉ. वर्षांकडून मिळवता येईल. शिवाय अलीकडे बंगळूरमध्येही असे अनेक ट्रस्ट आहेत. तुम्ही त्यांना ॲप्रोच व्हा. तुम्ही सर्व बाजूंनी प्रयत्न करा. एकाच सोर्सला चिकटून राहू नका.''

कमला मॅडमच्या सूचनेप्रमाणे संजयनं टाटांच्या पत्त्यावर पत्र पाठवलं. तसंच बंगळूरमधल्या वेगवेगळ्या चॅरिटेबल ट्रस्टनाही पत्रं लिहिली. आठवड्यानंतर टाटांकडून उत्तर आलं, ''तुमची माहिती उत्तम आहे. पण आम्ही तुम्हाला मदत करू शकत नाही! कारण आम्ही फक्त मुंबई महानगरपालिकेच्या हद्दीतल्या डॉक्टर्सनाच अशी मदत करतो. कारण त्यांच्या ज्ञानाचा मुंबईतल्या नागरिकांना उपयोग होऊ शकतो. आपण सर्वार्थानं या मदतीसाठी लायक असूनही आम्ही तुम्हाला मदत करू शकत नाही. क्षमस्व!''

इतर संस्थांकडून आलेली उत्तरंही निराश करणारी होती.

"...तुम्हाला इतकी रक्कम देणं शक्य नाही. आम्ही दहा हजार रुपये देऊ शकतो...."

"...तुम्ही निम्मी रक्कम उभी करू शकत असाल, तर उरलेली निम्मी रक्कम आम्ही देऊ. आमच्या संस्थेची हीच पद्धत आहे!...."

"...आम्ही इतर काही कामात पैसा गुंतवलेला असल्यामुळे आता तुम्हाला मदत करणं शक्य नाही...."

"...तुम्ही अमुक जातीचे असाल तरच आम्ही तुम्हाला आर्थिक मदत देऊ शकतो...."

हे वाचल्यावर त्याला वाटलं, केवळ प्रतिभा किंवा कष्टाची तयारी असून पुरेसं नाही! त्यासाठी योग्य ती जातही असणं आवश्यक आहे!

अशा प्रकारे सगळीकडून नकारार्थी उत्तरं आली. संजय निराश झाला.

तो घरी आला तेव्हा मृदुला शिशिरला जेवण भरवत होती. तिच्या चेहऱ्यावरचा आनंद लपत नव्हता. संजयनं त्या मागचं कारण विचारण्याआधीच मृदुला म्हणाली, "अलेक्स आणि अनिता येणार आहेत! आत्ता अनिताचा फोन आला होता. या खेपेला तीन-चार दिवस बंगळूरला राहाणार आहेत ते!"

संजय काहीही न बोलता न्हाणीघरात जाऊन हात-पाय-तोंड धुऊन आला. मृदुलाच्या उत्साहाला पारावार नव्हता. तो येईपर्यंत तिनं त्याचंही ताट वाढलं आणि पुढे म्हणाली, "एकदा तरी आपण त्यांना घरी जेवायला बोलवायलाच पाहिजे! आणि एक दिवस त्यांना बाहेर घेऊन जाऊ या. आणि हो! या खेपेला त्यांनी मुलीला सोबत आणलेलं नाही. मंगळूरला त्यांच्या आईच्या घरी सोडून आलेत."

संजय मुकाट्यानं जेवू लागला. मृदुला पुढे म्हणाली, "अहो! तिला आपण ज्युलिएट म्हणायचं की प्रतिभा? मला तर ज्युलिएट जास्त आवडतं! तुम्हाला?... आणि यंदा ते बंगळूरला घर विकत घेणार आहेत म्हणे! मला कळत नाही, इथे कशाला घर घेणार आहेत? त्यांनी खरं तर गोव्यात घर घ्यायचं नाही, तर मंगळूरमध्ये घ्यायचं! सगळं सोडून इथे का घेणार आहेत?"

तरीही संजय गप्प होता.

"अनिताला धारवाडी कशिदा केलेली साडी घ्यायची आहे म्हणे! हुबळीत जाऊन घेऊ या, असं अनेकदा म्हणाली आहे ती. हुबळीचं गोमंतक हॉटेल आहे ना? ते त्यांचे नातेवाईक आहेत म्हणे! पण फक्त साडीसाठी तिथे जायची काहीही गरज नाही. परवाच आईनं माझ्यासाठी कशिदा केलेली काळी चंद्रकळा पाठवली आहे ना! ती अनिताला देता येईल. मी पुन्हा हुबळीच्या गंगावती दुकानातून करवून घेईन. इथंही होसूरला धारवाडी कशिद्याचं केंद्र काढलंय म्हणे. तिथून घेता येईल!"

संजय काहीही न बोलता जेवत होता. आता हे मृदुलाच्या लक्षात आलं.

"बोलत का नाही तुम्ही? काय झालं? हॉस्पिटलमध्ये काही झालंय का? झालं असलं तरी तुम्ही का ते मनाला लावून घेता? मी माझ्या विद्यार्थ्यांना नवी म्हण सांगत असते. शेरडू तोंड लावणार नाही असं झाड नाही, मरण नसलेलं घर नाही! तसंच, कटकट नाही असं ऑफिस नाही! होय की नाही?" म्हणत ती हसली.

काहीतरी अंदाज येऊन तिनं विचारलं, "तुम्ही बँकॉकच्या स्कॉलरशिपसाठी अर्ज दिला होता ना? काय झालं त्याचं? तुम्ही जाणार आहात त्या सुमारास शैलाला बँकेचं ट्रेनिंग आलंय म्हणे. सतीशला पेपर तपासायचं काम आहे. येणार आहेत दोघंही. मी सांगितलंय, इथंच राहायला या. काहीही म्हणा तुम्ही, सतीश अगदी सरळ मनाचा आहे. शैलाही चांगली आहे. पण व्यवहाराच्या बाबतीत सतीशपेक्षा चलाख आहे. बघा ना! आताही तीच कर्ज काढून हुबळीत घर बांधते आहे. सरलाच्या बाळंतपणासाठी अमेरिकेलाही जाऊन आलीय! आल्या-गेलेल्याला हवं तेवढं करते. सगळ्यांसाठी करते, पण कुणालाही खूप लावून घेत नाही. आणि भांडतही नाही! आताही इथे दोन आठवड्यांसाठी राहायला आली की, माझ्यासाठी साडी घेऊन येईल!...."

संजयचं जेवण संपलं. तो हात धुवत असताना मृदुलानं विचारलं, "मग, येऊ दे ना, शैलाला?"

"येऊ दे!" आता संजयनं पहिल्यांदा तोंड उघडलं.

"मला ठाऊक होतं तुम्ही नाही म्हणणार नाही म्हणून! आमच्या आलद हळ्ळीमध्ये घरभर माणसांची आम्हाला सवय! फक्त दोघांसाठी स्वयंपाक करायला मला कसंतरी वाटतं! तुम्ही तर तुमच्या हॉस्पिटल आणि लायब्ररीमध्ये असता! सतीश एकदा म्हणत होता, मी प्रोफेसर असलो तरी मृदुलाच्या नवऱ्याइतका अभ्यास नाही करत! अरे हो! विसरलेच होते! गेल्या खेपेला अनितानं सोन्याची चेन आणली होती. आपणही ज्युलिएटसाठी काहीतरी द्यायला हवं की नाही!..." हातातलं भांडं घासत मृदुला झोपायच्या खोलीत आली.

"तुला जे वाटतं ते दे! मी कधी आर्थिक बाबीत लक्ष घालत असतो?"

"तुम्ही लक्ष नाही घातलं! पण मीही कधी तुम्हाला सांगितल्याशिवाय खर्च करत नाही. ज्युलिएट म्हटलं की, मला ज्युली सिनेमा आठवतो. कॉलेजमध्ये असताना मी, सरला आणि सतीश गेलो होतो. सरला तर ढाराढूर झोपली होती! हे तिचं नेहमीचंच होतं! पण सोडून गेलं तर रागावायची! अहो, परवा ज्युली लक्ष्मी बाजारात दिसली होती. किती वयस्कर दिसते ती...!" ती रंगात येऊन गप्पा मारत असताना शिशिरनं हाक मारली. हातातलं भांडं ठेवत मृदुला हॉलकडे गेली.

उकाडा प्रचंड होता. अलीकडे बंगळूरमध्ये अतिशय उकडतं. एकेकाळी फॅनचीही

गरज नसलेल्या या गावात दिवसभर एसी लावून बसायची वेळ येईल की काय कोण जाणे! अर्थात हीही काळाची गरज असते म्हणा! पण मृदुला अजिबात बदलली नाही. बदललं पाहिजे, याची जाणीवही तिला नाही. काही आवश्यक बदल तिच्यातही झाले आहेत. जेवणखाण, भाषा, काही प्रमाणात कपडे... पण तिचं हृदय आजही तसंच आहे. अगदी प्रथम लग्नघरात दिसली तेव्हा ती जशी होती, तशीच आताही आहे. तिचं मन म्हणजे उघडं पुस्तक आहे. मनातला विचार काही क्षणातच जिभेवर येतो! त्यात काही लपवाछपवी नाही, काय सांगावं आणि काय सांगू नये, याचं तारतम्यही नाही! काही वेळा तेही खटकतं म्हणा!

आज संजय वाचत बसायच्या मूडमध्ये नव्हता. झोपायची इच्छा असली तरी झोप आली नाही. आज त्याचं मन अस्वस्थ होतं. त्या दिवशी मृदुलाशी बोलावं म्हटलं, तर ती अनिताच्या स्वागताच्या मानसिक तयारीत होती. संजयला तर काही वेळा आश्चर्य वाटायचं, अशी कशी ही अनिताच्या मनातल्या सगळ्या गोष्टी बोलू शकते? मृदुला तर दगडालाही बोलतं करेल म्हणा! तिच्या या स्वभावामुळे अनेकदा संजयलाही तिच्यापुढे सगळं मन मोकळं करू नये, असं वाटतं. ही तर सगळ्यांना आपल्यासारखंच समजते!

संजयला एक घटना आठवली. नुकतंच लग्न झालं होतं. मृदुलानं त्याला आपल्या हुबळीच्या मामाच्या घरी नेलं होतं. तिथून येताना तिनं सांगितलं होतं, ''तुम्हाला एक गुपित सांगते! सतीश आहे ना!....''

त्याला पटकन कोण सतीश हे लक्षात आलं नाही.

''माझा मामेभाऊ! आता भेटलात ना त्याला!''

''तो होय!''

''कसा आहे तो?''

''चांगला आहे की!''

''त्याच्या मनात माझ्याशी लग्न करायची इच्छा होती.''

''तुला कुणी सांगितलं?''

''कुणी सांगितलं नाही! पण त्याच्या पर्समध्ये मी माझा फोटो बघितला होता.''

''केव्हा?''

''आपल्या लग्नाची बोलणी झाल्यानंतर.''

''मग तू काय केलंस?''

''हळूच काढून घेतला.''

''तो काय म्हणाला?''

''काहीच बोलला नाही तो!''

''पुढं?''

"पुढं काय! काहीही नाही. मी ही घटना आजवर कुणालाही सांगितली नाही. माझ्या मनात त्याच्याविषयी तशी काही भावनाच नव्हती. आज मला थोडं विचित्र वाटत होतं. म्हणून...."

संजयला तेव्हा हसू आलं. मामेभाऊ, त्याच्याशी एकत्र खेळलेली असणार. कुणालाही आवडेल अशीच ही मुलगी! त्या वयाला कुणाच्याही मनात भरली असेल. एखाद्याच्या मनात भरली म्हणजे कुणी कुणाच्या प्रेमात पडलं, असं नाही होत. एका तरुण मुलाच्या मनात त्या वयात अनेकांविषयी आकर्षण निर्माण होऊ शकेल. तसंच काहीसं तेव्हा झालं असलं पाहिजे. ही गोष्ट हिनंही मला सांगायची गरज नव्हती.

मृदुलाच पुढे म्हणाली, "नवरा-बायकोमध्ये मोकळेपणा हवा. त्यांच्यामध्ये कुठल्याही प्रकारचा आडपडदा नसावा. तुमच्या मनात कुणी भरली होती का?"

"नाही." संजय क्षणभर थांबून म्हणाला. त्याच्या मनात वसुधा क्षणभर डोकावून नाहीशी झाली होती.

पुन्हा संजय सरकारी कचेरीतल्या वातावरणाचा विचार करू लागला. बंगालच्या उपसागरात कमी दाबाचा पट्टा निर्माण झालाय म्हणे. त्यामुळे इथल्या वाऱ्याचा जोर वाढलेला दिसत होता. घरासमोरच्या नारळीच्या झावळ्या वाऱ्यानं हालत होत्या. एक सुकलेला नारळ वरून पडला आणि कंपाउन्डवरच्या दिव्यावर आदळला. संजयनं खिडकीचा दरवाजा उघडला. थंडगार वाऱ्याचा झोत घरात शिरला. तरी संजयचं मन शांत झालं नाही.

उद्या अलेक्स येईल. तो आला की प्रत्येक वेळेला एकच प्रश्न विचारतो, "हे बघ, या सरकारी कामात तू तुझं जीवन घालवतो आहेस, त्याच पद्धतीनं तू खासगी हॉस्पिटलमध्ये एक वर्ष घालवलंस तर आयुष्याचं सार्थक होईल. तुझ्याकडे बुद्धी आहे, शक्ती आहे. सरकारी नोकरीत सगळं आयुष्य घालवलंस तरी तू काय कमावणार आणि काय शिल्लक ठेवणार? निवृत्तीच्या वेळेपर्यंत प्रोफसर होशील आणि म्हातारपणासाठी पेन्शन मिळेल, एवढंच! पण त्यासाठी तुझा जीव किती झिजवशील?"

तो म्हणतो त्यात काहीही खोटं नाही, हे संजयलाही पटत होतं. पण त्याच्या हृदयाला मात्र ते पटत नव्हतं. त्याला वाटायचं, सरकारी नोकरीत राहिलं तर पुढच्या पिढीला शिक्षण देता येईल. गरिबांवर उपचार करता येतील. आणि ॲकॅडमिक्समध्ये नाव कमावता येईल. ज्ञानात भर घालत राहाता येईल!... कुठंतरी अप्पांच्या व्यक्तिमत्त्वाचा प्रभाव असावा तो! ते तर रोग्याची सेवा म्हणजे भगवंताची सेवा मानायचे! त्यांचं ते बोलणं ऐकताना किती छान वाटायचं! त्यांना एकदा विचारलं

होतं, ''आणि रोगी?'' त्यांनी सांगितलं होतं, ''रोगीही वैद्याला नारायण मानतो! असा परस्परांविषयी विश्वास असेल, तेव्हाच औषधाला गुण येतो! समजलं? म्हणून आपल्याकडे म्हणतात, 'औषधम् जान्हवीतोयम् वैद्यो नारायणो हरि:!' ''

आज अप्पा हयात असते आणि त्यांच्यावर सरकारी कचेरीत जायची वेळ आली असती, तर त्यांनी काय केलं असतं?... हे जर अलेक्सपुढे बोलून दाखवलं, तर तो खदखदून हसेल! तो म्हणेल, ''कमॉन संजय! अरे, एकेकाळी चर्चचे पाद्री वैद्यासारखे असायचे. त्याही आधी न्हावीच सर्जन असायचा. आता मी पाद्र्याचा चेहरा रविवारी बघतो. आता त्यांच्यामध्येही पहिली सेवावृत्ती राहिलेली नाही. अलीकडे देवाधर्मात 'पब्लिक रिलेशन्स' आले आहेत, तसेच वैद्यकीय सेवाही 'व्यवसाय' झाली आहे. तूच डोळे उघडे ठेवून बघ. तुझ्या वडिलांच्या काळातला वैद्यकीय व्यवसाय आता राहिलेला नाही. कॅन्सर झाला तर शल्यचिकित्सा अत्यावश्यक आहे. तिथे केवळ देवावर विश्वास ठेवून गुण येत नाही. दुसरं म्हणजे तसे वैद्यही आता नाहीत. अशा परिस्थितीत कुठल्यातरी शतकात सांगितलेल्या गोष्टीवर आजही विश्वास ठेवून राहाणं कसं शक्य आहे? मी एक सांगू?''

''हं''

''गोव्यातले कितीतरी नदीनाले समुद्राच्या दिशेनं वाहत होते. ह्या नद्या ओलांडण्यासाठी छोट्या-छोट्या नावा वापरण्यात येत होत्या. तेव्हा प्रत्येक खेड्यात वैद्यही नसायचे. तीन-चार खेड्यात मिळून एक वैद्य असायचा. रोग्याला बरं नसेल, तेव्हा नदी ओलांडण्यासाठी वैद्य त्या नावाड्याची मदत घ्यायचा. रोग्यांकडून मिळणारा पैसाच त्याच्या जगण्याचा आधार असायचा. एकदा एक वैद्य रोग्यावर औषधोपचार करून नावेतून माघारी येत होता. जोराचा वारा सुटला. नावेतल्या इतरांचे जीव वाचवण्यासाठी नावेतल्या कुणा एकाला नदीत टाकायची वेळ आली. तेव्हा रोगीसुद्धा वैद्याला टाकायला तयार झाले. कारण नदीच्या पलीकडे गेल्यावर वैद्याचे पैसे द्यावे लागणार होते ना! ही गोष्ट लक्षात ठेव! गरज सरो आणि वैद्य मरो अशी म्हणच आहे! म्हणून सांगतो संजय, तुझं तत्त्व बाजूला ठेव. आपण दोघे मिळून एक पॉलीक्लिनिक सुरू करू या. त्यात वेगवेगळ्या डॉक्टरांना आमंत्रित करू या. आता बंगळूरही वेगानं वाढत आहे.''

अलेक्सच्या या बोलण्यावर आजवर संजयनं काहीही उत्तर दिलं नव्हतं. काय उत्तर द्यायचं? त्याची झोप कुठल्या कुठे गेली होती.

सकाळपासून मृदुला घरात नव्हती. मुनियप्पांच्या दोन्ही मुलींची लग्न झाली होती. त्या तिपटूर आणि तुमकूर येथे राहात होत्या. दोन्ही जावई सरकारी नोकरीत असून त्यांचं जीवन निवांत चाललं होतं. त्यांचा मुलगा कॉम्प्युटर इंजिनिअर असून

सॉफ्टवेअर कंपनीत कामाला होता. त्याच कंपनीत काम करणाऱ्या अनुराधा या बिहारी मुलीशी त्याचं लग्न झालं होतं. आधी हे लग्न आई-वडिलांना मान्य नव्हतं. पण एकुलता एक मुलगा! काय करणार? नाइलाजानं त्यांनी या लग्नाला मान्यता दिली होती. आता मुलगा-सून दोघंही कामावर जायचे. मुलांना बघायला कुणीतरी हवं ना! त्यामुळे सासू-सासऱ्यांबरोबर ते राहात होते.

मुनियप्पांना कोलारला जायची अजून आशा होती. पण कांतम्मा त्यासाठी तयार नव्हत्या. तीस वर्षं त्या तिथून बाहेरच होत्या ना! तिथे आवर्जून जावं असं काहीही नव्हतं. आधीच तिथला मरणाचा उकाडा! त्यात नातेवाइकांची घरं जवळपास. म्हणजे रोज त्यांच्या घरची भांडणं ऐकावी लागणार! इथे राहिलं तर तेवढीच मुलाला आणि सुनेला मदत तरी होईल. मुलानं त्यांना पाठिंबा दिला. कानात सदासर्वदा ईयरफोन असणारी अनुराधा कुणाच्याच अध्यातमध्यात नसायची. तिला भाषाही यायची नाही म्हणा! ती शिकायचा प्रयत्नही करत नव्हती. मुलगाही त्याच्या सोयीनं हिंदी-इंग्लिशमध्येच बोलायचा.

शिशिर अगदी लहान असल्यापासून त्यांच्याबरोबर रुळला होता. आता तो मोठा झाला असला तरी कुठं जायचं असेल की, मृदुला त्याला त्यांच्याच घरी सोडून जायची. त्यांनाही शिशिरचा चांगलाच लळा लागला होता. रत्नम्मा तर फारच क्वचित बंगळूरला यायच्या. रत्नम्मांनी बोलवलं नाहीतरी हेच अधूनमधून टी. नरसीपूरला जाऊन यायचे. तरीही आजी-नातवामध्ये वाढायला पाहिजे तशी सलगी वाढलीच नव्हती. शिशिर गावी गेला तर आजी त्याला दुकानातून दोन केळी द्यायची तेवढंच! त्यांचं बोलणंही विचित्र. "बाळा! मी गोळा करून ठेवतेय, ते तुझ्यासाठीच की नाही! तुलाही कुणी पैसे दिले, तर एनएससी सर्टिफिकेट घ्यायचे बरं का! सहा वर्षांत रक्कम डबल होईल! उगाच काहीतरी खाऊ खाऊन संपवून नाही टाकायचे! पोट काय, काहीही खाल्लं तरी भरतं! त्यात काय विशेष?"

आलद हळ्ळीमधलं चित्रही आता पालटलं आहे. घरात वत्सला सून होऊन आल्यापासून माणसांचा राबता कमी झाला होता. तिला खेड्याची अजिबात आवड नव्हती. तिचा सगळा ओढा शहराकडे होता. ती कृष्णाला म्हणायची, "काय ठेवलंय या खेड्यात? नुसतं शेत, शेतीची कामं, पेरणी, लावणी, कापणी हीच कामं एक झाली की दुसरी. सगळं जीवन यातच जातं! इथे ना एक नाटक, ना सिनेमा! ना बाजार, ना चांगलं दुकानं! गाई-म्हशी-गाभण-व्यायली-कुलधर्म-कुळाचार!"

सुरुवातीला कृष्णा म्हणायचा, "असं का म्हणतेस? आमच्या मृदुलाला इथे वेळ पुरायचा नाही. तुला कंटाळा आला, तर शेजारच्या चंपामावशींच्या घरी जा. त्या खूप शहाण्या आहेत. त्यांच्याकडून स्वयंपाक, रांगोळी, माळा करणं असलं, बरंच शिकण्यासारखं आहे."

यावर ती एकदम प्रचंडच भडकली, ''तुमच्या मृदुलाला आणखी काही येत नव्हतं, म्हणून ती असल्या खेड्यात रमली. तिला ठाऊक होतं, लग्न करून शहरात जायचंय म्हणून! आता तिला इथे येऊन चार कामं करू द्या ना! तळ्यावरून चार घागरी पाणी आणू द्या, मग सांगा. आणि त्या चंपक्का मावशीचं नाव नका काढू माझ्यासमोर! मला तिच्याकडून काहीही शिकायचं नाही. सगळा मराठी स्वयंपाक त्यांचा! आणि देवाला चार फुलं नुसती वाहिली, तर पोहोचत नाहीत काय? मला इथे कंटाळा येतो.''

हुबळीत घर करावं अशी तिची अपेक्षा होती. मग आठवड्यातून एखाद्या वेळी खेड्यात आलं तर मजा! मुलांना तिथल्या शाळेत पाठवावं; नवे-नवे कपडे घालावेत. रोज सिनेमा आणि बाजारात फेरफटका मारावा! तिथल्या रेवणकर सराफांकडे नवे-नवे दागिने करावेत... वगैरे, वगैरे. पण घरातल्या मोठ्यांना हे मान्य नव्हतं. अलीकडे तिलाही मुलगा झाला होता. मृदुला दर वर्षी एकदा तरी सुट्टीला आलद हळ्ळीला जायची. पण भावजयीच्या वागण्यामुळे तिचं मन कष्टी व्हायचं. वत्सला कधीही तिच्याशी प्रेमानं वागायची नाही. उलट प्रतिस्पर्ध्यासारखी बघायची. बारीकसारीक गोष्टींवरून वाद वाढवायची. खोटंनाटं काहीतरी करून नवऱ्याला चहाड्या सांगायची. काहीतरी निमित्त करून रडून गोंधळ घालायची आणि माहेरी निघून जायची. मग दोघींमधला स्नेह वाढणार तरी कसा? म्हणजे संजय म्हणायचा, ''मृदुलाला कुठल्याही दगडाबरोबर बोलता येतं!'' हेही काही खरं नव्हतं. दगडाशी बोलता येतं; पण दगडी हृदयाच्या स्त्रीशी कसं बोलणार? त्यामुळे महिन्यासाठी आलेली मृदुला आठ-दहा दिवसांत घरी जायला निघायची. अलीकडे तिच्या आईलाही संधीवातानं पायदुखी सुरू झाली होती. भीमण्णांचे कानही मंद झाले होते. मग ती तिथून सतीशच्या घरी चार दिवसांसाठी जायची आणि तिथून गावी परतायची. अलीकडे शिशिरही गावात कंटाळायचा. उलट हुबळीमध्ये सतीशच्या मुलाशी खेळण्यात त्याचा वेळ जायचा.

लक्ष्मीचं बंगळूरला येणं व्हायचं ते फक्त काही खरेदी असेल तरच. असिस्टंट मॅनेजरची बायको असून लक्ष्मी दरवर्षी जी कपडे आणि दागिन्यांची खरेदी करायची ती बघून मृदुलाला आश्चर्य वाटायचं; असूया नाही. लक्ष्मीला मात्र तिला बघितलं की, एक प्रकारचा वैताग यायचा. तिच्या दृष्टीनं, मृदुला पै-पै साठवून देणारी कंजूस बाई आणि संजय बायकोच्या ताटाखालचं मांजर!

त्यामुळे शिशिरला कांतम्मांचाच फार लळा लागला आहे. मुनियप्पांचा मुलगा अरुण आणि अनुराधा त्याच्याशी अतिशय प्रेमानं वागत होते. अनुराधा तर आपल्या कारमधून त्याला घेऊन जाऊन काही ना काही विकत घेऊन देत होती. त्यांच्या घरात शिशिर नाचणीची उकड छानशी खायला शिकला होता. तो कांतम्मा आणि

मुनियप्पांना आजी-आजोबाच म्हणत होता. घरी आईनं सार केलं तरी ''तुला आजीसारखं सार करायला जमत नाही!'' अशी तक्रार करायचा.

आज मृदुला अनिताबरोबर काहीतरी खरेदी करायला बाहेर गेली होती. अनिता म्हणाली, ''काहीही म्हण! मला दुबईचा कंटाळा आलाय! मला तिथे काहीही बाहेरचं काम करायला जमतच नाही.''

''का?''

''त्या देशात बायकांना नोकऱ्या करायच्या असतील, तर त्यांनी एक तर टीचर, नर्स किंवा डॉक्टर असावं लागतं. आणखी काही काम करायची संधीच नसते. मी काही तुझ्यासारखी टीचर नाही! आपल्या नवऱ्यांसारखी डॉक्टरही नाही! ही ज्युलिएट शाळेला निघून गेली की, मला तर वेड लागल्यासारखं होतं!''

''का? घरात काम नाही?''

''घरात असून-असून किती काम असतं? मला तर वेगवेगळ्या प्रकारची कामं करायची सवय आहे. अलेक्स कधी असतो, तर कधी नसतो. मस्कत, बाहरिन, सौदी अशा ठिकाणी सतत फिरत असतो. इथे असताना मला एक ना एक काम करत राहायची सवय आहे. रिकामं बसायची मला अजिबात सवय नाही. आमच्या मंगळूरला हवं तेवढं काम असतं! लहान असताना मी चर्चमध्ये संगीत म्हणायची. मला तिथे भरपूर मैत्रिणीही होत्या. नातेवाईकही हवे तेवढे आहेत! तिथे काहीच नाही. आहेत ती फक्त सोन्याची दुकानं!''

''एवढी सोन्याची दुकानं आहेत?''

''हं. हवी तेवढी आहेत. इथे बांगड्यांची दुकानं असतात ना तशी सोन्याची दुकानं असतात तिथं. सगळी दुकानं एअरकन्डिशन्ड असतात. कुठंही सिक्युरिटी नसते. सोन्याच्या दुकानांच्या रांगाच रांगा! बांगड्यांच्या ओळीच्या ओळी! खरं सांगू का, मृदुल; मला तरी सोनं घालायलाच नको वाटतं. आपण दागिने का घालतो? कुणाचं तरी लक्ष जावं म्हणून! तिथे कुणाचं कुणाकडे लक्ष जाणार? त्यात सौदीमध्ये बुरखा घालावा लागतो. मी तर सारखी अलेक्सला सांगत असते, आपण भारतात निघून जाऊ या म्हणून! पण तो कुठं ऐकतोय?''

''तुमच्यापैकी कुणीच तिथं नाही?''

''आमच्या सासरच्या माणसांचं म्हणशील तर ते गोवा सोडून कुठं जातील, तर शपथ! मीराबार बीचच्या समोर एक घर आहे. काजूची बाग, भरपूर मासे आणि भाताची पेज यानं त्यांचा जीव शांत होतो. ते कशाला दुबईला येतील? आणि माहेरी मंगळूरचं म्हणशील, तर तिथे दररोज एक कार्यक्रम असतो. आई लेडीज कॅथॉलिक क्लबची प्रेसिडेन्ट आहे. माझी आई किती काम करते, हे तूच समजून घे! शिवाय आमची एक मोगऱ्याच्या फुलांची बाग आहे. अप्पा निवृत्त झाल्यापासून या मोगऱ्याचे

गजरे करून मुंबईला पाठवून देतात. त्यामुळे कुणीही दुबईला यायला तयारच नसतं. मृदुला, तू का नाही येत? मी तिकीट पाठवून देईन.''

''नको बाई! फार खर्च असेल ना?''

''तो नको विचार करूस तू! माझ्याकडून गिफ्ट समज. माझ्या बहिणी असत्या तर नसतं का दिलं? तिथे तुला काही खरेदी करायची असेल, तर तुझ्या पैशांनी कर! त्यासाठी मी नाही पैसे देणार!''

यावर काय बोलावं ते मृदुलाला समजलं नाही. अनिताचा हाच स्वभाव मृदुलेला भुरळ घालत होता. समोरच्याला अवघड वाटू न देता, तिची उदारता व्यक्त होत होती. मैत्रीत लक्षावधी रुपयांची फिकीर न करणारी हीच अनिता आवश्यकता असेल तेव्हा हिशेबीही होत होती! त्यामुळे तिच्याबरोबरचा स्नेह आणि व्यवहार दोन्हीही स्वच्छ राहू शकत होता. जवळच्या नात्यातली लक्ष्मी किंवा वत्सला यांच्याबरोबर तिचं नातं असं लखलखीत नव्हतं.

या खेपेला अनिता वेगळाच विचार करून आली होती.

''हे बघ, मृदुला; आता अलेक्स एक-दोन वर्षांत भारतात यायला तयार झाला आहे. इथे आलो की आम्ही बंगळूरमध्ये स्थायिक होणार आहोत. ज्युलिएटलाही ते बरं होईल. शिवाय इथे जवळचे म्हणजे तुम्हीही आहात. त्यामुळे इथंच आम्ही घरही बघतोय.''

चिक्कनंजप्पांचा संध्याकाळी फोन आला. त्या फोननं संजयची निराशाच केली. ते म्हणाले, ''मी कॉन्फिडेन्शियल फाइल पाहिली आहे. त्या स्कॉलरशिप-स्कीममध्ये तीन नावं आहेत. कुणीतरी एक गुलबर्ग्याकडचं आहे, कुणी एक कोलारकडचं आहे. आणि तिसरी व्यक्ती म्हणजे मिनिस्टर नागलिंगेगौडांचा मुलगा सुरेश. माझ्या माहितीप्रमाणे गुलबर्ग्याकडे आहेत, ते विरोधी पक्षाशी संबंधित आहेत. त्यांना दिलं नाहीतर राजकर्त्यांना राजकीय अडचणीत आणायची शक्यता असते म्हणे. कोलारकडचे हॉस्पिटलला मशिन्स देणार आहेत. मग त्यांना कसं नाही म्हणणार? आणि मंत्र्यांविषयी काय बोलायचं? कुणाला हे सांगू नका!....''

संजयनं त्यांना थांबवत म्हटलं, ''थँक्स!''

''आणि डॉक्टर, यापैकी कुठलंही नाव काढून त्या जागी तुमचं नाव घालायची शक्ती माझ्यामध्ये नाही.'' एवढं सांगून त्यांनी फोन ठेवला.

संजय नाही म्हटलं तरी कष्टी झाला. हे तिघंही कुठल्याही प्रकारे स्त्रीरोग विभागाशी किंवा वैद्यकीय शिक्षणाशी संबंधित नव्हते. तिघंही केवळ पैसा आणि अधिकाराशी संबंधित आहेत! त्याला कधीतरी कुठंतरी वाचलेलं आठवलं. 'केवळ प्रतिभा असून उपयोगाची नाही. उच्चस्थानावर मित्र असणं आवश्यक आहे' नशीब!

चिक्कनंजप्पांनी निदान वस्तुस्थितीची कल्पना तरी दिली! नाहीतर पुढचा कितीतरी काळ उगाचच वाट बघण्यात गेला असता.

संध्याकाळी अलेक्स आला. गप्प-गप्प असलेल्या संजयशी त्यानं बळंच बोलायला सुरुवात केली, "काय रे? काय झालं?"

"काही नाही रे!"

"माझ्यापुढे थाप मारू नकोस! काही गडबड आहे काय? बॉसकडून बोलणी बसली का? की बदली झाली?"

"काहीही नाही म्हटलं ना?"

"माझ्यापासून लपवून ठेवतोस? तुझा चेहरा आरशात बघ! शोकसभेतून आल्यासारखा दिसतोय! एक सांगतो, कुणाचाही त्रास कुणी घेऊ शकत नाही. जर तू तुझा प्रॉब्लेम सांगितलास, तर मी माझ्याकडून काही मार्ग सुचवेन एवढंच!"

"तू काय सुचवणार आहेस, हे मला ठाऊक आहे!"

"काय?"

"नोकरी सोड म्हणून!"

"मी का हा मार्ग सुचवतोय याचाही तू विचार कर ना! समज, सरकार तुला दहा हजार पगार देतं! त्यातले पाच हजार काम करायचे आणि पाच हजार तुझ्यावर होणारा अन्याय सहन करायचे! जर ही गोष्ट तू समजून घेणार नसशील, तर तू मूर्ख म्हटलं पाहिजे!"

"तुझ्या दृष्टीनं मी तर नेहमीच मूर्ख आहे!"

"तसं नव्हे रे! आजूबाजूचं वातावरण बघ. अशा वातावरणात तुझ्यासारखा स्वभाव ठेवून काहीही उपयोग नाही. माणसानं एक तर सगळ्यांसारखं असावं, नाहीतर मला वाटेल तसा मी राहीन, असा हट्टघेऊन राहिलं पाहिजे!"

संजयनं त्याला चाललेल्या स्कॉलरशिपविषयी सांगितलं. अनिता स्वयंपाकघरात मृदुलाला मदत करत होती. रात्री चौघं जेवायला बसले. एव्हाना शिशिरला झोप लागली होती. त्याचं रात्रीचं जेवण मुनियप्पांच्या घरीच झालं होतं.

अलेक्स म्हणाला, "मृदुला, मी तर संजयला सांगून-सांगून दमलो! तुम्हीच विचार करा. कर्ज काढून तुम्ही हे घर केलंय. दर महिन्याला तुमच्या पगारातला काही भाग कर्ज फेडण्यात जात असेल. आणखी दहा-पंधरा वर्षांत कर्ज फिटेल. पण त्या वेळेपर्यंत शिशिर कॉलेजला आला असेल. आताच आपण बघतोय. आपण शिकलो तशी परिस्थिती नाही. सगळं प्रचंड महाग झालंय. उद्या शिशिरनं मेडिकलला जायचं ठरवलं, तर अतिशय कठीण होणार आहे! मागे शंभर सीट्ससाठी हजार मुलं अप्लाय करायची. आता त्याच शंभर सीट्ससाठी लक्ष मुलं अप्लाय करतात! सरकारी कोट्यात सीट मिळाली नाहीतर शिक्षणासाठी प्रचंड खर्च आहे! तेव्हा

शिशिरला तुम्ही कसे शिकवणार आहात? पैसा नाही या कारणासाठी त्याला मेडिकलला पाठवणार नाही? तू डॉक्टर आहेस, बंगळूरमध्ये इतकी वर्षं आहेस. तरी अजून स्कूटरवरून फिरतोस! सरकारी नोकरीतील एफडीसी कारमधून फिरतोय! तू एवढा जीव तोडून विद्यार्थ्यांना शिकवतोस! आणि तुझे विद्यार्थी एमबीबीएस संपवून तीन वर्षांत पॉलीक्लिनिक सुरू करतात!''

अलेक्सच्या सांगण्यात काहीच खोटं नव्हतं.

''जीवनात फक्त प्रतिभा पुरेशी नाही! त्या प्रतिभेचा पुरेपूर वापर करून पैसा कमावण्यात काहीही वाईट नाही. त्यानंतर तुला दानधर्म करायचा असेल, तर त्यापैकी दहा-वीस टक्के गरिबांना वाटून टाक! हवं तर काही गरिबांवर मोफत उपचार कर. नको कोण म्हणतं? माझंच बघ ना! दर वर्षी मी मिळवलेल्या पैशांपैकी काही गोव्याच्या चर्चला देतो. अनिताही तिच्या गावातल्या चर्चला मदत करत असते. शिवाय मी गोव्यात एक काजूची बाग विकत घेतली आहे. मंगळूरला एक फुलबाग घेतली आहे. त्यामुळे माझी भावंडं आणि तिचे आईवडीलही खुशीत आहेत. एक लक्षात ठेव. पैसा म्हणजे चाकू असल्यासारखा आहे. त्यानं फळंही कापता येतात आणि माणसाला ठारही करता येतं. चाकू वाईट नसतो. तो वापरणारा माणूस कसा आहे, त्यावर अवलंबून असतं.''

अनिता आणि मृदुला काहीच बोलल्या नाहीत. संजय विचारात गढून गेलेला दिसत होता.

अलेक्स मृदुलाला म्हणाला, ''तुम्हाला कायमची सरकारी नोकरी आहे. दरमहा पगार मिळतो. संजयनं नोकरी सोडली, तर तुमच्या जेवण्याखाण्याची अडचण येणार नाही. हप्ता द्यायचा थोडा त्रास होईल. नाही असं नाही. पण काहीतरी त्रास सहन केल्याशिवाय कसं चालेल? संजयनं स्वत:ची स्वतंत्र प्रॅक्टिस सुरू करायला पाहिजे. पुढच्या वर्षी मीही इथे येणार आहे. आल्यावर मीही तुझ्याबरोबर बिझिनेस-पार्टनर म्हणून जॉइन होईन. माझ्यापुरतं म्हणाल तर मी पॉलीक्लिनिक काढणार हे नक्की! तुम्ही दोघं विचार करा. उद्या माझ्यामुळं असं-असं झालं, म्हणून मला दोष देऊ नका, एवढंच! सगळा विचार करून माझं पटत असेल, तर मला कळवा!''

ते दोघं निघून गेल्यावर रात्री संजयनं मृदुलाला विचारलं, ''हा एक मोठा निर्णय आहे! काय करावं, असं तुला वाटतं?''

''सरकारी नोकरीत दररोज तुम्हाला मनस्ताप होणार असेल, तर तुम्ही नोकरी सोडलेली बरी. सरकारी नोकरीत आपल्या मर्जीप्रमाणे काहीही चालत नाही. माझ्या बदलीचंच बघा ना! मला कुठं लगोलग बदली मिळाली? त्या कामासाठी मीही विधानसौधला चकरा मारल्या आहेत. द्यायला आपल्याकडे पैसा नाही, कुणा बड्या लोकांशी आपल्या ओळखी नाहीत, असं म्हटल्यावर आपली कामं सावकाशच

होणार ना! मुनियप्पा सोबत आले म्हणून कितीतरी काम हलकं झालं. त्या खात्यात त्यांचे काही विद्यार्थी आहेत. त्यांच्या शिक्षकांच्या ओळखीमुळे त्यांनी माझं काम करून दिलं. पण त्या सगळ्या प्रकारात मी मनस्ताप करून घेतला नाही. आपल्यासारखी हजारो माणसं आहेत. सरकारी कामात हे होणारच असं आम्ही गृहीत धरतो. पण तुमचा स्वभाव तसा नाही ना! प्रत्येक गोष्ट तुम्ही मनाला लावून घेता. अशा परिस्थितीत नोकरी सोडलेलीच चांगली!''

"पण मी नोकरी सोडली, तर तुला त्रास नाही का होणार?''

"होईल तर! पण मी घाबरत नाही! नाहीतरी आपल्याला फार खर्च करायची सवय नाही. शिवाय तुमच्या मनस्तापापेक्षा माझा त्रास काही जास्त नाही! हवं तर मी संध्याकाळी शिकवण्या घेईन.''

संजयचं हृदय भरून आलं. ही आपल्यापेक्षा श्रीमंत घरातून आली आहे. दिसायला देखणी असून आपला एक हात थोटा असला, तरी तिनं आपला मनापासून स्वीकार केला आहे. कधीही तिनं वैभवाची अपेक्षा केली नाही. हिची मामेबहीण हिच्यापेक्षा उत्तम परिस्थितीत आहे. पण हिनं कधीही पैशाला महत्त्व दिलं नाही. दिलं असतं तर तिनं आपल्याशी लग्नच केलं नसतं. तरीही संसाराचा सगळा भार तिच्यावर टाकणं योग्य आहे का?

"बघू! आणखी विचार करू!'' तो म्हणाला.

■

डॉ. सरोजा गायनॅकॉलॉजी विभागाच्या प्रमुख झाल्यावर डिपार्टमेंटमध्ये बरेच बदल झाले. संजयला एका कोपऱ्यात लोटण्यात आलं. डॉक्टर कमला तिथल्या प्रमुख असताना त्याला ओळखून त्या त्याला मदत करत होत्या. पण सरोजा मॅडमना प्रतिभेशी काही देणं-घेणं नव्हतं. आपल्या कार्यकालात चैतन्ययुक्त लोकांच्या मदतीनं डिपार्टमेंटमध्ये बदल घडवून आणायची त्यांची इच्छा होती.

त्यात 'चैतन्ययुक्त' लोकांची व्याख्या कशी करायची, हा खरा प्रश्न होता. त्यांच्या दृष्टीनं धाडसी आणि पुढे घुसून काम करणारी माणसं म्हणजे चैतन्ययुक्त माणसं! आणि या व्याख्येत संजय बसत नव्हता.

एकदा नाइट-ड्युटी संपवून संजय घरी परतत होता. डॉ. सरोज बाळंतपणाच्या वॉर्डमध्ये होत्या. त्याला लगोलग निघून येण्याचा निरोप आला. सरोजा एप्रन घालून आपल्या सहकाऱ्यांबरोबर आपल्या 'दरबारा'त होत्या. सगळे जण त्यांच्या बोलण्याकडे लक्ष देण्याचं नाटक करत होते. संजयला बघताच त्या त्याला म्हणाल्या, ''हे पाहा, लेबर-रूममध्ये दोन पेशंट्स आहेत. तुम्ही त्या दोघींची तब्येत बरी आहे की काय, ते बघून घरी जा. तिथे असलेले ज्युनियर डॉक्टर्स आहेत. दोन्ही पेशंट्स व्हीआयपीकडून

आल्या आहेत.'' संजय उत्तम सिन्सिअर डॉक्टर असल्याचं त्यांनाही ठाऊक होतं.

संजय लेबर-वॉर्डला गेला तेव्हा त्या दोघीही बाळंत झाल्या होत्या. ज्युनियर डॉक्टर केस-पेपर लिहित होते. संजयनं त्या दोघींची प्रकृती तपासली. दोघींची बाळंतपणं 'नॉर्मल' झाली होती. दोघीही बऱ्या होत्या. त्यातली एक नंजम्मा. तिचा नवरा कुठल्याशा मंत्र्यांच्या घरी स्वयंपाकी होता. दुसरीचं नाव केंपुनंजम्मा. तिचा नवरा कुठल्याशा अधिकाऱ्याच्या घरी रखवालदार होता. त्यामुळे त्या दोघीही व्हीआयपी पेशंट्स होत्या. त्यांच्या नातेवाइकांचा बाहेरच्या बाजूला रुबाब चालला होता. तो बघून कुणालाही ते कुणीतरी मोठे अधिकारी असावेत, अशीच भावना झाली असती!

''नीट बघा डॉक्टर! आमच्या साहेबांनी सांगितलंय. नाहीतर तेच इन्स्पेक्शनला येतील बघा!'' एक जण रुबाब दाखवत होता. साहेबांच्या स्वयंपाक्याचा एमबीबीएस, एमडी डॉक्टरवर रुबाब चालला होता.

संजय म्हणाला, ''नीट म्हणजे कसं, बाबा? सगळ्या पेशंट्सना आम्ही नीटच बघत असतो! आणखी नीट म्हणजे कसं काय बघायचं असतं? तुम्हीच सांगा! इतर बायकांप्रमाणे तुमच्याही बायका बाळंत झाल्या आहेत!'' आणि निघून गेला. त्यांचे चेहरे कडवट झाले.

डॉ. सरोजांना रिपोर्ट देऊन तो घराकडे निघाला. नाहीतरी त्याची ड्युटी संपली होती.

या घटनेनंतर तीन दिवसांनी सरोजांनी पुन्हा संजयला बोलावून घेतलं. तो गेला तेव्हा त्या संतापानं धुमसत होत्या.

''काय हे! तुम्ही रिस्पॉन्सिबल डॉक्टर आहात म्हणून तुम्हाला त्या व्हीआयपींकडे पाठवून दिलं, तर काय हा घोटाळा करून ठेवलात?''

आधी संजयला काही संदर्भच लागला नाही. त्यानं विचारलं, ''कधी? कुठली केस?''

''तीच नंजम्मा, केंपुनंजम्मा केस?''

''त्यांचं काय झालं? त्या दोघींची तब्येत तर चांगली होती.''

''त्यांच्या तब्येती चांगल्याच आहेत हो! माझे ग्रह नीट नाहीत!''

''काय झालं?''

''तुम्ही आजचा पेपर नाही बघितलात? त्या दोघांच्या मुलांची अदलाबदल झालीय, असं आलंय पेपरमध्ये! मंत्र्यांच्या घरून फोन आलाय.''

तेवढ्यात आणखी एक फोन आला. बहुतेक प्रेसवाल्यांचा असावा. मॅडमनी त्याला बाहेर जायला सांगितलं. तो बाहेर आला. पण त्याला काहीच संदर्भ लागला

नाही. तिथे आया मरियम्मा होती. ती म्हणाली, ''डॉक्टर, तुमच्यावर दोष घालू पाहात आहेत! मुलं बदललीय म्हणता आहेत, त्यात खरी गोम आहे ती वेगळीच! त्यांपैकी एक मूल मरण पावलंय. आता त्यांच्या केस-पेपरवर मुलं बदलली आहेत, म्हणून लिहिलंय. मेलेल्या मुलाला केंपुनंजम्माला दाखवलं होतं म्हणे. नंजम्माचं मूल जिवंत आहे. मेलंय ती मुलगी होती. पण केस-पेपरमध्ये 'मुलगा' म्हणून नोंद आहे. आता केंपुनंजम्मा 'आपला मुलगा आहे.' असा हट्ट धरून बसली आहे! तिथे नंजम्माही म्हणते, मला मुलगा झालाय. बाळंत झाल्यावर तिला मुलगा दाखवला होता म्हणे! पण केस-पेपरवर मुलगी म्हणून लिहिलंय! एक मुलगा जगलाय. त्यावर दोघीही हक्क सांगत आहेत!''

शक्य आहे. दररोज कितीतरी बाळंत होतात. पण कुणीही अशी मुलांची अदलाबदल करत नाही. तो फार मोठा अपराध आहे. मूल जन्मलं की, प्रत्येक आईला ते आधी दाखवलं जातं. त्यानंतर केस-पेपर लिहिला जातो. तशीच पद्धत आहे. तीस-एक वर्षांपूर्वी तर बाळाला अंघोळीला नेताना बाळाचे नातेवाईक सोबत जायचे. त्याच्या हाताला चिठ्ठी बांधण्यात येई. त्यात आईचं नाव लिहिलेलं असे. आता सरकारी हॉस्पिटलामध्ये ते सगळं करत नाहीत.

काही का असेना, या सगळ्यात आपला काय संबंध? आपण काही केस-पेपर लिहिलेला नाही. मुलांना तर पाहिलंही नाही. बाळंतिणींची प्रकृती सोडली, तर आणखी काहीही तपासायला गेलो नाही. मग आपल्याला कशाला बोलावले आहे?

त्याला पुन्हा आत बोलावण्यात आलं. ''हे पाहा, हे मोठं प्रकरण आहे! उद्या याची चौकशी होईल. म्हणून आपण सावध राहिलं पाहिजे!'' त्या म्हणाल्या.

''बरं. पण मी काय केलंय?''

''तुम्हीच बाळंतपणं केलीत ना!''

''मी? अजिबात नाही! मी केवळ त्यांची प्रकृती तपासली. मी तिथे गेलो तेव्हा केस-पेपर लिहित होते.''

''कोण?''

''ते माझ्या लक्षात नाही. तुम्ही तिथल्या ज्युनियर डॉक्टरांना विचारा.''

''ते सगळे बेजबाबदार आहेत, म्हणून तुम्हाला पाठवलं ना? तुम्ही का केस-पेपर लिहिला नाही?''

आता मात्र संजयला राग आला. तो म्हणाला, ''मॅडम, मी कशाला आतापर्यंतचा नियम बदलायला जाऊ? आणि बदलणारा मी कोण? एक सामान्य लेक्चरर. ज्यांनी बाळंतपण केलेलं असतं, तेच केस-पेपर लिहितात ना? माझा या बाळतंपणाच्या घोटाळ्याशी काहीही संबंध नाही!''

''तुम्ही असं सांगितलं तर नाही चालणार! उद्या चौकशी अधिकाऱ्याला सांगावं

लागेल. तुम्ही जबाबदार डॉक्टर आहात, म्हणून तुम्हाला तिथे पाठवलं होतं.'' सरोजा इतरांचं ऐकून घेणारी बाई नव्हती. मुलखाची हट्टी बाई!

पुन्हा फोन वाजला. आता तो तिथून उठून बाहेर आला. अजूनही त्याला नीट काहीच समजलं नव्हतं. यात आपण कुठं येतोय? कुणीही केस-पेपर दाखवणं शक्य नव्हतं. या बाबतीत बाळंत विभागाच्या ऑफिस-प्रमुखाला गोंविदण्णाला विचारलं तर काहीतरी समजू शकेल, असं त्याला वाटलं. त्याला आपला स्वभाव ठाऊक आहे.

पण अजून ऑफिसची वेळ झाली नव्हती. तरीही संजयच्या अंदाजाप्रमाणे गोंविदण्णा आला होता. संजयला बघताच तो म्हणाला, ''मला ठाऊक होतं तुम्ही याल म्हणून! पण मी कसा केस-पेपर दाखवू? या अम्माला कळलं, तर मला सस्पेन्ड करायची ताकद तिच्यामध्ये आहे!''

''गोंविदण्णा! माझा या प्रकरणाशी काहीही संबंध नाही.''

''मलाही ते ठाऊक आहे! पण कुणीतरी बळीचा बकरा पाहिजे की नाही? आपल्या डिपार्टमेंटमध्ये तुमच्यापेक्षा चांगला बकरा कोण मिळणार?''

''म्हणजे?''

दबलेल्या आवाजात गोंविदण्णा म्हणाला, ''तुमचं नाव मॅडमनी 'डॉक्टर ऑन ड्युटी' म्हणून टाकलंय.''

संजयला धक्का बसला. आपण निष्ठेनं काम करतोय, त्याचं हे बक्षीस! आपणही इतरांप्रमाणे ड्युटी चुकवत, चलाखी करत बसतो, तर 'बकरा' झालो नसतो. कदाचित वाघ झालो असतो! डॉ. लता कधीच व्यवस्थित ड्युटी करत नाहीत. तिच्या गप्पाही 'आज डॅडींबरोबर मुख्यमंत्र्यांच्या घरी ब्रेकफास्टला गेले होते.' अथवा 'डॅडींबरोबर गोल्फ खेळायला गेले होते, तिथे आरोग्यखात्याचे मंत्री आले होते. हॉस्पिटलविषयी चौकशी करत होते...' याच प्रकारच्या; आपल्या कॉन्ट्रॅक्ट्सविषयी सूचना देणाऱ्या असत. तिला यायला कितीही उशीर झाला, तरी कारण विचारायचं धैर्य कुणापाशीही नव्हतं. उलट आपल्यासारख्या सरळ आणि निरपराध्याला विनाकारण असल्या प्रकरणात गुंतवलं जातंय! हा कुठल्या न्याय?

''गोविंदण्णा, यात पुढे काय होईल?''

गोविंदण्णा या विभागातला जुना, कसलेला गडी! त्यानं अनेकांना इथे येताना-जाताना पाहिलं होतं. इतक्या दिवसांत इथून अजिबात हाललेला नव्हता, म्हणजे चांगलाच धूर्त माणूस! तरीही त्याला संजयविषयी प्रेम होतं. त्यानं समजावलं, ''घाबरायचं कारण नाही, डॉक्टर! तुम्ही घाबरलात तर ती बया आणखी अंगावर येईल! तुम्ही सांगा, माझी ड्युटी सकाळी आठ वाजता संपली, बाळाचा जन्म आठ पस्तीसचा आहे. मी तेव्हा तिथे नव्हतो; असा तिच्याशी वाद घाला! तुम्ही गप्प

राहिलात तर ही आणखी घाबरवेल. नाहीतर सांगा, माझीही आपल्या खात्याच्या मंत्र्यांशी ओळख आहे! त्यांना सांगतो; म्हणून धमकी द्या. थोरामोठ्यांची नावं घ्या!''

"पण माझी खरोखरच कुणाही मंत्र्यांशी ओळख नाही. आणि हे मॅडमना ठाऊक आहे!''

"तर मग पेपरवाल्यांशी ओळख आहे म्हणावं! संपादक शाळेतला मित्र आहे म्हणून सांगा! हे बघा डॉक्टर, जीवनात असे काही प्रसंग येतात, तेव्हा खोटं बोलावंच लागतं! त्याशिवाय चालत नाही. तुमचा तो हरिश्चंद्र राजा, खरं बोलायचा हट्ट करत अखेर मसणात गेला ना! स्वत: श्रीकृष्ण परमात्माही प्रसंगी खोटं बोलले आहेत. त्या काही संपादकाला विचारायला जाणार नाहीत. शिवाय आता कितीतरी पेपर्स निघतात. या अम्माला सगळे कुठं ठाऊक असतात? घाबरू नका! पण मी सांगितलं म्हणून माझं नाव कुठं येता कामा नये!''

तेवढ्यात कुणीतरी आल्याचा आवाज ऐकू आला. काहीच घडलं नसल्यासारखा गोविंदण्णा संजयकडे पाठ वळवून बिलं बघू लागला.

संजय जड अंत:करणानं घरी परतला. घरात मृदुला शाळेच्या समारंभासाठी काहीतरी तयारी करत होती. रंगीत कागद कापायचं काम चाललं होतं. त्याला पाहाताच ती नेहमीच्या उत्साहानं म्हणाली, "उद्या किनई आमच्या शाळेत डिबेट आहे. विषय काय ठाऊक आहे? जीवनात आदर्श असावा की नसावा? कसा आहे विषय?''

संजय काही बोलला नाही. तिकडे लक्ष न देता ती पुढे म्हणाली, "आणि अध्यक्ष कोण आहे माहीत आहे? कन्नड पेपरचे संपादक डी. दशरथ.'' कॉफी आणून देताना तिचं पहिल्यांदा त्याच्या चेहऱ्याकडे लक्ष गेलं. त्याच्या चेहऱ्यावरची रया गेली होती. तिनं विचारलं, "का? बरं वाटत नाही का?''

"बरं आहे ना!'' हे नेहमीचंच. संजय कधीच आपलं मन मोकळं करून बोलत नव्हता.

"पण मग चेहरा असा का दिसतोय?''

"काही नाही. जरा डोकं दुखतंय.''

"तुम्ही थोडी झोप काढा. विश्रांती होईल. उन्हाचे स्कूटरवरून जाता ना, म्हणून दुखत असेल. झोपा तुम्ही. स्वयंपाक झाल्यावर उठवते मी!... आणि शिशिर दंगा करायला लागला, तर त्याला बागेत घेऊन जाईन.'' ती म्हणाली.

दुसऱ्या दिवशी संजय हॉस्पिटलला गेला. त्या वेळेपर्यंत सगळं प्रकरण शांत झालं होतं. डॉ. सरोज हसतमुखानं म्हणाल्या, "अहो, त्या केंपुनंजम्मानं आपली चूक मान्य केली. तिनं माफी मागितली. तिच्या सासूनं सांगितलं. शेवटी प्रकरण संपलं!''

काल आपण केस-पेपरवर त्याचं नाव टाकलं, याबद्दल मात्र त्यांनी काहीही म्हटलं नाही. क्षमा मागायचा तर प्रश्नच नव्हता. काहीही विशेष घडलं नाही, अशा प्रकारे त्या निघून गेल्या. आज संपादक डी. दशरथांचं याचं नाव सांगायच्या तयारीत संजय होता. पण तशी वेळच आली नाही.

या खेपेला बदलीच्या यादीत आपलं नाव बघून संजयला आश्चर्य वाटलं. कारण डिपार्टमेंटमध्ये त्याहून अधिक वर्षं इथे राहिलेले बरेच जण होते. लता तर बंगळूरमध्ये जन्मून इथंच शिकून इथंच नोकरीला लागली होती. बदली फक्त संजयची झाली होती, तीही बळ्ळारीला.

डॉ. कमलांच्या काळी सगळ्यांच्या ड्युट्या नियमितपणे असायच्या. प्रत्येकाला रात्रीची ड्युटी करावीच लागे. दर रविवारीही पाळीप्रमाणे एकेकाला कामावर यावं लागे. 'पुअर फंडा'ची रक्कम गरीब रुग्णाच्या रक्तासाठी वापरली जायची. आता नियमांचं पालन वेगळ्याच प्रकारे करण्यात येत होतं. संजयसारख्याला आठवड्यातून दोनदा ड्युटी आणि दर रविवारीही त्यानंच कामावर यायचं.

त्या संदर्भात त्यानं काही म्हटलं तर सरोजा म्हणायच्या, "संजय, तुमच्यावर माझा विश्वास आहे! तुम्ही भ्रष्ट नाही. इतर कुणाला रविवारी बोलावलं, तर ते पैसा कमावतात!" त्याचबरोबर परीक्षेच्या बाबतीत नेहमी गोंधळ करणाऱ्या लतालाच पुन्हापुन्हा ते काम दिलं जातं. विद्यार्थ्यांना नियमितपणे शिकवणाऱ्या संजयला मात्र कधीही परीक्षक म्हणून बोलावलं जात नव्हतं! विद्यार्थीही हुशार! लता मॅडम परीक्षक म्हणून येणार अशी कुणकुण लागली की, ते तिच्या वर्गाला गर्दी करू लागायचे. आपल्या नातेवाइकांना तिच्याकडे तपासायला म्हणून घेऊन यायचे. त्यांनाही परीक्षेतले गुण महत्त्वाचे असायचे; ज्ञान नव्हे.

'जनहिताचा विचार करून तुमची बदली बळ्ळारी येथे करण्यात येत आहे,' असं समोरच्या टेबलावरच्या पत्रात लिहिलं होतं. शक्यतो ज्यांना ते गाव हवं असेल त्यांनाच बळ्ळारी गाव द्यायची पद्धत किंवा ज्यांच्या मागे कुठल्याही प्रभावशाली व्यक्तीचा पाठिंबा नाही, त्यांची मुद्दाम तिथे बदली करायची पद्धत होती. संजयची का बदली करण्यात आली असावी? बहुतेक, पैसाही नाही आणि राजकीय व्यक्तीशी ओळखही नाही, हीच त्याची चूक असावी!

त्यानं सरोजांशी भेट घेऊन चौकशी केली. त्या म्हणाल्या, "अय्यो संजय! तुम्ही वाईट वाटून घेऊ नका! बळ्ळारी चांगलं गाव आहे! लोक फार चांगले आहेत. माझी जर आत्ता तिथे बदली झाली, तर मी आनंदानं जाईन!"

तिथेच असलेली लताही म्हणाली, "संजय, तुम्ही सच्चे डॉक्टर आहात! आमच्यासारख्यांच्या मागे संसाराच्या हजार कटकटी असतात! आम्हाला वरचे वर

रजा काढावी लागते. तुमच्यासारखे एकाग्रपणे गरिबांची सेवा करतात! तुम्ही फक्त एका वर्षासाठी तिथे जाऊन या. नंतर हवं तर मी माझ्या डॅडींना सांगून पुन्हा तुमची इथे बदली करून घेईन.''

पैसे देऊन आपली बदली कॅन्सल करून घेणाऱ्या सरोजाचं गुपित लताला ठाऊक होतं. तर आपल्या वडिलांना सांगून आपली बढती करवून घेतल्याचं लताचं गुपित सरोजाला ठाऊक होतं! पण त्या दोघींचं गुपित संजयला ठाऊक नव्हतं.

बाकी काहीही फारसं बोलू न देता सरोजा म्हणाल्या, ''ऑल द बेस्ट! आजपासून आम्ही तुम्हाला इथून सुट्टी दिली आहे!''

संजय खिन्न मनानं घरी आला. मृदुलाला त्याचा मनस्ताप समजत होता. संजय बळ्ळारीला गेला, तर ती जाऊ शकणार नव्हती. आता शिशिरचीही शाळा सुरू झाली होती. तिला इथल्या शाळेतून तिथल्या शाळेत बदली मिळणं शक्य नव्हतं. शिवाय इथे घेतलेल्या घराचे हप्तेही भरायचे होते.

ती म्हणाली, ''तुम्ही एकदा मंत्र्यांना भेटून का बघत नाही? परिस्थिती सांगून तर बघा! शेवटी, आंधळ्याच्या गाई देवच राखतो म्हणतात!''

''पण माझी कुणाही मंत्र्याशी ओळख नाही. तिथे माझ्यासारखी हजार माणसं असतील. मला अपॉइन्टमेंट मिळणंच कठीण आहे,'' मागच्या अनुभवांची आठवण होऊन संजय म्हणाला.

''माझ्याही कुणी ओळखीचं नाही. पण तुम्ही कधी एमएलएपैकी कुणावर उपचार केले आहेत काय? आठवून बघा!''

''मृदुला, मला ते रुग्ण वाटतात. कुणी आमदारांचे नातेवाईक नव्हे! आणि माझ्या ते लक्षातही नसतं. ते चिक्कनंजप्पा सोडले तर...'' संजय निरुत्साहानं म्हणाला.

''असू द्या. काही वेळा बड्या मंत्र्यांपेक्षा ही लहान माणसंच मदतीला येतात. तुम्ही त्या चिक्कनंजप्पानांच विचारा, मंत्र्यांना कसं भेटायचं म्हणून!''

त्यालाही वाटलं, कुठल्याही निगेटिव्ह पॉइन्टचं पॉझिटिव्हमध्ये परिवर्तन करणं हे मृदुलेचं वैशिष्ट्य आहे! तिचा उत्साहही अदम्य!

तसा त्यानं चिक्कनंजप्पाला फोन केला. सगळं ऐकून तो म्हणाला, ''अयय्यो डॉक्टर! तुम्ही इथे अजिबात येऊ नका! इकडं मरणाची गर्दी आहे! तरीही कुणाच्या मार्फत मंत्र्यांपर्यंत जाता येईल, याची चौकशी करून कळवतो.''

बळ्ळारीला हजर व्हायला अजून आठवडा राहिला होता. तेवढ्यात मंत्र्यांना भेटणं आवश्यक होतं. कसं काय जमायचं?

मृदुला म्हणाली, ''आपण असं करायचं का? मुनियप्पांची का भेट घेत नाही तुम्ही? त्यांच्या बऱ्याच ओळखी असतात. त्याहीपेक्षा महत्त्वाचं म्हणजे सगळ्यांना मदत करायची त्यांची इच्छा असते.'' संजय आढे-वेढे घेत असताना तिनं त्याला

बळेच मुनियप्पांच्या घरी पाठवलं.

मृदुलाचं त्यांच्याकडे बरंच जाणं-येणं असलं तरी संजयशी त्यांची भेट होऊन बरेच दिवस झाले होते. त्या दोघांमध्ये तसा संवादही कमी होता. जे चालायचं ते मृदुलाच्याकरवीच चालायचं. या दोघांना पाहाताच मुनियप्पांनी त्यांचं मनापासून स्वागत केलं. कांतम्मा कॉफी करायला आत गेल्या. शुक्रवारची संध्याकाळ. त्यांचा मुलगा आणि सून इतक्या लवकर घरी यायचेच नाहीत. हेही त्यांची रात्रीच्या जेवणासाठी वाट बघत नाहीत.

संजयनं अगदी कमी शब्दांत आपली समस्या सांगितली आणि तो गप्प बसला. मृदुलाच पुढे म्हणाली, ''चिक्कनंजप्पा म्हणतात, कुणा आमदाराच्या ओळखीतून गेलं तर मंत्र्यांची भेट मिळू शकेल. आमची तर कुणाशीही ओळख नाही. पण आता प्रसंगच असा आलाय! तुमच्या ओळखीपैकी आहे का?''

''तसे ओळखीचे हजार जण असतात. पण काम आहे म्हटलं की, तिकडं तोंड करून निघून जातात! काही जण तोंडदेखलं बघतो म्हणतात. पण काहीही बघत नाहीत. काही तर स्पष्टच विचारतात, काम करून देतो, आम्हाला काय द्याल? त्यात डॉक्टरांना भरपूर पैसा मिळतो, अशी सामान्यांची समजूत असते. त्यामुळे तेही भरपूर पैसे मागतात. तुम्ही त्यातले नाही हे मला ठाऊक आहे. पण लोकांना कसं पटवणार?''

त्यांचंही खरं होतं.

''अगदी मंत्र्यांना भेटलं तर काम होईलच याची काय खातरी? पैसे दिले की काम होतं. पावलोपावली यांचे पाय धरण्यापेक्षा मला सरकारी नोकरीच नको म्हणतोय आमचा मुलगा! खासगी कंपनीत नोकरी आहे त्याची. तिथे ही कटकटच नाही.''

एवढ्यात कांतम्मा कॉफी घेऊन बाहेर आल्या. संजय संकोचानं म्हणाला, ''आता कशाला कॉफी केली? जेवायच्या वेळेला?''

''कॉफीला काय काळ-वेळ असतो का? आणि तुम्ही आमच्या घरी येणं, हेच किती अपूर्वाईचं आहे! मृदुला अधूनमधून तरी येत असते. तुम्ही आला तरी शिशिरला गेटपाशी सोडून निघून जाता!'' त्या म्हणाल्या.

काहीतरी आठवून मुनियप्पा म्हणाले, ''तायव्वा नावाच्या बाई आमच्या गावच्या आमदार आहेत. त्यांच्या मुलाला मी शिकवलंय. फारसा हुशार नसला, तरी त्याच्या मनात गुरुभक्ती आहे. त्याच्याशी मी हवं तर बोलून बघतो.''

''मुनियप्पा, तुम्ही काही आमची बदली कॅन्सल करा म्हणून तायव्वांना सांगायचं कारण नाही. त्यांची अपॉइन्टमेंट मिळाली की आम्ही त्यांच्याशी बोलू.'' मृदुला म्हणाली.

मुनियप्पांच्या ओळखीनं चार दिवसांनंतर सकाळी नऊची वेळ मिळाली. जागा

मंत्र्यांचं घर. त्या दिवशी सकाळी लवकर खाणं संपवून आणि शिशिरला मुनियप्पांच्या घरी सोडून दोघंही हायग्राउंड्सला असणाऱ्या आरोग्य मंत्र्यांच्या घरी जाऊन पोहोचले. ते पोहोचण्याच्या आधी वीस-पंचवीस माणसं तिथे बसली होती. घरात माणसांची गर्दी झाली होती. बसायला नीट खुर्च्याही नव्हत्या. सोफा भरून पत्र्याच्या खुर्च्याही भरल्या होत्या.

बाहेर कुठंही त्या मंत्रीमहोदया असल्याचं लक्षण नव्हतं. यांच्या शेजारच्या एका प्रौढानं बसल्या जागेवरून शिपायाला विचारलं, ''अम्मा आहेत की नाहीत?''

''नाहीत. इकडंच तुमकूरला गेल्यात. एवढ्यात येतील! बसा!'' त्यानं उत्तर दिलं. आपल्याला नऊची वेळ देऊन तुमकूरला निघून गेलेल्या या मंत्रिणबाई आपल्याला काय मदत करणार? संजयच्या मनात येऊन गेलं. बारा वाजले तरी मंत्रिणबाईंचा पत्ता नव्हता. तिथेच गडबडीनं धावपळ करणाऱ्या आणखी एका नोकराला विचारलं तेव्हा तो म्हणाला, ''अम्मा घरातच आहेत. दिल्लीहून हायकमांडचा फोन आलाय. फार बिझी आहेत त्या.''

''आम्हाला केव्हा भेटतील?''

''बोलावतील. थोडा वेळ लागेल. पण बोलावतील. बसा!'' एवढं सांगून तो पुन्हा दिसेनासा झाला.

म्हणजे आणखी किती वेळ लागेल याचा काहीच अंदाज नव्हता. आता भूकही जाणवू लागली. मृदुला एव्हाना आजूबाजूशी ओळखी करून घेऊन गप्पा मारण्यात रंगून गेली होती. कुणाची काय-काय कामं आहेत, हे विचारत होती.

''मृदुला, मी कॉफी पिऊन येतोय. तुझ्यासाठी काय आणू?''

''तुम्ही या पिऊन. मला काही नको.''

त्यांच्या शेजारचे एक गृहस्थही उठले, साठीचे असावेत. तब्येत चांगली दिसत होती. त्यांच्याबरोबर संजयही निघाला.

''तुम्ही का आला होतात?''

''माझ्या जावयाच्या बदलीच्या संदर्भात आलो होतो. माझी मुलगीही डॉक्टर आहे. त्या दोघांची वेगवेगळ्या गावी बदली झाली आहे. म्हणून....''

संजयनं आपलीही परिस्थिती सांगितली.

''हे नेहमीचं आहे. इथे आलेल्या प्रत्येकाला काही ना काही कारणानं बदलीमध्ये बदल पाहिजे. काही जणं खोटंच सांगतात, बायकोला कॅन्सर आहे त्यासाठी बंगळूरमध्ये चांगलं हॉस्पिटल आहे, म्हणून इथंच राहू द्या. काही जणांना निवृत्त व्हायला दोनच वर्षं आहेत, म्हणून बदली नको असते. कुणालाच बंगळूरसारखं मोठं शहर सोडून जायची इच्छा नसते. उत्तर कर्नाटक किंवा कर्नाटकाबाहेरची माणसं दोन-तीन वर्षांसाठी इथे बदलीवर आलेली असतात. ती माणसंही आपल्या गावी

जायला तयार नसतात!''

''पण दुसऱ्या राज्यातले येण्यापेक्षा आपल्या कर्नाटकातून आले तर बरंच, नाही का?''

''होय. पण चेन्नई, आंध्रप्रदेश किंवा केरळहून आलेली माणसंही इथंच राहायला लागतात. एकूण काय; एकदा बंगळूरला आले की संपलंच. इथंच राहायला लागतात. हेच त्यांचं गाव होतं.''

त्यांच्या बोलण्यात काहीही चुकीचं नव्हतं.

''इथंच हृदयरोगाचं, डोळ्याचं, कॅन्सरचं... अशी वेगवेगळी हॉस्पिटल्स झाली आहेत ना! माणसं येतात म्हणून हॉस्पिटल्सची गरज वाढते? जास्त शाळा-कॉलेजची गरज वाढते? आणि इथे मुबलक प्रमाणात शाळा, कॉलेजेस, हॉस्पिटल्स आहेत म्हणून माणसं येतात? आधी बी की आधी झाड?''

म्हाताऱ्यांना जास्त बोलायची हौस असते म्हणतात. त्यामुळे संजयच्या उत्तराची वाट न बघता तेच म्हणाले, ''पाहा ना! बंगळूरमध्ये त्रेपन्न इंजिनिअरिंग कॉलेजेस आहेत. सहा-सात मेडिकल कॉलेजेस आहेत. एका गावात एवढ्या सोयी! देशभरात एवढ्या सोयी असलेलं हेच एक गाव असेल! त्यामुळे बदलीच्या मोसमात सगळे आरोग्य मंत्र्यांच्या घरी हजेरी लावतातच. या बाई तुमच्या ओळखीच्या आहेत काय?''

''नाही. तुमच्या?''

''हं. तसं म्हणता येईल. ही लहान असताना आमच्या शाळेत पाणी आणून द्यायचं काम करायची. सातवीपर्यंत शिकली आहे. कुणा राजकारण्याच्या घरीही काम करायची. असा-तसा अनुभव जमा झाला. त्याच गावात असती, तर आजही ती शिपायाचंच काम करत राहिली असती. पण आता बघा ना! मंत्री झाली आहे! कधी नाही तो अधिकार मिळाला आहे! त्यामुळे ती कशाचीही किळस बाळगत नाही.''

''पण शिक्षण नसताना एवढी मोठी जबाबदारी कशी निभावतात?''

''या कुठं निभावतात? यांचे सेक्रेटरी असतात ना! तेच खरं राज्य करतात. काही बाबतीत या त्यांचं ऐकतात. पण एका बाबतीत त्यांना मानलंच पाहिजे. भलत्याच निधड्या छातीची बाई! कितीही बाका प्रसंग आला तरी सामोरं जायची ताकद आहे. त्यापेक्षा महत्त्वाचं म्हणजे लोकांना जोखण्याची शक्ती आहे! तोही एक आवश्यक गुणच ना! आता इथे जमलेली सगळी माणसं बघा! सगळे कितीतरी शिकलेले आहेत. पण तशी कुणाची छाती आहे? कितीतरी वेळा मीच माझ्या मुलीला म्हणतो, कशाला दरवर्षी बदलीसाठी यांच्या हाता-पाया पडता? तुम्हा दोघांकडे शिक्षण आहे, अनुभव आहे. द्या सरकारी नोकरीला राजीनामा आणि स्वत:ची प्रॅक्टिस सुरू करा! तर ते म्हणतात, इथे सिक्युरिटी आहे, खासगी प्रॅक्टिस

करणं, तुम्ही समजता तेवढं सोपं नाही! अशी हजार कारणं सांगतात आणि मला इथे पाठवून देतात! छाती नाही म्हणून असे होऊन बसले आहेत ते!'' संजयला लगोलग अलेक्सची आठवण झाली. तोही निधड्या छातीचा आहे. तोही असंच सांगतो. तरीही मी का अजून सरकारी नोकरीला चिकटून राहिलोय? या विचारासरशी संजयचा उत्साह आणखी कमी झाला. आता काय होऊ शकेल? त्याचा तर मंत्र्यांशी वैयक्तिक परिचय नव्हता.

ते दोघे परतले तेव्हा गर्दी आणखी वाढलीच होती. बाहेरचा नोकर ''अम्मा झोपल्या आहेत. त्यांना लईच टेन्शन आहे! काहीच सांगता येत नाही!'' म्हणून सांगत होता. केव्हाही विचारलं तरी, ''अम्मांची अंघोळ चाललीय, अम्मांची पूजा चाललीय, झोपल्या आहेत, जेवता आहेत...'' असंच काहीतरी उत्तर यायचं. खरं काय ते समजायचं नाही. एवढ्या सगळ्यांना वेळ दिली असली, तरी तिथे इतरांच्या वेळेची काहीही किंमत नव्हती. केवळ मंत्र्यांची वेळ तेवढी महत्त्वाची होती.

चारच्या सुमारास अखेर मंत्रिणबाई बाहेर आल्या. घोळका त्यांच्या दिशेला धावला. सिक्युरिटीवालेही त्यांना आवरायला धावले. संजय आणि मृदुला काही अंतरावर उभे होते.

अम्मा किमती रेशमी साडी नेसल्या होत्या. स्थूल शरीर. त्यांच्या खोलीत एसी असला तरी त्या घामानं निथळत होत्या.

सगळे पुढे होऊन आपापले अर्ज देऊन माहिती सांगू लागले. आपण असे उभे राहिलो तर काहीच होणार नाही, हे लक्षात येऊन मृदुलानं संजयला पुढे होण्यास सांगितलं. संजयनं पुढे होऊन आपला अर्ज दिला. मॅडमनी विचारलं, ''हं! तुम्ही कुणाकडून आलात?''

''कोलारच्या एमएलए तायव्वांकडून....''

''समजलं! काय काम होतं?''

''माझी बळ्ळारीला बदली झालीय....''

त्याच पुढे म्हणाल्या, ''तुम्ही अजून तरुण आहात! अजून तुमच्यात उत्साह आणि शक्ती असते! आजारपण आणि संसाराच्या अडचणी नसतात. या वयात तुम्ही नाही जाणार म्हटलं तर कसं? हं!... एखाद्याचं वय झालंय म्हटलं तर गोष्ट वेगळी! तुम्ही असं करा... आता एक वर्षासाठी जाऊन या. पुढच्या वर्षी पुन्हा बदली करून या बंगळूरला! सांगेन मी तायव्वांना.''

एवढ्यात पीएनं मोबाईल फोन आणला. हाय कमांडचा फोन. त्यामुळे मॅडम उठून उभ्या राहिल्या आणि आत जायला निघाल्या.

मृदुला आणि संजय बाहेर आले. मृदुला म्हणाली, ''मी तुम्ही बाहेर गेला होता तेव्हा शेजारच्यांशी बोलत होते. एका दृष्टीनं हेही खरंच आहे म्हणा! इथे आलेल्या

सगळ्यांनाच काहीना काही अडचणी आहेत. काहींच्या आपल्यापेक्षा जास्त आहेत. सरकारी नोकरीत बदली नको म्हणून कसं चालेल? मलाही वाटतं, काय हरकत आहे तुम्ही एक वर्षासाठी जाऊन आलात तर? आपल्या इतरांसारख्या समस्या नाहीत. मी इथे राहीन. स्वत: मंत्र्यांनीच सांगितलंय, पुढच्या वर्षी पुन्हा इथंच बदली करू म्हणून! तेव्हा आपण प्रयत्न करू या.''

हा मृदुलाचा स्वभाव होता. ती पटकन कुठल्याही परिस्थितीशी जमवून घेत होती. इतकं की काही वेळा वाटावं, हिला काही स्वत्व आहे की नाही? किंवा ती अतिशय शांतताप्रिय असल्यामुळे तिच्यात कुठल्याही प्रकारचा संघर्ष करायची शक्तीच नाही की काय, कोण जाणे! प्रत्येक दु:खात एक आशेचा किरण शोधायची तिला सवय लागली आहे. कुणी दोन चांगले शब्द बोलले की संपलं, मागचे सगळे विचार ती सहजपणे विसरून जाते.

आताही मंत्र्यांनी सांगितल्यावर ती आधीचे सगळे विचार बदलून एकटी शिशिरसह बंगळूरमध्ये राहायला तयार झाली आहे. त्यामुळे संजयला कुठल्याही बाबतीत अडचण नव्हती. तिच्या जागी आणखी कुणी असती, तर तिनं भरपूर दंगा केला असता. बाकीच्यांचा विचारच नको. हिच्या जागी वत्सला असती, तर काय केलं असतं? लक्ष्मी असती तर काय झालं असतं?

आता आरोग्य मंत्र्यांना तायव्वांकडून फोन आला होता, ''मॅडम, मी संजय नावाच्या एका डॉक्टरांना पाठवलं होतं. तुम्हाला जे योग्य वाटेल तेच करा. आमच्या मुलाचे मास्तर फारच गयावया करत होते म्हणून पाठवून दिलं होतं. तुम्हाला जे करायचंय, तेच करा! मी सांगितलंय म्हणून विशेष काही करायची गरज नाही!''

हेही नेहमीचंच होतं. याचीही मॅडमना सवय झाली होती. काम झालं तर यांच्यापैकी कुणीही सांगायला येत नाही. नाही झालं तर मात्र ''मंत्र्यांनी तुमचं ऐकलं नाही!'' म्हणून सांगायला येतात. तेव्हा हे एमएलएही म्हणतात, ''मी तर सांगितलं होतं! तुम्ही पुढे पाठपुरावा केला नसेल. त्याला मी काय करू? देवालासुद्धा पूजा करून घंटा वाजवून जागं करावं लागतं. मंत्र्यांनाही कितीतरी व्यवधानं ठेवावी लागतात. दिल्लीहूनही दडपण येत असतं... त्यांना काय फक्त तुमचचं काम असतं?''

हे राजकारण! इथे काहीही कायम नसतं. कायम असतो तो पैसा आणि अधिकार! अधिकारात राहायचं असेल, तर पैसा हवा आणि पैसा हवा असेल, तर अधिकार हवा! त्यांच्यापुढे हा संजय डॉक्टर कोण?

संजयला बळ्ळारीत जाऊन एक वर्ष होतं आलं. जीवन नेहमीप्रमाणे चाललं होतं. तशीच मृदुला आणि शिशिरची शाळाही चालली होती. आता ते दोघंच राहात होते. मध्यंतरी पंधरा दिवसांसाठी भीमण्णा-रकुमाबाई येऊन राहून गेले. इथे त्यांच्या

ओळखीचं कुणीच नसल्यामुळे त्यांचा वेळ जाईनासा झाला. त्यामुळे ते लवकरच कंटाळून जात होते. ते निघून गेल्यावर आणखी कोणीही येण्यासारखं नव्हतं.

अलेक्स आणि अनितानं बंगळूरमध्ये घर विकत घेतलं होतं. त्यात अनितानं आपल्याला हवे तसे बदल करून घेतले होते. मृदुलाही जमेल तेव्हा तिकडं जाऊन लक्ष ठेवत होती. चार बेडरूमचं घर होतं. त्याची किंमत पासष्ट-सत्तर लाखांपर्यंत गेली होती. अर्थात ही माहिती मृदुलानं न विचारताच अनितानं सांगितली होती. कुणीतरी नवं घर घेऊन ठेवलं होतं, ते मिळालं होतं. घराला सिक्युरिटी चांगली होती. तसे अनिताचे बंगळूरमध्येही काही नातेवाईक होते. पण अलेक्सनं घर कुणालाही भाड्यानं दिलं नव्हतं. ''भाड्यानं दिलं तर नातंही राहाणार नाही आणि घरही जाईल!'' असं त्यांचं म्हणणं. त्यामुळे ते दुबईहून येईपर्यंत घर रिकामंच राहाणार होतं. महिन्यातून एकदा आपल्या घरच्या कामवाली केंपीला सोबत घेऊन मृदुला त्या घराची स्वच्छता करून घ्यायची. त्याचे पैसेही ती स्वत: केंपीला द्यायची.

संजय बळ्ळारीत वर्षभर असताना मृदुला एकदा शाळेच्या मुलांना बळ्ळारीजवळ असलेलं हंपी गाव दाखवायला घेऊन गेली होती. जोडून सुट्ट्या आल्या की, संजयही 'हंपी एक्सप्रेस'नं येऊन जायचा. त्यानं बळ्ळारीत एक लहानसं घर भाड्यानं घेतलं होतं. एकदा मृदुला ते लावून द्यायलाही आली होती. मनातही एकच समाधान होतं, हे सगळं केवळ एक वर्षासाठी आहे, नंतर परत बंगळूरला यायचं आहे!

तिथली माणसं फार चांगली असल्याचा संजय अनुभव घ्यायचा. इथंच कायम राहिलं तर काय बिघडलं, असंही त्याच्या मनात येऊन जाई. हे मृदुलाला सांगितलं तर तीही नकार देणार नाही. पण बंगळूरमध्ये स्वत:च्या मालकीचं घर होतं! लोक मुद्दाम बंगळूरला येतात! तिथे स्वत:चं घर असताना का नाही राहायचं?

संजयच्या बळ्ळारीमध्येही बऱ्याच ओळखी झाल्या होत्या. त्याचं स्वच्छ चारित्र्य आणि ऑपरेशन कौशल्य खरोखरच कौतुकास्पद होतं.

वर्षानंतर पुन्हा बदलीचा प्रयत्न करायचा होता म्हणून तो बंगळूरला आला. आता पाहिलं तर आरोग्य खात्याचे मंत्री बदलले होते. त्यानं त्यांच्या पीएला सगळं सुरुवातीपासून सांगितलं.

हे मंत्री वेगळ्याच स्वभावाचे होते. स्वत:ची आर्थिक परिस्थिती चांगली असल्यामुळे त्यांना राजकारणातून पैसा कमावायची गरज नव्हती. त्यांची मुलंबाळंही राजकारणात नव्हती. ती आपापल्या नोकरीत होती. अनेक वर्षांपूर्वी विद्यार्थीदशेत असताना त्यांनी विनोबाजींच्या 'भूदान चळवळी'त भाग घेतला होता. ते काही तत्त्वं मानणाऱ्यांपैकी होते. संयम हाही त्यांचा एक गुण होता. जीवनाच्या संध्याकालात असणारे ते, विचारी आणि अनुभवसंपन्न होते. त्यांचं बोलणं कमी असलं, तरी आवश्यक तेवढंच आणि भारदस्त होतं. मागच्या मंत्र्यांच्या कारकिर्दीवर लाच

खाल्ल्याचा ठपका आला होता. त्यामुळे त्यांना काढून त्या जागी यांना आणण्यात आलं होतं. अर्थात यांच्यावरही 'ते डायनॅमिक नाहीत,' असं म्हणणारे अनेक जण होतेच म्हणा!

संजय पोहोचला तेव्हा त्यांच्या ऑफिसमध्ये गेल्या खेपेसारखी गर्दी नव्हती. संजयनं त्यांना आपल्या बदलीविषयी सांगितलं. त्यांनी ते सगळं लक्ष देऊन ऐकून घेतलं.

''डॉक्टर, तुम्हाला एक सांगतो. पुढच्या वर्षी बदली पुन्हा घडवून आणतो, असं म्हणतात ते केवळ तोंडदेखलं असतं, हे तुम्ही लक्षात घ्या. एकदा बदली झाल्यावर किमान दोन-तीन वर्षं तरी तिथे राहिलं पाहिजे. शिवाय तुमची पुन्हा इथे बदली करायला कुठलंही सबळ कारण नाही. मला समजतंय त्याप्रमाणे तुमची यंदा बदली होऊ शकत नाही. तुम्हाला लोक काहीही सांगतील. काम करून देतो म्हणत तुमच्याकडे पैसेही मागतील. पण माझं ऐकाल तर तुम्ही पैसे देऊ नयेत. कारण तुमची या वर्षी बदली होऊ शकणार नाही हे नक्की!''

निराश मनानं संजय बाहेर आला. आणखी कुणालाही भेटून काहीही उपयोग नाही, हे त्यालाही समजत होतं. घरी परतत असताना संजय आपल्या पुढच्या आयुष्याविषयी विचार करत होता. शिक्षण, प्रामाणिकपणा कशाचाच काही उपयोग नव्हता. डॉ. लताचं उदाहरण त्याच्या डोळ्यांसमोर होतं. कमी प्रतिभा आणि कामावर कमी निष्ठा असूनही ती अजून इथून बदली न होता राहिली होती. कुठलंही ट्रेनिंग घ्यायचं मनात असलं तरी ते आपल्याऐवजी पैसेवाल्या आणि श्रीमंतांशी ओळखी असणाऱ्यांनाच मिळणार! मागे एकदा चिक्कनंजप्पांनी सांगितलं होतं, ''एकदा एकीकडे गेलं की संपलंच. पैसा दिल्याशिवाय बाहेर पडता येणार नाही! म्हणूनच लोक इथून बाहेर पडायला तयार नसतात.'' यात काहीही खोटं नव्हतं.

आपण इतकी वर्षं नोकरी करून काय साधलं? आपले कितीतरी विद्यार्थी समोर आले तरी ओळख दाखवत नाहीत. आपल्या कितीतरी कलिग्जनी मुंबईमध्ये नर्सिंगहोम्स काढली आहेत. त्याच्या वर्गातले काही जण इंजिनिअर झालेलेही आता नोकरी सोडून व्यवसायात शिरून कोट्यधीश झाले होते. संतोष मेकॅनिकल इंजिनिअर झाला असला, तरी दुबईत काही वर्षं नोकरी करून सॉफ्टवेअरला शिफ्ट होऊन आता तो अमेरिकेला गेला होता. शिवाय त्यानं जयतीर्थनगरमध्ये एक सुंदर बंगला विकत घेतला होता. बंगळूरमध्ये रोज एक सॉफ्टवेअर कंपनी डोकं वर काढत होती. दोन-तीन वर्षं नोकरी करणाऱ्याला साठ-सत्तर हजार पगार मिळणं, काहीही कठीण नव्हतं. आपल्याकडे एकेकाळी सायकलवरून येणारा मुनियप्पांचा मुलगा आता लॅन्सर कारमधून येतो. आता संजयचेही जुने विद्यार्थी कॉलसेंटर काढून सॉफ्टवेअरचा वापर करून 'मेडिकल ट्रान्स्क्रिप्शन' करत लाखांनी पैसा कमावत होते.

आणि आपण काय करतोय? बायको नोकरी करते, मीही करतो. कर्ज काढून

एक फ्लॅट विकत घेतलाय, अम्माला दर महिन्याला पैसे पाठवतोय, बस्स! शंकरकडे बघितलं तर काय दिसतंय? तो खरा छातीचा! लक्ष्मीच्या नावानं तो एक कुठलीशी कंपनी चालवतो आहे. मैसूरमध्ये त्यानं प्लॉटही घेतला आहे. त्या सगळ्यांच्या दृष्टीनं आपण काहीच नाही. कारण आपल्याकडे पैसा कुठं आहे?

आतापर्यंत आपल्याला तरी कुठं पैशांचा एवढा विचार यायचा? आता मात्र त्याचा विचार करणं भाग पडतंय.

परवा डॉ. कमला निवृत्त झाल्या. शेवटी-शेवटी त्याही खिन्न झाल्या होत्या. थोडा अवधी असताना त्यांनी व्हीआरएस मागितली होती. जाताना त्यांनी जवळ बोलावून सांगितलं होतं, ''संजय, काळ बदललाय. आता सरकारी हॉस्पिटलांमध्येही कन्झ्युमर ॲक्ट आलाय! एक काळ असा होता, तेव्हा मी रोग्यांमध्येच देव पाहात होते. शिवाय तेव्हा रोग्यांचाही आमच्यावर पूर्ण विश्वास असायचा. आता तसं राहिलं नाही. रोगीही चौकस झाले आहेत. आपण त्याच निष्ठेनं तपासलं, तरी त्यांना काही पटलं नाहीतर केस करतात. त्यामुळे आता आपल्यालाही बदलणं भाग आहे. मला तर यातलं काहीच नको आहे म्हणून मी व्हीआरएस घेते आहे. आता विद्यार्थ्यांचा दृष्टिकोनही बदललाय. आता गुरूचं स्थान तरी कुठं पूर्वीसारखं राहिलंय? आणि गुरूही कुठल्या विद्यार्थ्याकडून काय फायदा मिळू शकेल, याचाच हिशेब करताना दिसतो. उलट, विद्यार्थीही गुरूचा वीकनेसच शोधत असतात! या परिस्थितीशी जुळवून घेणं मला शक्य नाही!''

त्यांच्या बोलण्याचा खरा अर्थ आता संजयला समजत होता. एक तर या नव्या परिस्थितीशी जुळवून घ्यायला पाहिजे; नाहीतर आपल्या मूल्यांचं रक्षण करण्यासाठी सतत झगडा करत राहिलं पाहिजे.

काय करावं?

त्याला अलेक्सची आठवण झाली. सरकारी हॉस्पिटलमध्ये चालणारा अन्याय सहन करत राहाण्यापेक्षा बाहेर पडून आपल्याला हवं तसं राहाता येईल. कुणापुढेही याचना करायची गरज नाही. कुणाच्याही हाता-पाया पडणं नको आणि कुणाची मर्जी सांभाळणंही नको.

यावर मृदुला काय म्हणेल? आजवर तिनं कधीच आपल्याला विरोध केलेला नाही. तिचा सतत आपल्याला पाठिंबाच असतो. तरीही एवढा मोठा निर्णय घेताना तिला विचारलंच पाहिजे.

दरवर्षीप्रमाणे अलेक्स यायचे दिवस जवळ आले होते. संजयचा फोन जाताच तो जरा लवकरच दुबईहून आला. तो एकटाच आला होता. अनिता आली नव्हती. याही खेपेला तो नेहमीप्रमाणे हॉटेलमध्येच उतरला होता.

मृदुलाला अलेक्स म्हणाला, ''तुम्ही मनापासून संजयला पाठिंबा द्यायला

पाहिजे. उद्या काही झालं तर, अलेक्स म्हणाला म्हणून माझ्या नवऱ्यानं नोकरी सोडली, असं वाटायला नको.''

अजून संजय यायचा होता. मृदुला म्हणाली, ''नाही. हा माझा आणि संजयचा एकत्रित निर्णय आहे.''

संजय आला. तो दमलेला दिसत होता. त्याला अलेक्स म्हणाला, ''संजय, बऱ्याच जणांना वाटतं, नर्सिंगहोम म्हणजे अल्लाउद्दीनच्या दिव्याप्रमाणे क्षणार्धात श्रीमंत करणारी जादू आहे! पण ते तसं नाही. पुढचा सगळा नीट विचार करून पाऊल टाकलं पाहिजे. त्यासाठीच आलोय मी!''

''खरंय तुझं!''

''हे बघ, पार्टनरशिपमध्ये भांडणं होतात, ती पैशासाठी! अगदी जिवलगातले जिवलग मित्रही भांडून वेगळे झालेले मी पाहिलेत. त्यामुळे पैशांच्या बाबतीत आपण पारदर्शी असलं पाहिजे. प्रत्येक पैशाचा हिशेब ठेवायला पाहिजे. तरच आपली मैत्रीही राहील आणि नर्सिंगहोमचीही भरभराट होईल. तुला काय वाटतंय?''

''तू माझ्यापेक्षा व्यवहारी जग जास्त पाहिलं आहेस! तू बोल.''

''हे बघ, नर्सिंगहोम माणसांची गर्दी असलेल्या प्रदेशात सुरू केलं, तर फायदा असतो. जगात इतर काहीही उलथापालथ झाली, तरी बाळंतपणं होतच असतात! हॉस्पिटल म्हणजे केवळ बाळंतपण नव्हे. पॉलीक्लिनिक म्हणजे वेगवेगळे डॉक्टर येऊन जायची जागा. तसंच क्लिनिक सुरू करू या. त्यांच्या वेळेनुसार आणि प्रत्येक पेशंटनुसार त्यांना चार्ज करता येईल.''

''म्हणजे सगळ्या प्रकारचे पेशंट्स तिथे येत राहातील.''

''नर्सिंगहोम करताना आपल्या दोघांची समान वाटणी असेल. प्रत्येक बाबतीत समान. आपल्याला सुरुवातीला पन्नास लाख रुपये खर्च करावे लागतील.''

''एवढे पैसे?'' मृदुला उद्‌गारली.

''घाबरू नका मृदुला. बँकेकडून कर्ज घेऊ या. तरीही आपल्याला दहा-दहा लाख घालावे लागतील. तू इन्स्ट्रुमेंट्स घे. स्पेशलायझेशन आणि इलेक्ट्रॉनिक मॅटर बघ. मी व्यवस्थापन बघणारा पीआरओ दोघंही सुरुवातीला दहा-दहा हजार पगार ठरवून घेऊ.''

''नर्सिंगहोम कुठं सुरू करू या?''

''बन्नेरघट्ट रोड त्यासाठी चांगला आहे, असं मला वाटतं. तिथे माईन रोडवर एक बिल्डिंग मी बघून आलोय. तिथला खालचा मजला रिकामा आहे. ती जागा हॉस्पिटलसाठी सोयीची आहे. आपल्या सोयीनुसार थोडंफार काम करून घ्यायला पाहिजे. आज आपण ती जागा बघून येऊ या. तुला एक कारही घेतली पाहिजे! आपली माणसं अशी आहेत!... तू स्कूटरवरून आलास तर म्हणतील, डॉक्टरला

नॉलेज नाही!''

"त्याला पैसा?''

"सगळ्यासाठी सुरुवातीला थोडा पैसा लागतो. नंतर कर्ज मिळतं. आणखी एक म्हणजे तुला सहा महिन्यांसाठी युकेला जाऊन यायला हवं.''

"सहा महिन्यांत तिथे काय शिकणार आहे मी? इथंच हवा तेवढा अनुभव घेतलाय मी!''

"शिकायला जा असं इथे कोण म्हणतंय? फॉरेन-रिटर्न्ड म्हटलं की, लोकांना विश्वास वाटतो!!''

"मी दुबईत आलो तर कसं?''

"तिथं बाळंतपण आणि स्त्रीरोगासाठी पुरुष डॉक्टरांचं काहीही काम नसतं. त्यासाठी तिथे स्त्री-डॉक्टरच लागतात. तू एमबीबीएस डॉक्टरासारखं काम केलंस तर तुला तिथे नोकरी मिळू शकेल. पैसाही मिळू शकेल. तिथे मी इतकी वर्षं हेच करतोय! जर या सगळ्या बाबतीत तुम्ही नीट विचार करून प्लॅन केलात, तर आपण पुढच्या वर्षी नर्सिंगहोम सुरू करू शकू. तिथंही आधी आपल्याला कष्ट करावे लागतील. कितीतरी वर्षांनी यश मिळेल. त्यासाठी आर्थिक आणि मानसिक धैर्य हवं. सगळा विचार करून संध्याकाळपर्यंत मला कळवा.''

मृदुलानं आग्रह केला तरी अलेक्स थांबला नाही. त्याचं आणखी काही काम होतं. दारापाशी आल्यावर काहीतरी आठवून तो म्हणाला, "हे बघ, तुला काही प्रमाणात पैशांची मदत हवी असेल, तर मीही करू शकेन. त्यासाठी तू हवं तर बँकेपेक्षा कमी दरानं व्याज दे. आर्थिक व्यवहार चोख असला पाहिजे बघ! हे मीही अनिताकडून शिकलोय.''

अलेक्स निघून गेल्यावर मृदुला घाबरी झाली होती.

किती हा पैशांचा व्यवहार! बँकेकडून कर्ज, वैयक्तिक कर्ज! आजवर अगदी अनोळखी असलेल्या जगाशी परिचय! आतापर्यंतचं तिचं जीवन एखाद्या शांत नदीप्रमाणे चाललं होतं. यानंतर त्याला एखाद्या खडकावर आदळणाऱ्या धबधब्याचं स्वरूप येणार असल्याचं तिला दिसत होतं.

संजय तर तिच्यापेक्षा घाबरा झाला होता. आधी सरकारी नोकरी सोडून स्वतंत्र व्यवसाय प्रारंभ करायचा. त्यानंतर युके-दुबईला जाऊन यायचं! तिथे इतक्या वर्षांनंतर ड्युटी डॉक्टरसारखी नाइट-ड्युटी करायची! तिथे कदाचित त्याचीच एखादी विद्यार्थिनी त्याचा बॉस म्हणून येऊ शकेल! त्यानंतर अनिश्चित अशा नर्सिंगहोमची सुरुवात करायची! शिवाय बँकेचं कर्ज, वैयक्तिक कर्ज....

खरोखरच या सगळ्याची गरज आहे काय?

पण नाहीतर हे सरकारवाले आपल्या मर्जीप्रमाणे इकडूनतिकडं फूटबॉलसारखे

ठोकरत राहातील! एक मंत्र्यांची भेट म्हणजे कुणाकुणाचे हात-पाय धरावे लागतात! महत्प्रयासानं भेट घेतली, तरी काहीही उपयोग होत नाही! आजारपणात हेच मंत्री भरपूर सेवा करून घेतात आणि नंतर तेच एखाद्या शिपायासारखी वागणूक देतात. बुद्धिमत्ता आणि सेवावृत्तीला काहीही किंमत नसते, त्यांच्या लेखी! स्वत:च्या ज्ञानात भर पडावी म्हणून काही प्रयत्न करायचा म्हटलं तरी या देशात आपल्यासारख्यांना काहीही संधी मिळत नसते, हेही त्यानं अनुभवलं होतंच. उलट, काही विपरित घडलं, तर बळीचा बकरा म्हणून त्यांनाच पुढे करायला सगळे तयार असतात!

काय करावं? इथे वाघ – तिथे दरी अशी संजयची अवस्था झाली होती.

उलट मृदुला!! तिनं सांगितलं, "तुम्ही विचार करू नका बरं! दररोज अशा अनिश्चिततेच्या नरकात खितपत पडण्यापेक्षा स्वत:चं सुरू करा. अलेक्स आहे. मीही आहे. देवाच्या दयेनं सगळं नीट चाललं, तर गोष्टच वेगळी! नाहीतरी काळजी करू नका. जन्माला घातलेला देव काही उपाशी ठेवत नाही! शिवाय माझी नोकरी तर आहेच ना! राहायला घर आहे. तुम्ही आणखी जास्तीचा विचार करू नका!"

"पण मृदुला, एवढं थोरलं कर्ज?...."

"मी अप्पांकडे थोडे पैसे कर्जाऊ मागेन. हवं तर माझे दागिने विकता येतील. बाकीचं बँकेकडून कर्ज काढू. अलेक्सकडून नको. मैत्रीत पैशांचा हिशेब नको! त्यामुळे एक ना एक दिवस मैत्रीत बाधा येईल."

"मृदुला, फार त्रास होईल तुला, पण!"

"हो. पण तुम्हाला बरं वाटेल की नाही? तुम्ही न्यायानं, सरळ मार्गानं आणि नैतिकतेनं पैसा मिळवत असाल, तर मी नेहमीच तुमच्या सोबत असेन. पैसा कसाही मिळवता येईल. अगदी अनितीनंही कमावता येतो. पण मी मात्र केवळ नीतीच्या मार्गानं मिळवलेल्या पैशांसाठी कितीही कष्ट घ्यायला तयार आहे! तुम्ही आजवर कधीही अन्याय केलेला नाही. देव तुम्हाला निश्चित यश देईल."

"मृदुला, अम्माकडून थोडे पैसे घेतले तर कसं?"

"नको! अजिबात नको!"

त्यानंही कारण विचारलं नाही, तिनंही सांगितलं नाही. तिला ठाऊक होतं सासूकडून पैसा सुटणं अशक्य आहे! एवढ्या वर्षांत त्यांच्याकडून बाहेर पडलेला पैसा तिनं कधीही पाहिला नव्हता. दिवाळी असो, तिचं डोहाळजेवण असो, शिशिरचा वाढदिवस असो, बारसं असो! त्या तोंडभर आशीर्वाद द्यायच्या, बस्स!

शंकरला विचारण्यातही अर्थ नाही. कारण त्यांचा पैसा त्यांनाच पुरत नाही. गरज नसताना खर्च करायची त्यांना सवय लागलीय! त्यात आता 'कन्झ्युमर मार्केट'. दररोज जाहिराती बघून लक्ष्मी खरेदी करत असते. सासूबाई हे आपल्या सुनेला सांगत होत्या. हेही विशेषच म्हणायला पाहिजे!! कुठली सासू सुनेला

आपल्या मुलीविरुद्ध चहाडी सांगेल? लक्ष्मी उन्हाळ्यात एसी असल्याशिवाय अजिबात झोपत नाही म्हणे! अशांकडून इतरांसाठी काय मदत होणार?

आतापर्यंत मृदुलानं माहेरकडून काहीही मागितलं नव्हतं. त्यांनी लग्नात दिलेलं सोनं आणि दरवर्षी दिवाळीत त्यांच्याकडून मिळणारी साडी वगळता त्यांनीही जास्तीचं काही दिलं नव्हतं आणि हिनंही काही मागितलं नव्हतं. पुढे त्यांचा मुलीला काही द्यायचा विचार असेलही कदाचित. पण आता तसा प्रसंगच आला होता. संजयनं विचारण्यापेक्षा आपणच वडिलांना विचारायचं असं मृदुलानं ठरवलं.

लग्न होऊन दहा वर्षांमध्ये प्रथमच मृदुला एकटी माहेरी निघाली होती. आतापर्यंत ती एकटी कधीच आली नव्हती. सोबत शिशिर किंवा संजय असायचेच. त्यामुळे तिला एकटीला आलेली पाहाताच घरी आणि गावात सगळ्यांनाच आश्चर्य वाटलं. आधी तिचा फोन आला होता. पण का येते आहे, त्याचं कारण तिनं सांगितलं नव्हतं. कुणी विचारलंही नाही. पण उत्सुकता मात्र होती.

संजय बळ्ळारीत असल्याचं त्यांनाही ठाऊक होतं. तसा तो सासुरवाडीला फार क्वचित यायचा. आला तरी आपल्यापुरतं काहीतरी वाचत बसायचा. सगळ्यांबरोबर मिळून-मिसळून राहायचा नाही.

आलद हळ्ळीमधलं घर इतकं बदललं असेल, याची मृदुलालाही कल्पना नव्हती. जुन्याकाळचे मोत्यानं गुंफलेले फोटो, क्रोशानं विणलेले दाराचे पडदे आणि भरतकाम काम केलेले टेबलक्लॉथ नाहीसे झाले होते. त्याजागी आजच्या फॅशनचं ग्लास-टॉपचं डायनिंगटेबल, बावीस इंची सोनीचा टीव्ही, पॅनॉसॉनिक म्युझिक सेट, कॉर्डलेस फोन, सीमेन्स फोन आले होते. परसातली तिनं वाढवलेली फुलबाग नाहीशी होऊन त्याजागी गंध नसलेली क्रोशाची फुलझाडं होती. त्यानं घरातली फुलदाणी सजवली होती.

स्वयंपाकघर मात्र तसंच होतं. पाय आखडले असले तरी अजूनही घरात रकुमाबाईंचाच स्वयंपाक होता आणि देवपूजा भीमण्णांची चालायची. त्यामुळे तिथे काही बदल होणं शक्यही नव्हतं म्हणा! वत्सलाचं वागणंही नेहमीप्रमाणे ताठ्यातच होतं.

जेवण झाल्यावर मृदुलानं सगळ्यांना एकत्र बोलावलं. म्हणाली, ''मला सगळ्यांशी बोलायंचय. या बघू!''

वत्सला मात्र म्हणाली, ''मी कशाला उगाच बाहेरची?''

मृदुला या शब्दानं दुखावली. तरी ती सौम्यपणे म्हणाली, ''असं कसं? तुम्ही तर घरच्याच! तसं पाहिलं तर मीच बाहेरची आहे. इथे माझ्या अम्मा-अप्पांचं तुम्हीच करताय ना! या तुम्हीही.''

''तुमचे यजमान सरकारी नोकरी सोडून स्वत:ची प्रॅक्टिस सुरू करणार आहेत म्हणून समजलं.''

"होय. त्यासाठी भरपूर पैसा हवा. आम्ही त्यासाठी बँकेतून कर्ज काढणार आहोत. तरीही स्वतःचा काही पैसा उभा करायला पाहिजे. तुम्हाला ठाऊक आहेच, आम्ही बंगळूरचा फ्लॅट कर्ज काढूनच घेतलाय. त्याचा दरमहा हप्ता आहे. त्यामुळे आता आमच्या हातात फारसा पैसा नाही. तुम्ही आम्हाला पाच लाख कर्जाऊ द्या आम्ही चार-पाच वर्षांत खात्रीनं परत करू.''

वत्सलाच्या चेहऱ्यावरचे रंग बदलत चालले. कृष्णा काहीच बोलला नाही. रकुमाबाई पतीच्या चेहऱ्याकडे पाहू लागल्या.

पाच लाख रुपये म्हणजे मोठी रक्कम झाली! खेड्यात धान्य-धुन्य असतं, पण पैसा असत नाही. भीमण्णांच्या खात्यात थोडा पैसा होता. पण यंदा पाऊस झाला नव्हता. त्यामुळे थोडीफार पुढची जोडणी आवश्यक होती. बैल म्हातारे झाले होते, विहिरीला बोर मारायचा होता, घराची दुरुस्ती करायची होती. शेतीसाठीही बराच खर्च अपेक्षित होता....

पण आजवर मुलीनं कधीच काही मागितलं नव्हतं. आताही विचारताना तिच्या जिवाशी आलं असलं पाहिजे. तिलाही मदत केली पाहिजे. पण तसं केलं तर सूनबाई किती दंगा करेल देव जाणे!... भीमण्णा विचारात पडले होते.

शेवटी मृदुला म्हणाली, ''तुम्ही सगळे विचार करून सांगा. दिलेत तर आनंद आहे. नाही जमलं तरी मी म्हणेन तुम्हालाही अडचणी आहेत. मला काही राग येणार नाही. मी चंपक्का मावशीला भेटून येते,'' असं सांगून ती मुद्दामच शेजारच्या चंपक्कांच्या घरी गेली.

आता चंपक्कांचं वय झालं होतं. आता त्यांना वरचेवर नरगुंद किंवा मुंबईला जायला जमायचं नाही. शिवाय आता त्यांची नरगुंदची बहीण मरण पावली होती.

मृदुलाला बघून चंपक्कांना फार आनंद झाला.

''म्हटलं, तुला आलद हळ्ळीचा विसरच पडला की काय? बंगळूरला गेलीस ती तिकडचीच झालीस! किती प्रेम होतं तुझं तुझ्या या गावावर! अगदी अपरूपाची भेट झाली तुझी इथं! ये, ये...!''

मृदुलाला त्यांच्या घरातली प्रत्येक वस्तू कुठं-कुठं ठेवलीय ते ठाऊक होतं. तिनं पुढे होऊन कोपऱ्यातली चटई घेतली आणि स्वयंपाकघरात पसरून त्यावर बसली.

चंपक्कांची पाठ वाकली होती. देह शिथिल झाला होता. पण तरतरीतपणा मात्र कणभरही कमी झाला नव्हता.

''हे बघ, उठून फिरण्याइतकी शक्ती राहिली नाही माझ्या अंगात. भिंतीतल्या फडताळात पितळी डबा आहे. त्यात रामाचा प्रसाद आहे. त्यातले दोन लाडू घे बघू!'' मृदुला उठली आणि तिनं त्यांच्या म्हणण्याप्रमाणे वाटीत लाडू घेतले. तिनंही

चौकशी केली, "चंपक्का मावशी, तुमच्या बागेचं हे काय झालंय हो? कळाच नाही राहिली. किती कचरा भरलाय. काँग्रेस गवत तर रोपागणीक आहे! ही तुमची बाग आहे, असं अजिबात वाटत नाही. मेंदीचं झुडूप मात्र भरपूर माजलंय!"

"बाई गं, काय बागेचं बोलतेस? तुझं लग्न झालं, तू नवऱ्याच्या घरी गेलीस आणि माझी बाग बेवारशी झाली बघ. तू बाळासारखी काळजी घेत होतीस. आता तिच्याकडे बघायला कुणीही नाही. तुझ्या भावजयीला म्हटलं तर ती म्हणाली... मी काही तुमच्या घरची नोकर नाही. पाहिजे तर शंभर रुपये देऊन गडी ठेवा. अगं, तिला शहरातली सुकलेली कागड्याची माळ आणून फ्रीजमध्ये ठेवून माळायला आवडतं! पण कष्ट घेऊन झाडाला पाणी घालून ताज्या फुलांची वेणी करायला नको! मुलखाची आळशी! कुठं तू आणि कुठं ती!"

"मग आता कोण बघतं बागेकडं?"

"पीरंबी येते कधीमधी मदतीला! तिच्या हातून जमेल तेवढं करते. तीच फुलं काढून हणमप्पाच्या देवळात देते. आपणही थोडी घेऊन जाते. तिनंच ते मेंदीचं झाड लावलंय. केवढं माजलंय बघितलंस की नाही? सगळ्या गावाला पुरेल एवढी मेंदी येते. तुमच्या परसातलं झाडं किती छान होतं! तुझ्या भावजयीनं काढून टाकलं की! तिला कुठं पानं हवीत? कोन हवा असतो तिला! इथे पाला काढून त्यात कात-चुना घालून सगळा हात रंगेल असं कोण वाटायला बसलंय? तू इथे असताना एवढं सगळं करत होतीस. नंतर इतर मुलींच्या हातावर नक्षी काढत होतीस. आता सगळा हात रंगवून घ्यायला कुणीही तयार नसतं! सगळ्यांना कोनाची नक्षी हवी. पण बाजारचा कोन घरचा रंग कसा आणेल?...."

चंपक्का बोलायला लागल्या की ब्रेक लागणं कठीण! आळशीपणाचा त्यांना पराकोटीचा तिटकारा होता. त्यामुळे त्यांचं आणि वत्सलेचं तेल-शिकेकाईचं नातं होतं. त्यांच्या तोंडाळपणाचा वत्सलालाही राग होता. "माझ्या सख्ख्या सासूबाई मला काही बोलत नाहीत. या मराठी शेजारणीचा माझ्यावर एवढा कसला अधिकार?" असं तिचं म्हणणं. यात कुणीही हार मानायचं नाही. मृदुला तशी नव्हती. त्यामुळे चंपक्का मावशी रागावली, तरी ही तिला समजून घ्यायची. चंपक्काही मृदुलाच्या चुकांकडे 'लहान मुलगी' म्हणत दुर्लक्ष करायच्या.

मृदुलाचं लक्ष मेंदीवरून लग्नघरातल्या त्या संजयच्या भेटीच्या प्रसंगाच्या आठवणीकडे उडालं. मन मोहरून गेलं. घरात झालेल्या गप्पांचा काही क्षण विसर पडला. तरी चंपक्का कशा सोडतील? त्यांनी विचारलं, "काय गं? सणवार नाही, जत्रा-उत्सव नाही. अशी कशी मध्येच आलीस?"

त्या दोघींच्या नात्यात आडपडदा असायचा प्रश्नच नव्हता. सगळ्या आलद हळ्ळीमध्येच तो नव्हता म्हणा! मृदुलेनं आपण आल्यामागचं सगळं कारण सांगितलं.

सगळं ऐकून चंपक्का निराश होऊन म्हणाल्या, ''जा गं जा! तुला कोण पैसा देईल? तुला एक पैसा दिला तरी तुझी वहिनी शंख करेल गावभर! त्यात, पाच लाख म्हणजे काय छोटी रक्कम आहे? तुला ठाऊक आहे की नाही कोण जाणे! तुझी वहिनी हुबळीच्या देशपांडेनगरमध्ये दोन बेडरूमचं घर घ्यायचा हट्ट करतेय! त्यासाठी सात-आठ लाख रुपये खर्च आहे. तिथेच राहून मुलाला शिकवून कलेक्टर करायचं म्हणतेय ती! पीरंबी सांगत होती.''

खरोखरच आपल्याला पैसे देणं एवढं कठीण होईल?

चंपक्का हलक्या आवाजात म्हणाल्या, ''हे बघ! एक ब्रह्मास्त्र आहे! वडिलार्जित संपत्तीमध्ये निम्मा भाग मुलींनाही द्यायला पाहिजे, असा कायदा आलाय! तुझ्या वहिनीचा भाऊच परवा सांगत होता म्हणे! तसं म्हटलं तर तुलाही यात वाटा मिळायला पाहिजे. हवं तर वहिनीला धमकी दे!....''

''...नको! मावशी, अजिबात नको ते! कायद्याच्या मागे लागून मी तरी काहीही मागणार नाही. प्रेमानं ते जे काही देतील, तेवढं मी घेईन. पाहिजे तर वहिनीला तिच्या माहेरकडून तसं मागून घेऊ दे! माहेरचं घराणं दुर्वांसारखं सगळीकडे व्यापून राहू दे, असं आमची अम्मा देवाकडे मागायची. तिनं तेच मलाही शिकवलंय. मी तसं देवाकडे रोज मागणं मागत असते. जिथं कायद्याची भाषा सुरू होते, तिथं नाती संपतात!'' म्हणत मृदुला उठून उभी राहिली.

तिथून बाहेर पडून सरळ घरी येण्याऐवजी मृदुला हनुमंताच्या देवळापाशी गेली. तळ्यावरून थंडगार वारं वाहत होतं. तिथल्या झाडावरचा झोपाळा तिला बोलावत होता. ती त्यावर जाऊन बसली आणि हलकेच झोके घेऊ लागली. तिच्या मनात या आलद हळ्ळीविषयी माया दाटून आली. तिचं घराकडे लक्ष गेलं. लग्नाआधीचे दिवस आठवले. तेव्हाचा प्रत्येक बाबतीतला उत्साह आठवला. किती दिलंय या गावानं आणि या घरानं!

रात्रीचं जेवण होताच तिला भीमण्णांनी हाक मारली. एकदा पैशांविषयी बोलून झाल्यावर मृदुलानंही पुन्हा तो विषय काढला नव्हता.

''मृदुला, तू या घरची लेक-माणूस! तुला कर्जाऊ पैसे द्यायचे आणि नंतर वसुलीसाठी तगादा लावायचा, हे काहीही नको! मी आणि तुझ्या आईनं विचार केला. आम्हाला जेवढं जमतंय तेवढं आम्ही तुला आहेर म्हणून देऊ. हा चेक घे. तीन लाख रक्कम लिहिली आहे. ही आणखी कुणाचीही संपत्ती नाही. आहे हे तुझ्या अम्मांचं आहे. तुमच्या कामाला आमचे आशीर्वाद आहेत. आमच्या कष्टाचा पैसा आहे! त्यामुळे तुझं भलंच होईल. तू नाही म्हणू नकोस!''

मृदुलाचं मन भरून आलं. कदाचित हे त्यांचं स्वत:च्या म्हातारपणाचा आधार म्हणून ठेवलेलं धन असावं! मुलाला किंवा सुनेला न विचारता त्यांनी ते दिलेलं

दिसत होतं. यावर सगळं समजल्यावर सून आरडाओरडा करेल यात शंका नाही!

पण एवढी मोठी रक्कम आपण तरी आहेर म्हणून कशी स्वीकारायची? पण आता तरी दुसरा काहीही मार्ग नाही.

ती म्हणाली, "अप्पा! तुम्ही दिले ते तुमचं औदार्य! पण मला फार संकोच वाटतोय! तुम्ही मला ही रक्कम कर्जाऊ द्या. मी ती खात्रीनं परत करेन! एवढी मोठी रक्कम आहेर म्हणून द्यायची गरज नाही!''

"हे बघ, आणखी काहीही बोलायची गरज नाही. आता या विषयावर आणखी बोलणं नको. मला मुल्ला साबीच्या घरी जायचंय. त्याची तब्येत बरी नाही, असं समजलं. शहरात दाखवून आलेत. काय झालंय ते विचारून येतो...'' म्हणत काहीही विशेष घडलेलं नसल्याप्रमाणे ते बाहेर पडले. वत्सला आणि कृष्णा आपल्या खोलीतून डोकावून पाहात होते.

गावी आल्यावर प्रत्येक वेळी मृदुला आपल्या शाळेत जाऊन आल्याशिवाय राहात नव्हती. आता गावातही वत्सलेसारखा विचार करणाऱ्यांची संख्या वाढली होती. त्यामुळे इथल्या शाळेतल्या विद्यार्थ्यांची संख्या कमी होत चालली होती. त्यातही इंग्रजी माध्यमाच्या शाळेकडं पालकांचा ओढा वाढलेला दिसत होता. त्यामुळे गावात ज्यांना शक्य होतं, त्या सगळ्यांनी शहरात एकेक बिऱ्हाड केलं होतं. ज्यांना हे शक्य नव्हतं, ते आर्थिकदृष्ट्या निम्न स्तरातले पालकच आपल्या मुलांना खेड्यातल्या शाळेत घालत होते. शिक्षकांपैकीही कुणी आलद हळ्ळीमध्ये राहायला तयार नव्हतं. त्यांची घरं हुबळीत होती आणि त्यांची मुलंही इंग्रजी शाळांमध्ये शिकत होती.

एकंदर शाळेची अवस्था फारशी बरी नव्हती.

■

गेल्या चार वर्षांत मृदुला आणि संजयच्या जीवनात कितीतरी बदल झाला होता. आता मृदुला विजयनगरच्या शाळेत हेडमास्तर झाली होती. संजयनं सरकारी नोकरी सोडली होती आणि काही दिवस दुबईला जाऊन आला होता. नंतर इंग्लंडलाही तो जाऊन आला होता. त्यानंतर बन्नेरघट्ट रस्त्यावर अलेक्सबरोबर त्यानं स्वतःच 'कर्नाटक नर्सिंगहोम' काढलं होतं. अशा प्रकारे लग्न होऊन दहा वर्षांनंतर त्यानं हे नवं साहस केलं होतं.

आता अलेक्सही दुबईहून बंगळूरला कायमचा परतला होता. तरीही त्यानं तिथले आपले कॉन्टॅक्ट्स ठेवले होते. तिथली ड्युटी-डॉक्टरची नोकरी सोडण्याआधी तिथल्या एका शेखबरोबर त्यानं एक व्यापारही सुरू केला होता. जमीन, देश, दुकान शेखचं होतं. पण बुद्धीचं सगळं काम अलेक्सचं होतं. त्यामुळे तो पंधरा दिवसांतून

एकदा का होईना दुबईला जाऊन यायचा. आता बंगळूरहून शारजा-दुबई-मस्कतची विमानं असल्यामुळे त्यासाठी त्याला मुंबईला जावं लागत नव्हतं.

अनिताला बंगळूर खूपच आवडलं होतं. इथल्याही प्रार्थनास्थळात तिला प्रार्थनेचं काम होतं. ज्युली रिचमंड रोडवरच्या बॉलट्विन गर्ल्स हायस्कूलमध्ये प्राथमिक विभागात शिकत होती. एसएसएलसी पास झालेली मॅगी काम करणाऱ्या मुलीसारखी अजिबात दिसायची नाही. ती तर अनितापेक्षाही व्यवस्थित साडी नेसायची. वेगवेगळ्या प्रकारच्या मॅक्सी घालायची. स्वयंपाक करताना वेगळा ड्रेस घालायची. बाहेरच्या कुणी पाहिलं, तर मॅगी काम करणारी मुलगी आहे, असं कुणालाही वाटायचं नाही. अनिताही तिला कामवाल्या मुलीसारखं वागवत नव्हती. तिचा पगार सरळ बँकेत जमा व्हायचा. मॅगीच्या वडिलांना दारूचं व्यसन होतं. त्यामुळे ही व्यवस्था केली होती.

तूर्त तरी तिच्या लग्नाचा विचार नव्हता. त्यामुळे अनिताच्या घरी ती मोकळेपणाने वावरत असायची.

संजयनं गेल्या चार वर्षांत जेवढं जग बघितलं होतं, तेवढं एवढ्या वर्षांच्या सरकारी नोकरीत पाहिलं नव्हतं. इंग्लंड आणि दुबईची हॉस्पिटल्स बघितल्यावर त्याला खासगी हॉस्पिटलची कल्पना आली होती. केवळ रोग्यावरचे उपचार महत्त्वाचे नसून त्याबरोबर गोड बोलणं, भरवसा देणं, ताजं वातावरण या सगळ्या गोष्टींना प्रायव्हेट प्रॅक्टिसमध्ये विशेष महत्त्व असल्याचं त्याला समजलं होतं. मागे अलेक्स जेव्हा हीच गोष्ट सांगायचा तेव्हा संजयला ते पटायचं नाही. आता मात्र तो त्यांच्यामधला आणखी काय अर्थ आहे, याचा शोध घ्यायचा प्रयत्न करत होता. आता त्याला सरकारी हॉस्पिटल्स आणि खासगी हॉस्पिटल्समधला फरकही चांगल्या प्रकारे समजला होता. सरकारी हॉस्पिटल्समध्ये एकदा ऑपरेशन झालं की, अनेक एमडी डॉक्टर्स पुढचं बघायला सज्ज असायचे. काही अडचण आली की, तिचं निवारण करायला इतर विभागाचे डॉक्टर तयार असायचे. त्यामुळे फारसं दडपण नसायचं. पण खासगीमध्ये तसं नव्हतं. प्रत्येक गोष्टीला तुम्हीच जबाबदार! काही प्रसंगी अचानक कॉम्प्लिकेशन येऊन पेशंट मृत्युमुखी पडला किंवा बाळ गेलं तर हॉस्पिटलचं नाव खराब व्हायचं. नाव अतिशय महत्त्वाचं होतं! त्यामुळे अनेकदा अलेक्स म्हणायचा, 'हे बघ संजय, हे दारूसारखं आहे! एकदा एका कंपनीचं नाव प्रसिद्ध झालं की, त्या बाटलीत तुम्ही काहीही आणून घालून दिलं तरी चालतं! लेबल लावून गिऱ्हाईक दारू विकत घेतं! तसंच नर्सिंगहोमचंही आहे.'

'दारू कशाला म्हणायचं? हवं तर परफ्युम म्हणू या ना!' संजय तेव्हा म्हणाला होता.

हॉस्पिटल बांधताना अनितापेक्षा मृदुलानं भरपूर परिश्रम घेतले होते. अनिताला बाहेरचा व्यवहारही फारसा समजायचा नाही म्हणा! शिवाय तिला या गावाचीही

सवय नव्हती. शाळेची जबाबदारी पार पाडल्यावर मृदुला तिथलं लाकडी काम, पडदे, बेडशीट्सची खरेदी, लॉगबुक लिहिणं, रात्री राहाणाऱ्या बायकांच्या जागेची व्यवस्था करणं... एक ना दोन! त्या चार वर्षांत अनितानं शिशिर आणि ज्युलीकडे पाहिलं, पण तिला अशा प्रकारे काम करायला जमायचं नाही. सगळ्यांना सगळ्या प्रकारची कामं करायला कसं जमेल म्हणा!

अलेक्सच्या सूचनेप्रमाणे संजयनं कर्ज काढून कार विकत घेतली. त्याची जुनी स्कूटर आता मृदुला वापरत होती. तिनं लवकरच स्कूटर चालवायलाही शिकून घेतली. गावी तिला सायकल चालवायला यायची. त्याचा आता उपयोग झाला होता. त्यामुळे जास्तीचं काम करताना तिला स्कूटरचा उपयोग व्हायचा.

त्यांचं घर अजूनही विजयनगरमध्येच होतं. संजयला जयनगरमध्ये घर करायची इच्छा होती, कारण तिथून बन्नेरघट्टला जाणं जवळ होत होतं. शिवाय पुढे शिशिरच्या कॉलेजच्या दृष्टीनंही ते सोयीचं होतं. मृदुलाला कुठल्याही शाळेत बदली मिळणं सहज शक्य होतं.

पण त्या घरासाठी बराच खर्च होता. तेवढा आत्ताच शक्य नव्हता. पैसे जमल्यावर बघू या; असं मृदुलाचं म्हणणं होतं.

दर महिन्याला आधी हप्ते भरून उरलेल्या पैशांत मृदुला संसार करत होती. सगळी चेकबुकं तिच्याच ताब्यात होती. संजयही म्हणायचा, ''एकहाती खर्च करत गेलं, तर खर्चावर नियंत्रण राहातं. मला पैशाचं झंझटच नको. लागतील तेव्हा मीच तुझ्याकडून घेत जाईन. मी तरी हॉस्पिटल आणि घर सोडलं, तर कुठं जातो म्हणा!''

त्यामुळे पैशांच्या बाबतीत मृदुलाचाच शेवटचा शब्द असायचा.

माहेरकडून तीन लाख आणल्यानंतर मृदुलानं आपले लग्नातले दागिने बँकेत गहाण ठेवले होते. त्यावरही पैसा मिळाला. पैसा मिळायला लागल्यावर तिनं आधी ते दागिने सोडवून आणले. लग्नातले दागिने बँकेत ठेवणं बरं नव्हे, असं तिला वाटलं.

मध्ये एकदा सासरी जायचा प्रसंग आला तेव्हा रत्नम्मांनी विचारलं, ''का गं? गळ्यातला सर आणि हातातल्या बांगड्या काय झाल्या?'' मृदुलानं घडलेलं सगळं सांगितलं. सगळं ऐकल्यावर त्यांनी सांगितलं, ''पैसे आले की आधी ते दागिने सोडवून आण! मी बराच व्यवहार पाहिलाय! एकदा गहाण टाकलेले दागिने बहुतेक वेळा सोडवायला जमतच नाहीत! त्यात तुझं तर धारवाडकडचं चोख सोनं!''

त्याहीवेळी त्यांनी सावधगिरीचा इशारा दिला; पण आपल्याकडून काहीही मदत देऊ केली नाही! अर्थात मृदुलाचीही त्यांच्याकडून काही अपेक्षाही नव्हती म्हणा!

सुरुवातीला संजयला कन्सल्टिंग फी मागणं अतिशय कठीण जायचं. त्याला तशी सवयच नव्हती. त्याला तसे पैसे मागायचा संकोच वाटायचा. पण विचारणं भाग होतं. एक दिवस अलेक्सनंच स्वत: बसून अमुक इलाजासाठी इतके रुपये,

डीएनसीसाठी इतके, कन्सल्टेशनसाठी इतके, नॉर्मल डिलिव्हरीसाठी इतके अशी एक यादी करून ठेवली होती. काही वेळा चलाख पेशंट ''पैसे कमी आहेत, पुढच्या खेपेला आणून देतो,'' असं सांगायचे. तेव्हा ''ते चालायचं नाही! आताच्या आता द्या,'' असं म्हणायची संजयची तयारी नव्हती. पुढच्या खेपेला पैसा मागायला याला आठवायला हवं ना! अनेकदा ते पेशंट पुन्हा तोंडही दाखवायचे नाहीत. एकदा अलेक्सनं सांगितलं, ''संजय, तू पैशांच्या भानगडीत पडूच नकोस! मीही काही सतत इथे असत नाही. आपण असं करू; एक रिसेप्शनिस्ट-कम-क्लार्क ठेवू या. एक-दोन हजार पगार दिला तरी आपल्याला परवडेल! ती दाराशी बसून वसूल करेल. कुणाला संकोच वाटायचं कारण नाही!''

हे संजयलाही पटलं होतं. रोसमेरी अलेक्सच्या लांबच्या नात्यातली होती. तिनं बीए केलं होतं. घरची गरिबी होती. हीच घरात थोरली. चर्चची मदत नसती, तर तिला शिक्षण घेणंही कठीण होतं. एक वर्षाचं नर्सचं ट्रेनिंगही तिनं घेतलं होतं. एवढ्यात घरात वडील मरण पावले. तिच्या आईनं रडत येऊन विनंती केली. रोसमेरी प्रामाणिक असल्याचा अलेक्सचा अनुभव होता. हॉस्पिटलच्या वरच्या बाजूला काही राहाण्याची जागा केली होती. तिला तिथे राहायला द्यावं, असं अलेक्सनं सुचवलं. संजयनंही त्याला मान्यता दिली. ती तिथेच राहून देखरेख करू लागली. आजवर हिशेबाच्या बाबतीत तिनं एका पैशाचीही गडबड केली नव्हती. ती बाजू तिनं सांभाळल्यामुळे या दोघांची कामंही बरीच हलकी झाली होती.

एक दिवस लक्ष्मी घरी आली. एरवी घरातही रेशमी साड्या नेसून नट्टापट्टा करणारी लक्ष्मी आज मात्र कोमेजलेल्या चेहऱ्यानं सिंथेटिक साडी नेसून आली होती. अलीकडे ते मैसूरमध्येच राहात होते. गेल्या वर्षी त्यांनी स्वत:चं घर बांधलं होतं. गृहप्रवेशाच्या दिवशी मृदुला एकटीच गेली होती. घर सुंदर झालं होतं. चार बेडरूम्सचं घर, मार्बल हॉल, इटालियन किचन. दोन दिवस गृहप्रवेशाचा कार्यक्रम चालला होता. केवळ फुलांचाच खर्च पाच हजार झाला म्हणे! आलेल्या प्रत्येकाला रेशमी साड्या दिल्या होत्या. मृदुलालाही अत्यंत किमती रेशमी साडी आली होती.

त्याहीवेळी फक्त जेवायच्या वेळी रत्नम्मा येऊन गेल्या होत्या. त्यांनी मुलीला काहीही आहेर दिला नाही. एकाच घरातून दोन-दोन आहेर देऊ नये आणि संजय काहीतरी देईलच, असा त्यांचा विचार. मृदुलानंही स्वत:ला समजेल, तशी एक सिल्कची साडी आणि शंकरसाठी रेशमी कद घेऊन दिला होता. त्यांना हा आहेर पटला होता की नाही, कोण जाणे!

आता शंकरनं स्वेच्छानिवृत्ती घेतली होती. त्याचा त्याच्या मित्राबरोबर काहीतरी व्यवसाय चालल्याचंही मृदुलाला ठाऊक होतं. आता लक्ष्मी का आली असेल,

याची तिला काहीही कल्पना करता येईना.

“ये लक्ष्मी! केव्हा मैसूरहून निघालीस?”

“सकाळी सहाच्या बसनं.”

“तर मग आधी अंघोळ करून घे. खाऊन घे.”

त्या दिवशी रविवार असल्यामुळे मृदुला घरातच होती. संजय मात्र सुट्टी असूनही काहीतरी जास्तीचं काम असल्यामुळे क्लिनिकला गेला होता.

लक्ष्मी नेहमीच घरी आलेल्यांचं मनापासून स्वागत करायची. अर्थात मागे ती काय करते, हे कुणाला कसं ठाऊक असणार म्हणा! आता ही का आपल्याकडे आली असेल, हे काही मृदुलाच्या लक्षात येईना. तरी ती काहीतरी अडचणीत असली पाहिजे, हे मात्र समजत होतं. शक्य असेल ती मदतही करायचं तिनं मनोमन ठरवलं. कारण आतापर्यंत लक्ष्मीनं कधीच मदत मागितली नव्हती.

ती अंघोळ करून आली. पिशवीतून तिनं वांगी आणि इतर भाजी, अबोली-मोगऱ्याचा गजरा आणि नंजनगूडची रसकेळी काढली. मृदुला आत्मीयतेनं म्हणाली,“हे सगळं कशाला आणत बसलीस? तुला बरं नाही का? असा का चेहरा दिसतोय?”

दुःखाचा बांध फुटून वाहू लागला. लक्ष्मी हुंदके देऊन रडू लागली. “काय सांगू मृदुला? यांनी व्हीआरएस घेतली तेव्हा बराच पैसा आला होता. त्यातच आम्ही घर बांधलं होतं. यांनी मित्राबरोबर एक ट्रॅव्हल एजन्सी काढल्याचं तुलाही ठाऊक आहेच. चांगली चालली होती ती! आपला स्वभाव कसा, सगळ्यांवर विश्वास ठेवणारा आहे गं! यांच्या मित्रानं आम्हाला फसवलं!”

“फसवलं?”

“हं! आम्ही दोघं ऑफिसची टॅक्सी घरासाठीही वापरत होतो. आता नुकसान व्हायला लागल्यावर घरावर कर्ज काढलं. आमच्या कुणीतरी शत्रूनं त्या मित्राचे आमच्याविरुद्ध कान भरले. आता त्यानं आमच्यावर केस केली आहे. आता परिस्थिती अशी आहे की, घरही हातचं जाईल आणि व्यापारही जाईल! काय करावं ते काही सुचेनासं झालंय!”

“तुझे सगळे दीर आणि इतर नातेवाईक मैसूरलाच आहेत ना? ते काय म्हणतात?”

“अय्यो! त्यांचं काय सांगू? वास्तुशांतीच्या भारी साड्या घ्यायला सगळे पुढे होतात! आता हजार अडचणी सांगतात. आता कार विकली, तर आमचा काय मान राहील? माझा अनिल आता कॉलेजच्या शेवटच्या वर्षाला आहे. काय करावं काही समजेनासं झालंय.” अनिल दर वर्षी नापास होत असला, तरी ती मात्र तो शेवटच्या वर्षाला आहे, असंच सांगायची.

हे सगळंच प्रकरण मृदुलाच्या कुवतीबाहेरचं होतं. आता कुठं ते आपल्या

संसारात थोडेफार स्थिरावू पाहात होते. अशा परिस्थितीत आपण या कुटुंबाला काय मदत करू शकतो?

"घरावरच्या कर्जासकट तुम्हाला किती रकमेची गरज आहे?"

"साधारण पंचवीस-तीस लाख रुपये."

"बरं! संजयना येऊ दे. तूही आलीस तशी दोन दिवस राहा. बघू काय जमतं ते!" मृदुला म्हणाली.

"नको. निघते मी दुपारचीच. माझ्या हासनच्या एका जुन्या मैत्रिणीचं घर राजेशनगरमध्ये आहे. त्यांनी फार आग्रहानं बोलावलं आहे. दिवसभर घरात बसून तेच-तेच बोलून माझंही डोकं विटलंय! शिवाय त्यांच्याकडूनही काही पैसे यायचे आहेत. बघते काही मिळतात काय ते!"

तेही खरंच होतं म्हणा! ती जेवून निघून गेली.

आता मृदुला विचारात पडली. लक्ष्मीला मदत करायला तिलाही आवडलं असतं, पण पंचवीस-तीस लाख रुपये कुठून आणायचे?

लक्ष्मी गेल्यावर काही वेळानं संजय आला.

"हे काय? आज लवकर आलात?"

"काम कमी होतं. रोसमेरीनं सगळं काम संपवलं होतं."

संजयला मृदुलानं लक्ष्मीविषयी सांगितलं. त्यानं सगळं ऐकून घेतलं. काहीही बोलला नाही. लगेच बोलून आपला अभिप्राय सांगणं, हा त्याचा स्वभावही नव्हता. तो अलेक्सशी काही बोलण्यासाठी निघाला. मृदुलाला काही न सुचल्यानं तिनं रत्नम्मांना फोन केला.

अजूनही रत्नम्मांनी घरात फोन घेतला नव्हता. अजूनही संजय त्यांना दर महिन्याला पैसे पाठवत होता. तो पैसाही त्या खर्च न करता साठवून ठेवत होत्या. संजयही कधी त्या पैशांचा विषय काढत नव्हता. अशा परिस्थितीत मृदुला कसा तो विषय काढेल?

आलद हळ्ळीमध्ये भीमण्णा आपल्या मुलाला दर वर्षीचा खर्चाचा हिशेब सांगायचे. त्यानं विचारलं नसलं तरी. दोघांची खाती मात्र वेगवेगळी होती. आलेल्या पैशांतला दोघांचा खर्च जाऊन त्यानंतर राहिलेली रक्कम दोघांच्याही खात्यावर निम्मी-निम्मी भरली जायची. त्यामुळे त्या दोघांमध्ये आर्थिक व्यवहाराच्या बाबतीत गैरसमज नव्हते. पण रत्नम्मांकडे मात्र 'वन-वे ट्रॅफिक' होता. त्यांच्याकडे किती पैसा आहे, तो कुठं आहे, कसा गुंतवला आहे, त्यांच्या पश्चात लक्ष्मीला किती आणि संजयला किती, या संदर्भात त्या अवाक्षर काढायच्या नाहीत. काही नाहीतरी त्यांच्यापाशी कमीत कमी चार-पाच लाख तरी असावेत, असा मृदुलाचा अंदाज होता. केवळ अंदाजच! त्यांनी किती सोनं घेतलंय आणि ते कुठल्या लॉकरमध्ये

ठेवलंय हे त्यांचं त्यांनाच ठाऊक! इतक्या वर्षांत त्यांनी काही दानधर्म केल्याचं मृदुलेनं पाहिलं नव्हतं. त्यांच्या मनात तशी भावनाही निर्माण होत नाही, हे मृदुलेनं पाहिलं होतं.

तरीही तिनं सासूला फोन केला. शेजारच्या दुकानात फोन असल्याचं तिला ठाऊक होतं. वेंकट शेट्टींचं दुकान. कधीही फोन केला तरी ते रत्नम्मांना निरोप देत.

"अम्मा! लक्ष्मीताई आल्या होत्या. काहीतरी अडचण आहे म्हणून सांगत होत्या..." तिनं विस्तारानं सांगितलं तरी तिकडून काहीही उत्तर आलं नाही. हिला क्षणभर वाटलं, फोन तर बिघडला नाही ना? मृदुलानं पुन्हा हॅलो-हॅलो म्हटलं. नंतर उत्तर आलं.

"ऐकू आलं! पंचवीस-तीस लाख म्हणजे खेळ आहे काय? माझ्याकडेही आली होती ती! तिचं लग्न झाल्यापासून मी तिला बजावून सांगतेय! खर्च कमी करायला अजिबात तयार नाहीत! आपलं अंथरूण असेल तेवढेच पाय पसरावेत की नाही? हे तर आपलं अंथरूण संपवून इतरांच्या अंथरुणातही घुसायला बघतात! मी काहीही केलेलं नाही! तुम्हाला समजेल तसं तुम्ही वागा!"

आईकडं जाऊन इथे आल्याचं लक्ष्मीनंही सांगितलं नव्हतं! रत्नम्मांनी सांगितलं तेही काही खोटं नव्हतं. आपली आर्थिक परिस्थिती न बघता महाराजांच्या थाटात राहू म्हटलं तर कसं शक्य आहे? ही परिस्थिती त्यांची त्यांनीच आणली आहे! त्याला कोण काय करणार? गृहप्रवेशासाठी केलेल्या खर्चासाठी घर विकणं म्हणजे वेडेपणा नाहीतर आणखी काय!

संजय त्याचाच विचार करत होता. या लक्ष्मीच्या हातात सोन्याचं भांडं दिलं तरी त्याची करवंटी होईल! कर्ज मिळतंय म्हणून कुवतीबाहेरचा खर्च करून का, ही परिस्थिती स्वतःवर आणवतात कोण जाणे!

तो घरी येताच मृदुला पुन्हा म्हणाली, "हे पाहा, संध्याकाळी लक्ष्मी घरी यायच्या आत तिचा काय विचार करायचं ते ठरवायला हवं!"

"हे बघ! तिला मदत करण्याइतका पैसा आपल्याकडेही नाही. मी कॉलेजमध्ये असताना दोन वर्षांसाठी त्यांच्या घरी राहिलो होतो. तेव्हापासून त्यांचा स्वभाव बघतोय मी! प्रचंड खर्चिक आहेत. अशा परिस्थितीत त्यांना कर्ज देणं शक्य नाही. हवं तर अलेक्सबरोबर बोलून बघतो. इथे रोसमेरीचं नर्सिंगचं ट्रेनिंग निम्मं झालंय. तिलाही आणखी एका वर्षासाठी पाठवायचं आहे. तसं झालं तर शंकरला तिथलं अकाउन्ट्सचं काम देता येईल. त्यांनी मैसूरचं घर विकून कर्ज फेडावं आणि इथे येऊन नीट काम करावं. याहून जास्त मी आणखी काहीही करणं शक्य नाही!"

मृदुला काहीच बोलली नाही. विशेष म्हणजे त्यानं तिचा अभिप्राय विचारला नाही! त्याची नेहमीची पद्धत म्हणजे आपला सगळा विचार सांगून झाल्यावर 'तू

काय म्हणतेस?' असं मृदुलाला विचारून तिचंही मत घ्यायचं! आज प्रथमच त्यानं आपला फक्त निर्धार तिला सांगितला.

मृदुला रात्रीचा स्वयंपाक करायला स्वयंपाकघरात गेली. घडलेली गोष्ट तिला खटकली होती. पण त्यातलं नेमकं काय खटकलं, हे तिच्या लक्षात आलं नाही. का कोण जाणे; संसारात प्रथमच काहीतरी बेसूर झाल्यासारखं तिला जाणवलं.

घरच्या कुणाच्या हातात पैशांचा व्यवहार सोपवणं योग्य ठरेल का? शंकरवर विश्वास ठेवणं कितपत योग्य ठरेल? शिवाय एकाच गावात राहायचं? त्यांच्या-आपल्या स्वभावात फरक आहे. जीवनाकडे बघायचा दृष्टिकोनही वेगवेगळा आहे!

का कोण जाणे; प्रथमच तिचं मन खिन्न होऊन गेलं.

अनुभव हा अत्यंत उत्तम गुरू आहे; पण तो अपार गुरुदक्षिणा मागतो! या विधानाचा अनुभव संजयनंही घेतला होता.

संजय-अलेक्सच्या 'कर्नाटक नर्सिंगहोम'नं गेल्या पंधरा वर्षांत संजयला नाव आणि पैसा दोन्हीही भरपूर मिळवून दिलं होतं. सगळे जण त्याच्याकडे मान वर करून बघायला लागले होते. आज संध्याकाळी एका लग्नाच्या रिसेप्शनला गेला असता तिथे त्याची एकेकाळची कलिग डॉ. लता भेटली होती. तिनं मोठ्या आस्थेनं विचारले होतं, "काय म्हणता डॉ. संजय? ओळख आहे की विसरलात? दहा वर्षं झाली आपल्याला भेटून! कसे आहात?"

"हा असा आहे बघा!" तोही मोघम म्हणाला.

"परवा सेमिनारमध्ये तुम्ही किती सुरेख पेपर वाचलात! तुमचं अभिनंदन करायची फार इच्छा होती. पण तुमच्या भोवताली इतकी गर्दी होती! नाही जमलं."

त्यानंही विचारायचं म्हणून विचारलं, "अरे हो! आता तुम्ही प्रोफेसर असाल ना?"

"छे:! सरकारी नोकरीत इतक्या सहजासहजी कुठं प्रमोशन मिळतं? तुम्ही लकी! सरकारी नोकरी सोडलीत, आता तुमची प्रॅक्टिस जोरात चाललीय. बंगळूरमध्ये सगळीकडे तुमचंच नाव दुमदुमतंय! तुमच्या नर्सिंगहोममध्ये अपॉइन्टमेंट मिळण्यासाठी दोन महिने वाट बघावी लागते म्हणे!"

"एवढं काही नाहीये! लोक एकाच्या दहा गोष्टी करतात!... तुमचे वडील आता रिटायर्ड झाले असतील ना?"

"होय. बरीच वर्षं झाली डॅडींना रिटायर्ड होऊन!"

"तुमची बदली कुठं-कुठं झाली?"

"एकदा मैसूरला, एकदा हुबळीला."

"तुम्ही नाही गेलात?"

"कसं जमणार? तुम्हीच नशिबवान बघा! आमच्यासारखं दर मे महिन्यात बदलीच्या विचारानं घाबरं व्हायचं कारणच नाही!"

"त्याचं असं आहे; आम्हाला कुणीही गॉडफादर नाही ना! म्हणून आमच्या पायावर आम्हाला उभं राहावंच लागलं! म्हणून ती भीतीही नाही! येऊ मी?"

लताला आणखीही बोलायचं होतं. पण संजय तिथे थांबला नाही. याच लतानं त्याची बदली बळ्ळारीला झाली तेव्हा 'तिकडची माणसं चांगली आहेत,' म्हणून भलावण केली होती. त्या वेळीही आपली बदली तिनं त्याच्याकडे वळवली होती. नागलिंगेगौडा या मंत्र्यांच्या सुनेची डिलिव्हरी त्यानं केलेली असताना सगळं श्रेय स्वत:कडे घेतलं होतं. आता संजयचं नाव मोठं झाल्यावर लाडीगोडी लावायला येऊ पाहात होती!

गेल्या पंधरा वर्षांत संजयनं बरंच जग पाहिलं होतं. बन्नेरघट्टच्या त्या छोट्याशा स्वतंत्र नर्सिंगहोमपासून सुरू झालेल्या त्याच्या प्रवासात पुढे राजमार्गच लागला होता. गावातल्या एका ज्येष्ठ स्त्रीरोग तज्ज्ञांनी आपलं नर्सिंगहोम विकायला काढलं होतं. कारण त्यांचा एकुलता एक मुलगा आता सॉफ्टवेअर इंजिनिअर होऊन अमेरिकेत होता आणि त्यानं तिथल्याच मुलीशी लग्नही केलं होतं. त्यामुळे तो पुन्हा इथे यायची शक्यता नव्हती. त्यामुळे त्यांना ते नर्सिंगहोम विकणं भाग होतं.

हे नर्सिंगहोम चांगल्या जागी होतं. भोवताली श्रीमंत लोकांची वस्ती होती. एव्हाना त्यांचं सगळं कर्ज संपलं होतं. संजय आणि अलेक्सनं विचार केला, आता संजयलाही प्रायव्हेट प्रॅक्टिसमध्ये धैर्य आलं होतं. अनुभवानं त्याला बरंच शहाणपण आलं होतं. त्यामुळे त्यांनी पुन्हा नवं कर्ज काढलं.

अलीकडे अलेक्स नर्सिंगहोमकडे फारसं लक्ष देत नव्हता. गावाबाहेर 'टॅबलेट फॅक्टरी' काढण्याची त्याची इच्छा असल्यामुळे त्या धावपळीत तो गुंतला होता. आजही संजय आणि अलेक्सची पार्टनरशिप व्यवस्थित चालली होती. त्यामुळे त्यांची मैत्री अबाधित राहिली होती.

त्याचवेळी शंकर आणि त्याचं कुटुंब बंगळूरला हाललं होतं. ते आता मल्लेश्वरममधल्या भाड्याच्या घरात राहात होते. शंकरची नर्सिंगहोम आणि फॅक्टरीमधील नोकरी नीट चालली होती. त्याचा मुलगा अनिल आता बीकॉम झाला होता. तोही आता अलेक्सबरोबर सेल्स-डिपार्टमेंटमध्ये काम करत होता.

मृदुलानं विजयनगरमधलं घर विकलं होतं. आता ते जेपी नगरमधल्या एका सुंदर बंगल्यात राहायला आले होते. तिनं अजूनही नोकरी सोडली नव्हती. जयनगरच्या सरकारी शाळेत तिची बदली झाली होती. शिशिर आता कॉलेजमध्ये शिकत होता. आईवडिलांप्रमाणे तोही हुशार मुलगा होता. पण स्वभाव थोडा हट्टी होता. कदाचित एकुलता एक मुलगा म्हणून लाड केल्याचा हा परिणाम असावा. या वयाच्या इतर मुलांप्रमाणे तो सतत आपल्या मित्रांच्या घोळक्यातच असायचा.

अनिताची मुलगी ज्युली हायस्कूलच्या शेवटच्या वर्षाला होती. आता ते कुटुंबही वेगळ्या बंगल्यात राहायला गेलं होतं. मॅगीचंही लग्न झालं होतं. तिचा नवरा जोसेफ. तो घरच्या कारचा ड्रायव्हर होता. ते कुटुंबही घराच्या सर्व्हंट्स क्वार्टर्समध्ये राहात होतं. जशी दु:खाची साखळी पाठोपाठ येते; तसेच सुखाचे प्रसंगही एका मागोमाग येत जातात. 'भगवान देता है; तो छप्पर फाडके देता है।' याचाही ते सगळा अनुभव घेत होते.

व्यवहारानं संजयला इतकं सगळं शिकवलं होतं की, तेवढं कुठल्याही ग्रंथानं त्याला शिकवलं नव्हतं! लहानपणापासून तो वडिलांनी सांगितलं तेच सत्य, असं मानत आला होता. आता त्याला अम्मा सांगायची तो व्यवहारच 'सत्य' असल्याचा अनुभव येत होता.

खासगी नर्सिंगहोममध्ये येणाऱ्या रोग्यांमध्ये किती फरक होता! प्रत्येकाचा स्वत:चा असा वीकनेस असायचा. समोरच्याचा वीकनेस जाणून त्याचा आपण कसा फायदा करून घ्यायचा हे त्यालाही अलीकडे जमायला लागलं होतं. सुरुवातीला कन्सल्टिंग फी पन्नास रुपये घेतानाही त्याला अवघड वाटायचं. पण एक दिवस दोन रुग्णांच्या गप्पा त्याच्या कानावर आल्या. एक विचारत होता, "एसआरके नर्सिंगहोममध्ये चांगली सर्व्हिस देतात? असं कसं म्हणताय?" त्यावर दुसरा एक सांगत होता, "अरे, तिथे डॉक्टरची कन्सल्टिंग फीच शंभर रुपये आहे! प्रत्येक पेशंटला पंधरा मिनिटं देतात तिथं! व्यवस्थित चौकशी करून तपासतात! डॉक्टर फारच बिझी असतात ना! म्हणून त्यांची फी जास्त असते!"

म्हणजे जास्त फी घेणारा डॉक्टर हुशार! आणि फी कमी घेणारे ढ! त्यानं पुढच्याच आठवड्यात फी पन्नासवरून पंचाहत्तरवर नेली. त्यांनी पाहिलं, रुग्णांची संख्या कमी होण्याऐवजी जास्त झाली. पुढच्या वर्षी ती शंभर झाली. साहजिकच त्याला हुशार मानण्यात येऊ लागलं. त्याचा संकोच तर कुठल्या कुठं गेला!

रोग्यांबरोबरच्या गप्पांमुळे आपल्याला या क्षेत्रातल्या व्यवहारांची माहिती मिळते, हे त्याच्याही लक्षात आलं होतं. त्यामुळे राउंड घेताना तो त्यांच्या आपसातल्या गप्पांकडेही कान देऊ लागला.

बऱ्याच जणांच्या दृष्टीनं नर्सिंगहोम हा प्रेस्टिजचा विषय असायचा. कुठल्या दवाखान्यात डिलिव्हरी झाली, हा प्रतिष्ठेचा संकेत असायचा. त्यामुळे दुप्पट दर ठेवला तरी माणसं कौतुकानं येत राहायची.

सरकारी दवाखान्यात नॉर्मल डिलिव्हरीला संधी द्यायची पद्धत होती. संजय स्वत:ही विद्यार्थ्यांना सांगायचा, "नॉर्मल बाळंतपण सगळ्यात उत्तम असतं. कारण ते निसर्गानं केलं आहे. जेव्हा ते शक्य नसतं, तेव्हाच आपण सिझेरियन किंवा फोर्सेप वापरायचे असतात. अगदी त्या बाईनं वेदना सहन होत नाहीत म्हणून सीझर

करा म्हटलं तरी आपण ऐकायचं नाही.''

पण हे तंत्र खासगी हॉस्पिटलमध्ये चालत नव्हतं. आता तर थोरामोठ्यांच्या लेकी-सुना आधी सिझेरियनची चौकशी करत होत्या! त्यात कन्झ्युमर ॲक्टमुळे सगळे डॉक्टरही सावध झाले होते. त्यामुळे संजयला दररोज ऑपरेशन असायचंच! यात अलीकडे बंगळूरमध्ये मोठमोठ्या सॉफ्टवेअर कंपन्या आल्या होत्या. त्यांचे पगार पन्नास-साठ हजार होते. सगळ्यांना क्लासरूमच हवी असायची. त्यामुळे संजयनं आपल्या नर्सिंगहोममध्ये सगळ्या खोल्या पंचतारांकित ठेवल्या होत्या. त्यासाठी कितीही रक्कम सांगितली, तरी त्यावर कुणाचाच काही आक्षेप नसायचा. त्यालाच खरी मागणी असायची.

जमा झालेल्या रकमेतून इन्कम टॅक्स भरला तर कसं चालेल? सगळे काही चेकनं पैसे द्यायचे नाहीत. रोख रक्कम देण्याकडे बहुतेकांचा कल असायचा. कारण त्यांची कमाईही तशीच असायची. अलीकडे उत्तरेकडून आलेले गुजराथी-मारवाडी तर फक्त रोखीतच व्यवहार करायचे. रोख पैसे ते हिशेबात दाखवायचेच नाहीत!

याबाबतीत शंकर अतिशय निपुण होता. काही काळ त्यानं बाहेर व्यवहार केला असल्यामुळे त्याला 'रामाचा हिशेब' आणि 'कृष्णाचा हिशेब' ठाऊक होते. इथंही त्यानं तशा प्रकारचा हिशेब ठेवला होता.

आता पैशांचा महापूर वाहायला सुरुवात झाली होती. पण मृदुलाला त्याची जाणीव नव्हती. ठरलेला पगार तेवढाच संजय घरी आणायचा. मृदुला त्याचा हिशेब तेवढा पाहात होती. त्यात संजय लक्ष घालायचा नाही.

जमलेला काळा पैसा संजय अजिबात घरी आणायचा नाही. तो सगळा पैसा हॉस्पिटलसाठी खर्च करायचा. शिवाय अलेक्सनं सुरू केलेल्या नव्या फॅक्टरीचे शेअर्सही त्यानं त्या पैशांतून घेतले होते. तो पैसा घरी आणला तर मृदुलेला त्याचा हिशेब द्यावा लागेल आणि शिक्षिका असलेली मृदुला कदाचित त्याला 'अनैतिक' मानेल; याची त्याला जाणीव होती. या संदर्भात आणखी कुणापुढेही बोलायची सोय नव्हती. अनितालाही नाही. कारण या दोघींची मैत्री इतकी गाढ होती की, ती हिला सहजच सगळं सांगून मोकळी होईल! त्याला तर या बायकांचं अनेकदा काही कळायचंच नाही. मैत्री आहे म्हटल्यावर मनातली प्रत्येक गोष्ट बोललीच पाहिजे का? त्यातही आलद हळ्ळीमध्ये तर बायका-पुरुष असा या बाबतीत काहीही भेद करता येणार नाही! त्या गावात 'गुपित' हा शब्दच नाही! सुरुवातीला तर तिथे गेलं की जीव पिळवटून जावा, इतका संकोच वाटायचा!

एखादी फॅक्टरी सुरू करून काही निर्मिती करणं आपल्या देशात तितकंसं सोपं नाही! जमिनीची खरेदी करण्यापासून उत्पादन विक्रीसाठी बाहेर आणेपर्यंत प्रत्येक बाबतीत, तुमची सगळी पावलं अगदी कायदेशीर असली तरी, लाच दिल्याशिवाय

चालतच नाही! त्यामुळे या काळ्या पैशांची गरज तर असतेच!

बंगळूरमध्ये एखादा मेडिकल सेमिनार होत असेल, तर संजय लाखो रुपयांची स्पॉन्सरशिप द्यायचा. तीही एक प्रकारची जाहिरातच. अशा सेमिनारमध्ये जाऊन तो दोन शब्द बोलून यायचा. अनेक वर्षं प्राध्यापकी केल्यामुळे आणि त्याला स्वत:ला शिकवण्यात मनापासून रस असल्यामुळे त्याचं भाषण नेहमीच उत्तम व्हायचं. आता तो बंगळूरमधला केवळ लीडिंग डॉक्टरच नव्हता, तर स्पॉन्सर करू शकणारी एकमेव शक्ती होऊन बसला होता.

त्याच्या आईचं मात्र मृदुलासारखं नव्हतं. तिच्या मनात काय चाललंय, हे त्याला आजही कळायचं नाही. लक्ष्मी भरपूर बोलत असली, तरी तिच्या मनातलं कुणालाही समजू देत नाही, हा त्याचा अनुभव होता. त्याची आणि अलेक्सची इतक्या वर्षांची गाढ मैत्री असली तरी कधीही ते मनातल्या गोष्टी बोलत बसले आहेत, असं होत नाही. व्यवहारात त्याची गरजही नसते म्हणा! एकदा पैशाचं वाटप झालं की कोण त्या पैशाचं काय करतं, याची कुणीही चौकशी करायचे नाहीत.

जमलेल्या काळ्या पैशांत त्याच्या बरोबरीनं अलेक्सचा वाटा असायचा. हे सगळं शंकर मॅनेज करत असल्यामुळे दोघंही दिवाळीच्या वेळी त्याला काही पैसे द्यायचे. या पैशांविषयी दोघांच्याही घरी अवाक्षर काढायचं नाही, अशी शंकरला ताकीद होती.

अलेक्स दुबईत असताना त्याचे अनेक अरब मित्र होते. एकदा गप्पा मारताना अलेक्स म्हणाला, ''निसर्ग मुक्त हस्तानं देतो त्याची आपल्याला किंमत नसते. आपल्याकडे पावसाळ्यात सारखा पाऊस कोसळत असतो. पण दुबईमध्ये संपूर्ण आयुष्यात ज्यांनी पाऊस पाहिलाच नाही, अशीही माणसं आहेत.''

''तर मग आपण एक करू शकतो, अलेक्स! आपण मान्सून पॅकेज सुरू करू या. पावसाळ्यात या अरबांना इथे आणायचं आणि त्यांच्या लहानसहान आजारांवर इथंच उपचार करायचे. म्हणजे ज्या आजारांना तातडीनं उपचाराची गरज नसते, तसे आजार! त्यांना आपल्या नर्सिंगहोममध्ये उतरवायचं, त्यांच्यासाठी एक टॅक्सी ठरवायची, त्यांना बंगळूर-मैसूर दाखवायचं, थोडं शॉपिंग करायला द्यायचं. सगळं मिळून एक पॅकेज द्यायचं. त्यात दोघांचाही फायदा होईल, नाही का?''

हे संजयच्या तोंडून ऐकताना अलेक्स चकित झाला! प्रत्येक बाबतीत पैसा कमवायचे विचार आता कसे संजयला सुचतात! हाच संजय एके काळी सरकारी नोकरी सोडताना हजार वेळा मागे-पुढे बघायचा! हाच संजय सुरुवातीला रुग्णांकडून पैसे मागायला तयार नसायचा! यालाच 'कालाय तस्मै नमः' म्हणतात!

अलीकडे संजयनं मर्सेडीज बेंझ कार घेतली होती. त्याला मृदुलानं बराच विरोध केला होता. तरी त्यानं तिचं ऐकलं नव्हतं. त्यानं वाद घातला होता, ''मी एवढंच

मागतोय! तू का नको म्हणतेस? पैसा नसताना दहा वर्षं मी स्कूटरवरूनच फिरलो ना? आता आपल्याकडे पैसा आहे. मग काय बिघडलं?"

यावर मृदुलाही गप्प बसली. ती तरी काय म्हणणार? पण तिला हे पटलं नव्हतं.

आलद हळ्ळीमधली परिस्थितीही आता बदलली होती. रकुमाबाई आणि चंपक्का आता राहिल्या नव्हत्या. भीमण्णांचं वय झालं होतं. कृष्णानं आता हुबळीमध्ये घर केलं होतं. वत्सला क्वचितच गावाकडे यायची. घरात स्वयंपाकासाठी नारायण आचार्यांची बायको अंबक्का यायची. अंबक्काचं लग्न रकुमाबाईंनीच करून दिलं होत, त्याची तिला जाण होती. कृष्णाचा बहुतेक वेळ आलद हळ्ळी आणि हुबळीमध्ये फिरण्यात जात होता. त्याचं दुर्लक्ष होत असल्यामुळे त्यांच्या मळ्याची बरीच हानी झाली होती. त्यातच अलीकडे गावाचे लोक शेतावर कामाला येईनासे झाले होते. तीच माणसं शहराच्या जवळ नव्यानं सुरू झालेल्या गारमेंट फॅक्टरीत आनंदानं कामाला जाऊ लागली होती. मिळणाऱ्या पैशांमध्ये काही फारसा फरक नसला, तरी तिथे मातीत हात घालावा लागत नव्हता ना! एकूण, शेती करणं फारसं सुलभ राहिलं नव्हतं!

चंपक्कानंही आपलं घर डॉ. चंद्रकांत जोगांच्या नावे केलं होतं. मुंबईमध्ये त्यांना भरपूर कामकाज होतं. ते या खेड्यात घर घेऊन काय करणार म्हणा! चंपक्का वारल्या तेव्हा येऊन त्यांनी सांगितलं होतं, 'भीमण्णा, हे विका आणि देवळासाठी तो पैसा खर्च करा!' तसं त्यांनी पत्रही लिहिलं होतं. पण ते घर विकत घ्यायला गावातलं कुणीही पुढे आलं नव्हतं. केवळ उत्तम दर येण्यापेक्षा चांगली माणसं हवीत. म्हणून अजून ते घर विकलं गेलं नव्हतं. बसवंतण्णा पाटलानं ते मागितलं होतं. पण भीमण्णांनी त्याला नकार दिला होता. कारण त्याला हे घर सतत पत्त्याचे डाव टाकायला हवं होतं! आणि 'चंपक्काच्या घरात सतत पत्त्याचा अड्डा मला बघवणार नाही...' हा भीमण्णांचा विचार. घराचीच ही अवस्था म्हटल्यावर बागेचं काय होणार म्हणा!

का कोण जाणे, मृदुला अस्वस्थ असायची. कारण समजायचं नाही. कुठंतरी काहीतरी खटकत होतं. पण काय, ते तिला सांगता येत नव्हतं. तिची आणि अनिताची मैत्री अजूनही तशीच होती. त्यांची लग्नं होऊन पंचवीस वर्षं होत आली होती. कुठलीशी अव्यक्त जखम आतल्या आत ठुसठुसत होती.

मागे संजयनं म्हटलं होतं, मिळवलेल्यातलं वीस टक्के गरिबांसाठी द्यायचं. काय झालं त्याचं? आता त्याच्या हॉस्पिटलमध्ये श्रीमंत, अधिकारी, मंत्री एवढेच येऊ शकायचे. त्यांच्या नर्सिंगहोममध्ये साध्या बाळंतपणाचं बिलही पंचवीस हजारापेक्षा कमी यायचं नाही! तरीही गर्दी मात्र वाढत चालली होती! तिथे मध्यमवर्गीयही पाय

ठेवू शकत नव्हते, मग गरिबांची तर गोष्टच वेगळी!

एकदा अनिता दुपारच्या वेळी मृदुलाच्या घरी आली. तिचा चेहरा सुजला होता. ती येण्यात विशेष असं काहीही नसलं, तरी आताचं तिचं येणं घाबरवणारं होतं.

"काय झालं गं?"

अनिता काही बोलली नाही. ती तशीच मृदुलाच्या खोलीकडे निघाली. मृदुलाही तिच्या मागोमाग आली. अनितानं खोलीचा दरवाजा लावून घेतला आणि ती रडू लागली.

हे अघटित होतं! मृदुलाच्या मनात हजार विचार येऊन गेले.

"कुणाला काय झालंय का?"

"नाही..."

"अलेक्स काही बोलला का? भांडलात का?"

"नाही!"

"गोव्यात... गावात सगळे ठीक आहेत ना?"

"होय."

काहीही न समजून मृदुला गप्प राहिली. दु:खाचा आवेग कमी झाल्यावर अनिता बोलायला लागली, "तुला एक सांगायचंय. तू कुणापुढंही बोलायचं नाही!"

"देवाशपथ नाही सांगणार!"

"माझ्या चुलत बहिणीचं लग्न होतं म्हणून मी आणि ज्युली मंगळूरला गेलो होतो...."

"ठाऊक आहे. मलाही तू निमंत्रण-पत्रिका दिली होतीस."

"होय. अलेक्सला यायला जमणार नव्हतं. मीही फार आग्रह धरला नाही. फॅक्टरीच्या कामासाठी त्याची बरीच धावपळ चालेली असते. मीही बघतेय ना!.."

"पुढे काय झालं?"

"मला मंगळूरहून परतायला पंधरा दिवस लागले. गावाहून आल्यावर अंघोळीसाठी म्हणून मी बाथरूममध्ये गेले...."

अनिताच्या घरी मृदुला असंख्य वेळा गेली होती. अनेकदा तिथे राहिलेली होती. अनिताला घराची सजावट करायची भारी हौस. मृदुला तर म्हणायची, राक्षसाचा जीव पक्ष्यात असतो, तसा हिचा सगळा जीव हिच्या घरात आहे!....

त्या घराच्या विशाल बेडरूमला लागून असलेल्या बाथरूमची तिलाही माहिती होती. अत्याधुनिक पद्धतीनं नटवलेली होती ती! संगमरवरी टब होता, तिथल्या ड्रेसिंगरूममध्ये दुबईहून आणलेली परफ्युम्स होती. एकंदर उत्तमरित्या नटवलेली ती बाथरूम होती. पण... त्यात तिला रडायला काय झालं?

अनिता पुढे म्हणाली, ''या दिवसांत मंगळूरमध्ये भरपूर उकाडा असतो. त्यामुळे अंघोळ करणं अतिशय आवश्यक होतं. अंघोळ झाली. केस विंचरायला कंगवा शोधला, तिथे नव्हता. इतरांचा कंगवा वापरायची मला अजिबात सवय नाही. माझा कंगवा माझ्या बॅगमध्ये राहिला होता. तिथल्या ड्रेसिंग टेबलावरच्या ड्रॉवरमध्ये माझा दुसरा कंगवा ठेवायची माझी पद्धत. म्हणून मी ड्रॉवर पुढे ओढला...'' ती पुन्हा हुंदके देऊन रडू लागली.

थोड्या वेळानं अनितानं डोळे पुसत सांगितलं, ''तिथं काय होतं ठाऊक आहे? कंडोम!....''

''मग? यात एवढं रडण्यासारखं काय आहे?'' मृदुलाला काहीच कळेनासं झालं होतं.

''मृदुला, आम्ही कंडोम वापरत नाही! शिवाय गेले दोन-अडीच महिने मला ब्लीडिंगचा त्रास होतोय. त्यासाठी मला संजयची ट्रिटमेंट सुरू आहे. त्यानं तुला नाही सांगितलं?''

''तो कधीही आपल्या रोग्यांच्या ट्रिटमेंटविषयी माझ्याशी बोलत नाही. तो त्याच्या एथिक्सचा भाग आहे. पण तुला काय म्हणायचंय?''

अनिता पुन्हा रडू लागली.

मृदुलानं तिला समजावलं, ''अनिता, उगाच बालिशपणा करू नकोस! नाही ते डोक्यात घेऊन काल्पनिक दुःख करण्यात काहीही अर्थ नाही! तू तुझ्या डोळ्यांनी काही पाहिलंयस का? घाबरी होऊन कुठल्याही निर्णयाला येऊ नकोस!''

''माझ्या जागी तू असतीस तर काय केलं असतंस?''

''अलेक्स गावात होता का?''

''मीही आधी त्याचीच चौकशी केली. तो येऊन गेला म्हणून समजलं. आम्ही गावात नसताना नेहमीच बेडरूमला कुलूप लावून जातो. त्याची एक चावी माझ्याकडे आणि दुसरी अलेक्सकडे असते. आम्ही ती मॅगीकडे कधीच देत नाही.''

''मॅगी गावात होती?''

''होती. तिचं घर आमच्या घराच्या मागंच आहे ना.''

''तुला कुणाचा संशय येतोय?''

''मला ठाऊक नाही, मृदुला! पण काहीतरी कुठंतरी चुकतंय, एवढंच मला वाटतंय.''

''तू अलेक्सला विचारलंस?''

''तो म्हणतोय, काहीही ठाऊक नाही! पण कुणावर विश्वास ठेवू मी? त्यानं ठेवलं नसेल, तर आमच्या बेडरूमच्या ड्रॉव्हरमध्ये आणखी कोण ठेवणार?''

''कितीची स्ट्रिप होती?''

''दहाची होती. आणि त्यातले दोन स्लॉट रिकामे होते!''

आता मृदुलाही विचारात पडली. तरीही ती म्हणाली, ''हे पाहा! कुठल्याही पुराव्याशिवाय अशा बाबतीत कुणावर आळ घेता कामा नये. खात्री असल्याशिवाय अशा गोष्टींचा उच्चारही करता कामा नये. किती केलं तरी, हा तुझ्या संपूर्ण जीवनाचा प्रश्न आहे. तुला अलेक्सच्या वागण्यात काही फरक वाटतो का?''

''या दृष्टीनं विचार केला, तर मला काही फरक जाणवतो. त्याचं गावोगाव फिरणं तर असतंच. तिथे त्याचं कुणाकुणाशी भेटणं असतं, मला काय ठाऊक? अलेक्सला विचारलं तर तो देवाची शपथ घेऊन नाही म्हणतोय. पण माझं हृदय हे मानायला तयार नाही!''

मृदुलालाही काही समजेना. अनितानं विचारलं, ''मृदुला, तुला कधी संजयविषयी असा संशय आला?''

''अजून तरी नाही.''

''माझ्या मनाची शांती मात्र नष्ट झाली आहे! बाई आणखी काहीही सहन करेल. पण अशी फसवणूक? शक्य नाही! हे सगळं मी कुणाला सांगू? अलेक्सची बहीण बार्बरा आहे ना; तिला सांगायला गेलं तर ती, 'तू नीट ड्रेस करत नाहीस; मेकअप करत नाहीस; म्हणून माझा भाऊ दुसऱ्या बाईकडे वळला असेल,' असं म्हणत मलाच दोष देईल! तिची अक्कलच अशी!....''

''बार्बराचं राहू दे! आता तुझं घर जळतंय ना! त्याचा आधी विचार कर!''

''काय विचार करू? भानगड, फसवणूक आणि खोटारडेपणा ही तिन्ही सख्खी भावंडं! पण सगळे फसवणारे खोटं बोलतात. सगळे भानगडी करणारे फसवणूक करतात! तसंच खोटंही बोलतात. पण सगळे खोटं बोलणारे भानगडी करतात असंही नाही. तूच सांग, मी अलेक्सची गणना कशात करू? तो खोटं अजिबात बोलत नाही, असं नाही. व्यवहारात खोटं बोललं जातंच! संजयही बोलतोच की नाही?''

होय? संजयही आपल्याशी खोटं बोलत असेल? कसं शक्य आहे? आजवर तरी संजय आपल्याशी नेहमीच खरं बोलेल, असंच ती मानत आली होती.

''मृदुला, पुरुषांकडे प्रमाणापेक्षा जास्त पैसा आला की, काय होतं ठाऊक आहे? त्यांना लग्नाची बायको कुरूप वाटायला लागते! उदार पुरुषांकडे पैसा आला की तो दानी होतो. मला ठाऊक आहे, अलेक्स काही उदार माणूस नाही! मीच त्याच्या मागे लागून काही पैसा चर्चला द्यायला लावत होते. म्हणून त्यानं गोव्याच्या चर्चलाही अर्थसाहाय्य केलं. त्याला स्वत:ला वाटातंय म्हणून त्यानं काहीही केलेलं नाही! आता त्याच्या हातात भरपूर पैसा खेळतोय! त्यामुळे आता त्याला खर्च करायला हे सगळे मार्ग दिसत आहेत की काय, कोण जाणे! की हा सगळाच माझ्या

मनाचा खेळ असेल? की आम्ही दोघंही गावात नसताना कुणीतरी डुप्लिकेट चावी वापरून आमच्या बेडरूमचा दरवाजा उघडला असेल? अलेक्स आपली चावी दाराला विसरून तर गेला नसेल? मॅगीकडे चौकशी करू का? पण कामाच्या बाईकडे असली चौकशी करणं म्हणजे घरातलं गुपित बाहेर टाकणं नाही का होणार?''

''ज्युली कुठं आहे?''

''घरातच आहे. तिला मी काहीही कळू दिलेलं नाही. तिलाही मी माझं खूप डोकं दुखतंय, असंच सांगितलंय! तिला मॅगीकडे पाठवून दिलंय मी.''

''तरीही माझा यावर विश्वास बसत नाही बघ!''

''अलेक्स असा का वागला असेल? माझ्या पायाखालची जमीनच खचतेय! मला तर वाटतंय, हे सगळं पैसा आल्यामुळे झालंय!''

''पैसा आल्यामुळे झालं असेल हे सगळं?''

''होय! बघ ना! पगार बेताचा असतो, तेव्हा प्रत्येक गोष्टीचा हिशेब लागतो. आता कुठल्याच बाबतीत बंधन नाही! बाहेरचे व्यवहार बघणाऱ्या अलेक्सला मी काहीही विचारलं तरी तो म्हणतो, ''तू घरात असतेस! तुला बाहेरच्या जगाची काय माहिती? पैसा काही उगाच नाही येत! मृदुला, तू निदान बाहेर जाऊन नोकरी तरी करतेस. माझ्या मनात मात्र न्यूनगंड निर्माण झालाय बघ!....''

''मी याचा फारसा विचार केला नव्हता बघ!''

''मृदुला, तुला नाही का वाटत काहीतरी, कुठंतरी चुकतंय म्हणून? तू तर माझ्यापेक्षा शहाणी आहेस! ज्युलीच्या वागण्यात तर हा फरक स्पष्ट दिसायला लागलाय! दिवसेंदिवस ती हट्टी व्हायला लागली आहे!''

आता मृदुलालाही काहीतरी खटल्यासारखं जाणवलं! हाच फरक शिशिरच्या वागण्यातही नाही का आला?

''ते जाऊ दे! आधी अलेक्सच्या वागण्याचं बघू या. पैसा आला म्हणून अलेक्स असा वागायला लागलाय, असं वाटतं काय तुला?''

''होय. मला तरी तसं वाटतंय. तो अलीकडे कुठं जातो, का जातो, कुणाला भेटतो, यातलं काहीही समजत नाही. आधी काही अडचण असली की, माझ्याबरोबर त्याविषयी बोलायचा. अलीकडे मात्र त्यानं ते सोडून दिलंय. आताही मी त्याला ही स्ट्रिप दाखवली तर काहीही न घाबरता त्यानं सांगितलं, 'मला काहीही ठाऊक नाही!' संत मरियाची शपथ घेतानाही त्यानं मागे-पुढे पाहिलं नाही! त्यामुळे मला तर खरं काय आणि खोटं काय, हेच कळेनासं झालंय!''

मृदुला विचारात पडली. अनिताच्या जागी आणखी कुठली स्त्री असती, तरी याहून काय वेगळं वागली असती? रडून मन बरंच मोकळं झाल्यानंतर अनितानं काहीतरी आठवून सांगितलं, ''मृदुला, माझे वडील अतिशय कडक आहेत. त्यांची

मर्जी राखण्यात माझं सगळं बालपण गेलं. नंतर त्याचीच सवय झाली. सतत कुणाची तरी मर्जी राखत धडपडत वाढले. सासरी सासूचं मन राखण्यासाठी धडपडत राहिले. काय सांगू? लग्नानंतर अलेक्सच्या घरच्या कुत्र्याचंही ऐकत होते मी! बार्बराची बोलणी ऐकत होते. उलट, ती अजून लहान आहे, असं म्हणत राहिले! ती माझ्याहून फक्त सहाच महिन्यांनी लहान असली तरी! आता वाटतंय, कशाला काय अर्थ आहे? माझ्याइतकी दुर्दैवी आणखी कुणीही नसेल!...'' तिला पुन्हा रडू आलं. मृदुलालाही तिची कशी समजूत काढायची ते कळेना.

जाताना अनितानं तिला बजावलं, ''मृदुला, तू माझी सगळ्यात जवळची मैत्रीण आहेस! म्हणून मी तुझ्यापुढे मन मोकळं केलंय. मन मोकळं केल्यामुळे कितीतरी बरं वाटतंय. पण तू कुणालाही सांगू नकोस!''

अनिताला गेटपर्यंत पोहोचवून घरात आल्यावर मृदुला कितीतरी वेळ तशीच बसून होती. आता ती केवळ अनिताची समस्या राहिली नव्हती. तिच्या बोलण्यातही तथ्य होतं. पैसा आल्यापासून घरात सुख-साधने आली असली, तरी घरातली सुख-शांती काहीशी उणावली होती, हे तर खरंच. आजवर तिनंही संजयच्या वागण्याचा इतक्या बारकाईनं विचार केला नव्हता.

एका बाबतीत मात्र कुणाशीच मतभेद व्हायचं कारण नव्हतं. पैसा आल्यामुळे मुलांना ती मागतील ते सगळं सहजपणे मिळायला सुरुवात झाली होती. एक शिक्षिका आणि आई या नात्यानं हे न पटल्यामुळे तीही संजयशी वाद घालत होती. पण या बाबतीत संजय तिचं अजिबात ऐकत नव्हता. पैसा बेताचा असताना ती स्वत: शिशिरच्या गरजा लक्षात घेऊन तेवढंच त्याला घेऊन देत होती. तो कळायच्या वयाचा झाल्यावर तर ती आपल्या आर्थिक परिस्थितीविषयी त्याच्याशी चर्चाही करत होती. त्यात संजय अजिबात लक्ष घालायचा नाही. पण आता तसं राहिलं नव्हतं.

अनितानं आपली अडचण सांगता-सांगता तिच्याही मनाचा एक आतला कप्पा उघडला होता.

शिशिर मुळातच हुशार मुलगा होता. उत्तम गुण मिळवून त्यानं मेडिकलला प्रवेश मिळवला होता. आता तो मेडिकल कॉलेजमध्ये शिकत होता. साहजिकच त्याचं त्याच्या वडिलांशी जवळचं नातं जुळलं होतं. आज अनितानं तिला आपल्या जीवनाकडे डोळसपणे बघायला सुचवलं होतं.

होय. आता तिलाही आठवलं, गेल्या बऱ्याच दिवसांपासून तिलाही असंच काहीतरी जाणवत होतं. आज अनिता येऊन गेल्यावर ते बाहेर आलं होतं.

आता मृदुलाच्या घरात तीन गाड्या होत्या. नंजा नावाचा एक ड्रायव्हर होता. चिक्की नावाची एक दिवसभराची मोलकरीण होती. दोघं नवरा-बायको. आधी

दोघंही नर्सिंगहोममध्ये काम करायचे, आता घरात काम करत होते. स्वयंपाकासाठी साकम्मा होत्या. मृदुलाला रात्रीच्या वेळी कुणाही कामाच्या माणसांना घरात ठेवणं न पटल्यामुळे हे सगळे पहाटे सहा वाजता येऊन रात्री दहा वाजता आपापल्या घरी निघून जायचे. सगळे प्रामाणिक होते. साकम्मा कांतम्मांच्या ओळखीनं कामावर लागल्या होत्या. सकाळच्या नाष्ट्यापासून रात्रीच्या जेवणापर्यंत साकम्माच करायच्या आणि घरी निघून जायच्या.

मृदुला अजूनही कामावर जायची. काही वेळा संजय तिची थट्टा करायचा. ''तू कामावर जातेस ते आपल्याला जास्त महाग पडतंय! ड्रायव्हर, पेट्रोल आणि नोकरांचा खर्च करावा लागतोय! तुझ्या पगारापेक्षा जास्त आहे हे!''

ती तिकडं लक्ष न देता वाद घालायची, ''असू दे! मी ही नोकरी अजिबात सोडणार नाही! माझ्या या नोकरीवर विसंबूनच तुम्ही तुमची सरकारी नोकरी सोडली ना? ही नसती तर त्या वेळी आपण पोटाला काय खाल्लं असतं? मी नोकरी सोडणार नाही.''

सकाळच्या नाष्ट्याला कुणाला काय-काय हवं, हे साकम्मांनाच ठाऊक असायचं. संजयसाठी केलेलं मृदुलाला चालायचं. पण शिशिरसाठी मात्र त्याच्या आवडीचं वेगळं बनवावं लागे. तिनं शिशिरला सगळ्यांबरोबर जुळवून घेऊन राहायचा उपदेश केला की, संजय मात्र त्याची बाजू घ्यायचा. मग तो कशाला आईचं ऐकेल?

कारच्या बाबतीतही तसंच झालं होतं. तो अजूनही विद्यार्थी असल्यामुळे त्याला अजिबात कार देऊ नये, असं मृदुलाचं म्हणणं. विद्यार्थीदशेत मित्रांबरोबर बसनं गेलं तर जीवनाचं शिक्षण मिळेल, असंच तिचं म्हणणं होतं. यावर संजयनं वाद घातला होता, ''मृदुला, हातात काहीही नसताना तू म्हणतेस तसे कष्ट घ्यावेत हे खरं! आता देवाच्या दयेनं तशी परिस्थिती नाही आहे! तू कशाला त्याच्यावर बंधनं घालतेस? या वयात मुलांच्या मनात काही आशा असतात, मला त्या ठाऊक आहे! पुढे वय वाढलं की, त्या आशा मरून जातात!''

यावर ती काय बोलणार? शिशिर स्वतंत्र कार मागितल्याशिवाय कसा राहील?

असे प्रत्येक बाबतीत तिचे संजयशी मतभेद होतंच होते. संजय सदोदित मुलाचीच बाजू घेत होता. त्यामुळे त्या दोघांचं नातंही जवळ आलं होतं. तिला मात्र सतत काळजी वाटायची, मुलाला पुढे हीच सवय होऊन बसली तर?

तिला वाटायचं, मीही त्या वयातूनच पुढे आले आहे. ''पण आमच्या घरात शिस्त शिकवली होती. काहीही विकत घ्यायची तेव्हा आमची ऐपत होती. तरीही अम्मा सांगायची...'' असं ती सांगायला लागली की, तिला उत्तर मिळायचं, ''तुमचं जुन्या काळातलं गावठी लॉजिक...'' तेही शिशिरकडून! हे ऐकून ती दुखावली तरी संजय मुलाला काहीही सांगायचा नाही.

त्यानंतर मृदुलाची कुणाशीही बोलायची इच्छाच राहिली नाही. साकम्मांबरोबर तिचा रोजचा काही ना काही संवाद चालायचाच. पण आज ती स्वयंपाकघराकडे फिरकलीच नाही. त्यांनीच ''स्वयंपाक काय करू?'' म्हणून विचारलं तरी ''तुम्हाला वाटेल ते करा!'' असं सांगून मोकळी झाली आणि आपल्या खोलीत निघून गेली.

साकम्मा विचार करत होत्या, या घरात माणसं तीन आणि स्वयंपाक केला जातो, तो तीस प्रकारचा! यांचे चिरंजीव दररोज आपल्या मित्रांना घरी घेऊन येतात! दररोज चार-सहा मित्र असतातच. एकुलता एक असल्यामुळे असं होत असावं. साहजिकच नाही काय ते? तरीही पटत नाही. पण काय करायचंय आपल्याला? आपल्याला भरपूर पगार तर मिळतोय वेळच्या वेळी! आणि राहिलेलं अन्न घरी देतात! आजही रात्री नऊ नंतर त्याचे मित्र जेवायला येणार आहेतच. एक बरं आहे. अम्मा म्हणतात, तुम्ही घरी जा. तुम्हाला उशीर होईल. मी वाढते मुलांना! पण आज काय करायचं? आज त्यांचा मूड काही बरा दिसत नाही. त्यांनी तुम्ही जा, मी वाढते असंही सांगितलेलं नाही! या श्रीमंतांना आणखी कसल्या चिंता असतात कोण जाणे!... असा विचार करत त्या कामाला लागल्या.

मृदुला मात्र अजूनही विचार करतच होती. संजयची मर्सेडीज बेंझ तिला शाळेत सोडवायला यायची; हे तिला अजिबात पटायचं नाही. तिची गरीब मुलांची शाळा! तिला अजूनही स्कूटरनंच जायचं मनात असायचं, पण संजय त्याला विरोध करायचा. ती एकदा सकाळी डबा घेऊन गेली की, संध्याकाळीच घरी परतायची. दुपारी संजयही जेवायला यायचा नाही.

सुरुवातीला संजय-अलेक्सचा 'पॉलीक्लिनिक' करायचा विचार होता. पण आता संजयला केवळ नर्सिंगहोम सांभाळायलाही वेळ पुरेनासा झाला होता. अलीकडे त्यांना तिथेच गरज म्हणून शाकाहारी-मांसाहारी कॅन्टीनही काढावं लागलं होतं. तो खर्चही बिलामध्येच समाविष्ट करण्यात येऊ लागला. तेव्हाही मृदुलानं मांसाहार का? असा प्रश्न काढला होता. तेव्हा त्यानं समजावलं होतं, ''मृदुला हे काही देवस्थान नाही आहे! हा व्यवहार आहे. इथले रुग्ण ही आमची गिऱ्हाइकं आहेत. त्यांच्या गरजेनुसार चांगल्या प्रतीचं अन्न त्यांना पुरवणं, हे आमचं कर्तव्य ठरतं.''

अलीकडे संजयचं दुपारचं जेवण या कॅन्टीनमध्येच व्हायचं.

सगळी ऑपरेशन काही संजय करायचा नाही, पण शेवटचे काही टाके घालायला तो जातीनं हजर राहायचा. आता त्याच्या हाताखाली दहा-पंधरा डॉक्टर होते. ते सगळे त्याच्या इतकेच उत्तम डॉक्टर होते. पण लोकांच्या भावनाही सांभाळल्या पाहिजेत ना! संजयनं ऑपरेशन केलंय म्हटल्यावर पेशंट्सही लवकर बरे व्हायचे. दुपारच्या जेवणानंतर विश्रांती घेण्यासाठी त्यानं एक छोटी खोलीही ठेवली होती. बाळंतपणाची वेळ सांगून येत नसल्यामुळे तो जास्तीत जास्त वेळ

तिथेच काढायचा. दुपारच्या विश्रांतीनंतर स्वत:चा अभ्यास करायची संजयची जुनी सवय मात्र त्यानं अजूनही तशीच ठेवली होती. इथे ज्ञान वाढवायचा तेवढा एकच मार्ग त्याच्यापाशी होता.

संध्याकाळी पाच ते सात त्याचं कन्सल्टेशन चालायचं. त्यानंतर अर्धा तास तो स्वत: आर्थिक आवक पाहायचा. हे काम आणखी कुणाकडेही द्यायचं नाही, याकडे त्याचा कटाक्ष होता. अशा प्रकारे तो रात्री साडेआठच्या सुमारास घरी परतायचा. या वेळेपर्यंत मृदुला घरी आलेली असायची. शिशिरही कॉलेजहून या आधीच परतलेला असायचा. तिघं मिळून जेवण करायचे. त्या वेळी शिशिर आपल्या कॉलेजमधल्या बातम्या सांगायचा. संजय त्या आस्थेनं ऐकायचा. रात्री दहा वाजता झोपलं की, पहाटे उठायचं.

मृदुलाच्या मनात आलं, अशा यांत्रिक जीवनात बायको-मुलाचं काय स्थान? रजा घेतली, तरी संजय तेव्हा विश्रांती घ्यायचा नाही. त्याही वेळी तो व्यवहारासाठीच वेळ घालवायचा. तो शिशिरशीही तशाच विषयांवर गप्पा मारायचा. त्याला सांगायचा, ''बेटा, तुला उद्या पुढे जायचं असेल, तर टेस्ट-ट्युब बेबी सेंटर काढ! त्यात हवा तेवढा पैसा आहे, नावही आहे! पालक मंडळी स्वत:च्या मुलासाठी हवा तेवढा पैसा खर्च करायला तयार असतात. पण आणखी एक गोष्ट लक्षात ठेव. या बायका काही फक्त तुझ्याकडेच येतील, असं नाही. त्या याच अपेक्षेनं आणखीही कुठंतरी जात असतील. त्या वेळी रागवायचं नाही. त्यांची सायकॉलॉजी तुला समजून घेतली पाहिजे. त्यांच्या वीकनेसचा तुला उपयोग करून घेता आला पाहिजे....''

संजय चुकूनही मृदुलाची शाळा किंवा तिच्या कामाची चौकशी करायचा नाही. कदाचित त्याच्या दृष्टीनं त्याची काहीही किंमत नसेल.

आजही नेहमीप्रमाणे संजय आला. रात्रीचे नऊ वाजले तरी शिशिर आला नाही. सगळा स्वयंपाक तयार करून टेबलावर ठेवून साकम्मा निघून गेल्या होत्या. शेवटी मृदुलानं शिशिरच्या सेलफोनवर फोन केला तेव्हा तो म्हणाला, ''सॉरी अम्मा! आज माझ्या मित्राचा वाढदिवस आहे. आम्ही सगळे तिकडं चाललोय. जेवायला नाही येणार.'' यावर आईनं आक्षेप घेतला तेव्हा तो म्हणाला, ''सांगितलं ना सॉरी म्हणून! सकाळी सांगायला विसरलो,'' आणि त्यानं फोन ठेवून दिला.

चार-पाच जणांचा स्वयंपाक कसा संपवायचा? ते अन्न फ्रिजमध्ये ठेवून किती म्हणून शिळं खायचं? तिची चिडचिड झाली. संजय म्हणाला, ''कमॉन मृदुला! लहान आहे तो! जबाबदारी समजत नाही. उद्या लग्न झालं, तोच घराचा मालक झाला की, त्याला आपोआप सगळी जबाबदारी समजेल!''

आता मृदुलाचा संताप आणखी उफाळून आला. ''तुम्ही तर नेहमीच त्याचं करणं बरोबर आहे, म्हणता! आईवडिलांनी मुलांना एकाच सुरात शहाणपण सांगायला

पाहिजे! तरच मुलं ऐकतात. मी काही सांगायला गेले की, तुम्ही त्याच्या विरुद्ध बोलून त्याला सपोर्ट करता! तो माझाही मुलगा आहे ना? त्याचं हित मलाही हवयं की नाही? कोवळ्या वयात मन जितकं लवचीक असतं, तितकं नंतर राहील का?''

''मृदुला, काळ बदललाय! जुन्या पद्धतीनं तू सतत उपदेश करत राहिलीस, तर कुणीही ऐकणार नाही. आपण फार सांगायला लागलो, तर घर सोडून निघून जातील! हा आपला एकुलता एक मुलगा आहे. आपल्या सोबत अखेरपर्यंत हवाय ना तो? त्यामुळे त्याच्याबरोबर जुळवून घ्यायला शीक.''

''जुळवून घ्यायची गोष्ट तुम्ही मला सांगायची गरज नाही! तुमच्याशी लग्न होऊन चोवीसपेक्षा जास्त वर्षं झाली आहेत! कुठल्या बाबतीत मी तुमच्याशी जुळवून घ्यायला कमी पडले, तुम्हीच सांगा! तुम्ही कधीतरी माझ्याशी जुळवून घेतलंय काय?''

''मी जुळवून घ्यायचा प्रश्नच कुठं आला? मी तर नेहमीच बरोबर वागत असतो! त्यामुळे तू माझं ऐकलं पाहिजेस. जर आज मी यशस्वी माणूस नसतो, तर मी हे सांगायला गेलो नसतो! माझ्या बरोबरीचे आजही सरकारी कॉलेजमध्ये सडत आहेत! कुणाचंही पाठबळ नसताना मी पुढे नाही का आलो?''

''का? माझ्या अप्पांनी आणि मी तुम्हाला मदत नाही का केली?''

''तुझ्या अप्पांनी असं काय दिलं? फक्त तीन लाख! त्यांनी दिले नसते, तर मी बँकेकडून लोन काढलं असतं! केवळ तीन लाखांतून एवढं नर्सिंगहोम उभं राहिलं असतं काय?''

''आता तुमच्या हातात पैसा खेळतोय, म्हणून तुम्हाला तीन लाख कमी रक्कम वाटतेय! 'गरज सरो आणि वैद्य मरो', म्हणतात याला! आणि मी नोकरी करून तुम्हाला मदत केली नाही?''

''त्यात काय विशेष? सगळ्या बायका आपापल्या संसारासाठी एवढं करतातच! माझा आत्मविश्वास होता! कुणीही मदत केली नसती, तरी मी असाच पुढे आलो असतो!''

आता मात्र मृदुलाचा राग अनावर झाला. कृतज्ञता हा गुण बाहेर कुठूनही शिकता येत नाही! स्वार्थ साधल्यावर कुणाचीही पर्वा नसेल, तर कुणासाठी काहीही करण्यात अर्थ नाही. त्याचवेळी शिशिर आल्याची चाहूल लागली. दोघंही गप्प राहिले. दोघांमध्ये कितीही मतभेद असले, तरी मुलासमोर आईवडिलांनी भांडू नये, यावर दोघांचंही एकमत होतं.

शिशिरनं पंधरा 'व्हॅन हुसेन' शर्ट्स विकत आणले होते. त्यानं आल्या-आल्या उत्साहानं विचारलं, ''अप्पा! कसे आहेत शर्ट्स?''

''फारच छान आहेत! आणि तुला अगदी शोभून दिसत आहेत!'' संजय म्हणाला.

पण मृदुला मात्र न राहावून म्हणाली, "पण का रे इतके सगळे शर्ट्स आणलेस? तेही इतक्या महागाचे? घरात शेकड्यानं चांगले शर्ट्स पडलेत! माझ्या सरकारी शाळेत येणाऱ्या मुलांना चार चांगले कपडे नसतात! बाहेरच्या जगात इतकी गरिबी आहे! तू का इतका बेधुंद खर्च करतोयस?"

"अम्मा, हवं तर माझे ते सगळे शर्ट्स घेऊन जा आणि तुझ्या शाळेतल्या त्या गरीब मुलांना नेऊन दे! नको कोण म्हणतंय?"

"तसं नव्हे, शिशिर! कुठलाही अतिरेक विषासारखा असतो! यांपैकी किती शर्ट्स तू फाटेपर्यंत घालतोस? फॅशन बदलली म्हणजे तू ते फेकून देणार आहेस! म्हणून मी म्हणते, वर्षाकाठी तू चार-सहा शर्ट घे. मी कुठं नको म्हणतेय? बेटा, लहान वयात असं अविचारीपणे खर्च करायचं शिकू नकोस! आयुष्यात केव्हा कसे दिवस येतील, ते सांगता येत नाही. मी तुला हे माझ्या अनुभवामुळे सांगतेय."

यावर शिशिर काही बोलण्याआधी संजय तिच्यावर रागावला, "लहानसहान गोष्टीत किती बडबड करतेस! त्यानं काही एवढं वाईट कृत्य केलेलं नाही! अपेक्षा वाटली, खरेदी केली, बस! मी इथे दिवस-दिवस कुणासाठी राबतोय? तुम्हा दोघांसाठीच ना? सकाळी जाऊन आता घरी परततोय मी! घरी आल्यावर दोन घास खाऊन निवांत अंग टाकावं म्हटलं, तर तेही मिळेनासं झालंय!"

मुलाच्या समोर नवऱ्यानं आपल्याला असं बोलावं, हे तिला अपमानास्पद वाटलं. तिच्या डोळ्यांतून अश्रूंचा महापूर लोटला. तो कुणाच्या नजरेला पडू नये म्हणून ती स्वयंपाकघरात निघून गेली. शिशिर काहीच घडलं नाही, अशा प्रकारे शीळ घालत आपल्या खोलीकडे निघून गेला.

मुलगा-आईचे संबंध आई-मुलीच्या संबंधापेक्षा वेगळे असतात. मुलगी वयात आली की, ती आईची मैत्रीण होते. तिच्या सुख-दु:खात ती सहभागी होते. मुलगा मात्र वयात येताना आईला परका होऊन जातो. लग्न झाल्यानंतर तर अपरिचित होतो.

शिशिर आणि संजयमध्ये अनेक प्रकारचं साम्य होतं. त्याच्या रूपाचं मृदुलाशी साम्य असलं, तरी त्याचं बोलणं-वागणं संजयसारखं होतं. फोनवर त्याचा आवाज ऐकला की सगळे म्हणतात, संजयशीच बोलल्यासारखं वाटतं!

वडिलांप्रमाणे शिशिरही कुणामध्येही फारसा गुंतलाच नाही. त्याला आणि त्याच्या मित्रांना पाहिलं की मृदुलाला वाटायचं, काय हे! या तरण्याताठ्या मुलांना आदर्श कसे नाहीत? या वयात आदर्श हवेतच. पुढे कालानुक्रमे ते नाहीसेही होतील. पण मुळातच काही आदर्श नसतील, तर हे कसे जगतील?

शिशिर आणि त्याच्या मित्रांचं बोलणं अत्यंत व्यावहारिक असायचं. एकदा तिच्या कानावर त्यांच्या गप्पा आल्या होत्या.

"एमबीबीएस संपवून लंडनला दोन-तीन वर्षं राहायचं. एफआरसीएस किंवा

एमआरसीजीओ करायचं. जर अमेरिकेला जायचा चान्स मिळाला, तर तिथे आणखी चार-सहा वर्षं शिकावं लागतं म्हणतात. यांपैकी खरा फायदा कशात आहे, हे बघितलं पाहिजे!''

''पण मेडिकलमध्ये खरा फायदा नाहीच! बीई करून दोन वर्षं नोकरी करायची, त्यानंतर स्वत:ची कंपनी काढायची! पैशांचा पाऊस पडेल!''

''त्याहीपेक्षा एखाद्या सॉफ्टवेअर कंपनीत नोकरी धरली तर बस्स! सगळं सोडून हे एमबीबीएस आणि नर्सिंगहोम करत बसण्यात आपण किती मिळवू शकू?''

''आता आपण तर मेडिकलला आलोय! जर आपण सॉफ्टवेअर इंजिनिअर बायको पटकावली, तर दोन्हीचेही फायदे मिळू शकतील आपल्याला! माझ्या आईची कझिन सरला. तिचा नवरा प्रसन्न आहे ना? दर महिन्याला दोन लाख पगार आणि इतर कितीतरी फॅसिलिटीज असतात त्यांना! आमच्या वडिलांना एवढा पैसा मिळवायला किती कष्ट आहेत!...'' शिशिरही त्यात भाग घेत म्हणत होता. त्यांपैकी कुणालाही 'सेवा', 'रोगी', 'गरिबी' हे शब्द तरी माहीत होते की नाही कोण जाणे! त्यांच्या बोलण्यात सतत आणखी-आणखी श्रीमंती आणि आणखी अधिकार हेच विषय असायचे.

हे मित्र कधीच मृदुलाची दखल घ्यायचे नाहीत. खाणंपिणं आणि इतर व्यवस्था करणं, एवढंच तिचं विश्व असल्यासारखे सगळे तिच्याशी वागत होते. संजयविषयी मात्र त्यांची वेगळी भावना होती. ते म्हणायचे, ''शिशिर, तू तर यार एकदम लकी आहेस! तुमची रोरिंग प्रॅक्टिस आहे! तुला काही अगदी पहिल्यापासून प्रॅक्टिस सुरू करायची गरज नाही! राजकुमारासारखा आहेस तू!''

तिनं मागे कुठंतरी वाचलं होतं, 'जर तू विशीत आदर्शवादी नसशील, तर तुला हृदय नाही असं समज; आणि जर तू चाळिशीच्या नंतरही आदर्शवादीच राहिलास, तर तुला अक्कल नाही असं समज!'

बहुतेक या तरुणांना हृदय नाहीच दिसतंय! की आपल्याला अक्कल नाही, म्हणायचं?

एकदा कधीतरी मुलांच्या गप्पा चालल्या असताना संजय आत आला. त्याला बघून मुलांनी त्याला 'हाय अंकल!...' केलं. पण त्यांच्या गप्पा काही थांबल्या नाहीत. हे मृदुलेला पटलं नाही. अशा वेळी मुलांनी बोलणं थांबवून उभं राहून मित्राच्या वडिलांविषयी आदर दाखवायला हवा होता. संजयलाही त्यात काही वाटलं नाही.

रात्री जेवताना तिघं असले तरी सगळ्या गप्पा संजय आणि शिशिरच्याच चालायच्या. त्यांच्यात बोलायलाही बरंच असायचं म्हणा! पण त्यात तिला रस नसतो, हे लक्षात आल्यानंतरही ते विषय बदलायचे नाहीत. हे दोघंही आपल्याकडे जाणूनबुजून दुर्लक्ष करत आहेत, अशीच मृदुलाची भावना व्हायची. तिच्याशी ते

बोलायचे, 'आणखी भात वाढ', 'आज खीर का केलीस? जास्त गोड खाणं चांगलं नव्हे!', 'आज सलाड केलं नाही? का? लो कॅलरी डाएट चांगलं.' असंच काहीतरी. दोघांपैकी कुणीही तिच्याशी सुख-दु:खाच्या दोन गोष्टी बोलायला तयार नसायचं. आलद हळ्ळीच्या घरी असं नसायचं. दिवसभराच्या सगळ्या गोष्टी सगळेच तिथे बोलायचे. अप्पाही शेताचं सगळं सांगायचे. इथे तिला आपण या घराबाहेरचे आहोत, अशी भावना होत असे.

संजयही मुलाला सांगायचा, "जीवन फक्त सत्याच्या आधारानं चालतं, या इतकं खोटं विधान दुसरं कुठलंही नाही! सगळे आदर्शाच्या गप्पा करतात. पण कुणीही तसं वागत नाही! तू तसल्या आदर्शाला बळी पडू नकोस! जीवनात तू यशस्वी झालास, तर सगळे तुला ग्रेट म्हणतील. जर तू भुईसपाट झालास, तर सगळे दगड मारायला पुढे सरसावतील!"

"पण डॅड! नेहमीच कसं यशाच्या शिखरावर राहाता येईल?"

"अगदी बरोबर आहे तुझं! यशाचा चढ चढणं कठीण आहे, पण यशाच्या शिखरावर कायमचं राहाणं त्याहूनही कठीण आहे! त्यासाठी तुला कान-डोळे जपून ठेवून राहावं लागेल. दररोज नवं-नवं शिकत राहायला पाहिजे. मागच्या आठवणींमध्ये गढून जाता कामा नये!"

"पण डॅड, माणसांना कसं ओळखायचं?"

"कुणावरही लगोलग विश्वास ठेवू नये! अगदी विश्वासू माणसांनाही अधूनमधून तपासत राहिलं पाहिजे. या जगात कुणावरही कधीही शंभर टक्के विश्वास ठेवू नये. माणसाच्या वाट्याला निराशा कधी येते ठाऊक आहे? अमुक एक मला कधीही फसवणार नाही, अशी खात्री असताना त्यानं फसवलं की निराशा येते. तुला असली निराशा टाळायची असेल, तर कुणावरही विश्वास ठेवायचा नाही. तुझ्याकडे पैसा असेल, तर तू कुणालाही विकत घेऊ शकतोस."

"हे कसं शक्य आहे?"

"बेटा, प्रत्येकाची काही ना काही किंमत असते! कुणाची दहा हजार असेल तर कुणाची दहा लाख. प्रत्येकाचा काही ना काही वीकनेस असतोच. त्यातही पैसा हा खूप जणांचा वीकनेस आहे! मी शाळेत असताना माझ्या थोट्या हातासाठी मला बऱ्याच अवहेलनेला सामोरं जावं लागलंय. तेव्हा जे माझ्या हातावरून माझी चेष्टा करायचे, ते सगळे आज माझ्या हातगुणाचं तोंड फाटेपर्यंत कौतुक करतात! पैसा असेल, तर त्याच्या आश्रयाला सगळे गुण येतात म्हणतात, त्याला असा अर्थ आहे!"

आता मात्र मृदुलाला अशक्य झालं. शिकणाऱ्या मुलापुढे सांगायच्या गोष्टी आहेत का या? तिच्यातली शिक्षिका फणा काढून उभी राहिली, "तुम्ही सांगताय ते खरं नाही. तेव्हा तुमची थट्टा करणाऱ्या मुलांची तरी काय वयं असतील?

तुमच्याच वयाची असतील तीही. त्या वयात तुम्ही म्हणताय तसला कडवटपणा मनात नसतो. मलाही शाळेत असताना बरोबरीची मुलं नाग-साप म्हणायची. कारण माझी वेणी नागासारखी लांबलचक असायची आणि मला तेव्हा चटकन राग यायचा! तुम्ही सांगताय तेवढा पैशाचा फायदा असता, तर जगातले सगळे श्रीमंत सुखी असले असते ना! पण तसं तर दिसत नाही!''

संजय आणि शिशिर तिच्याकडे बघू लागले. संजय म्हणाला, ''तुझे केस चांगले होते म्हणून तुझी थट्टा करायचे. तुझ्याकडे कुणी हीन नजरेनं बघितलं नाही! माझ्यासारखं! पैसा नाही म्हणून मी जो अनुभव घेतलाय तो प्रत्यक्ष घेतलाय! पुस्तकातून नाही! तुला अजूनही बाहेरच्या जगाची माहिती नाही. तुझं जग म्हणजे तुझी शाळा! तिथे तू मुख्य अधिकारी आहेस! म्हणून तू असल्या गप्पा मारतेस!'' आता त्याच्या आवाजात तिरस्कार होता.

हा मृदुलाला अपमान वाटला. मनात दुःख दाटून आलं.

आज संजय स्वतःच ड्राइव्ह करत नर्सिंगहोमकडे चालला होता. मृदुला रागावल्याचं त्याच्याही लक्षात आलं होतं. पण त्यानं कारण विचारलं नव्हतं. विचारायला गेलं, तर तिच्या उत्तरानं आपलाही राग वाढेल, हे त्याला समजत होतं. मग शब्दानं शब्द वाढायला कितीसा उशीर लागणार? काल रात्री तिनंच मागचं सगळं उकरून काढून 'तेव्हा तुम्ही गरिबांसाठी अमुक करणार होता...' वगैरे म्हणायला सुरुवात केली. मी रोग्यांमध्ये देव पाहातो, म्हटल्याचाही दाखला काढला! पंधरा वर्षांपूर्वी एका अननुभवी तरुणानं म्हटलं असेल काहीतरी! त्याची आता साक्ष काढून ही भांडण काढत राहाते!

अनुभव नसताना माणूस काहीही बोलत असतो! ते शब्द पाळलेच पाहिजेत, हा कुठला हिचा आग्रह? मनातलं स्पष्टपणे बोलायच्या वातावरणात मी तरी वाढलो नाही. ते काही सभ्यपणाचं लक्षणही नाही म्हणा! पण हे मृदुलाला अजिबात समजत नाही. सगळं काही स्पष्टपणे सांगायची तिला आधीपासूनच सवय आहे. किती असंस्कृतपणे वागते, ही कितीतरी वेळा! कुणी लग्नाचं निमंत्रण द्यायला आलं की, ही 'मला शाळा आहे' किंवा 'तेव्हा आम्ही गावाला जाणार आहोत, नाही जमणार!' असं तोंडावरच सांगून मोकळी होते. याची खरंच गरज असते का? तोंडदेखलं 'येतो' म्हणून सांगून गेलं नाही, तर कोण फासावर चढवणार आहे का? बऱ्याच वेळा तेही एक पद्धत म्हणून सांगायला आलेले असतात. पण हे हिला कुठं समजतयं म्हणा!

तो नर्सिंगहोमला जाऊन पोहोचला होता. एव्हाना रोसमेरीनं कामाला सुरुवात केली होती. त्याला पाहाताच तिनं नेहमीप्रमाणं स्मितहास्य करत 'गुड मॉर्निंग सर!'

म्हटलं. रात्रीच्या रुग्णांचा सगळा तपशील दिला. तो ऐकून संजय आपल्या खोलीत निघून गेला.

त्याला रोसमेरीला बघितलं की, एक प्रकारचं समाधानं वाटायचं. तिच्या कपाळावर कधीही आठी नसते, बोलण्यात कधीही उर्मटपणा नसतो. कामाच्या बाबतीत ती अत्यंत दक्ष असते. तिला एखादं काम सांगितलं की, ती संपूर्ण जबाबदारीनं ते पार पाडते, असा त्याचा अनुभव होता. ही निम्मं नर्सिंग शिकून इथे आली, तेव्हा तिला जीवनाचा काहीही अनुभव नव्हता. तेव्हा आपण तिची समजूत काढून तिला कोर्स पुरा करायला लावला ना! बहुतेक शंकर आल्यानंतर असेल. आता तिच्याकडे अपार अनुभव जमा झाला आहे. आता तीच इथली प्रमुख नर्स झाली आहे.

रुग्णांचा चार्ट बघताना मन पुन्हा मागच्या काळात उडालं. अप्पांनी सांगितलं होतं, रोग्यांमध्ये देव पाहा. तसा देव पाहाणाऱ्या अप्पांना त्यांच्या जीवनात काहीही मिळालं नाही. अम्मा म्हणते तेच खरं! 'आपलं काम निष्ठेनं करावं आणि त्याचा मोबदलाही वाजवून घ्यावा. वैयक्तिक संबंधांचा व्यवहारामध्ये अडसर ठेवता कामा नये. तसं केलं तर व्यवहारही राहात नाही आणि संबंधही बिघडतात.' हे शंकरलाही आधीच सांगून ठेवलंय. त्यालाही ते पुरेपूर समजलं आहे.

हे रोगीही काही साळसूद नसतात म्हणा! सैल सोडलं तर आपल्यालाच टोपी घालतात. नव्यानं प्रॅक्टिस सुरू केली, तेव्हा कितीतरी रुग्णांनी फसवलं होतंच ना! पन्नास रुपये फी असताना शंभरची नोट पुढे करून 'सुटे नाहीत, आणून देतो...' म्हणून निघून जात ते पुन्हा तोंडही दाखवत नसत. काही सांगत, 'गेल्या खेपेला दिलेत ना! तुमच्या लक्षात नसेल!' यावर संकोचानं गप्प बसावं लागे. एक घटना आजही चांगली लक्षात राहिली होती....

त्याचवेळी फोन वाजला. रोसमेरीनं फोन उचलला आणि म्हणाली, ''सर, तुमच्या क्लासमेट, वसुधा नाव सांगत आहेत. तुमच्याशी बोलायचंय अर्जंटली. काय सांगू?''

क्षणार्धात त्याला ओळख पटली! तीच माझ्या थोट्या हातामुळे माझ्यावर दया दाखवणारी! प्रेम नव्हे!... त्यानं पटकन सांगितलं, ''म्हणावं मी बिझी आहे. दुपारनंतर फोन करायला सांग.''

रुग्णांची रांग आता सुरू झाली होती. त्याला पुन्हा वाटलं, काही नवं शिकायचं असेल, तर ते केवळ सरकारी हॉस्पिटलमध्येच शक्य आहे! तेवढी रिस्कही खासगी हॉस्पिटलमध्ये घेणं शक्य नसतं. तिथले रोगी तिथल्या डॉक्टरवर पूर्णपणे विश्वास ठेवतात. खासगीमध्ये तसं नसतं. एखादा डॉक्टर म्हणून उत्तम असला आणि त्याचं बोलणं कमी गोड असलं, तरी इथला पेशंट निघून जातो! शिवाय लोकांमध्ये त्या

डॉक्टरचं नावही खराब करतो. एकदा कमावलेलं नाव खराब झालं, तर पुन्हा ते पूर्ववत करणं महाकठीण!

त्यानं यांत्रिकपणे हात धुऊन घेतले. स्त्रीरोग तज्ज्ञ म्हणून त्याचं नाव होतं. त्यामुळे माणसं वेगवेगळ्या गावाहून त्याला शोधत यायची. अगदी तुमकूर-कोलारकडूनही माणसं बायकांना घेऊन यायची. त्यांचा त्याच्या हातगुणावर विश्वास होता. त्याचा आपल्या सर्जरीवर विश्वास होता! पण अलेक्स त्याला 'सुपर-सेल्समन' म्हणत होता!!

पण आलद हळ्ळीमध्ये भीमण्णा म्हणायचे, ''आमच्या मृदुलाचा पायगुण फारच चांगला आहे!'' संजयची आई रत्नम्माही हे मानायच्या! त्या सगळ्यांसमोर गर्वानं म्हणायच्या, ''माझी सून म्हणजे साक्षात महालक्ष्मी आहे! तिनं घरामध्ये पाऊल ठेवल्यापासून घरात लक्ष्मी पाय मोडून पडली आहे! बाहेर जायचं नावही घेत नाही!'' हे आठवून संजयला आपल्या अम्माचा अभिमान वाटला. कुठली सासू आपल्या सुनेला असं श्रेय द्यायला तयार असते?

पाठोपाठ त्याला लक्ष्मीची आठवण झाली. तिला व्यवहार चांगला समजतो. तिच्या बोलण्यात चुकूनही कटू शब्दांचा स्पर्शही नसतो. तिच्याकडून मृदुलाला बरंच काही शिकता येण्यासारखं आहे! ती कधीही मृदुलाच्या पायगुणाचा विषय काढत नाही. हे नणंदा-भावजयांचं नेहमीचंच दिसतं. मृदुला आणि वत्सलाचं तरी कुठं पटतं म्हणा! शैलजा-सरलाचं नातं मात्र अपवादात्मक म्हणावं लागेल. लक्ष्मी मात्र 'आमचा संजय फार कष्टाळू आहे!' म्हणते. आश्चर्य म्हणजे हे मृदुलाही मान्य करते. ती लक्ष्मीच्या मनात शिरून ती असं का म्हणते, याचा शोध घ्यायचा कधीही प्रयत्न करत नाही! तशी तिला शक्तीही नाही आणि तशी तिची बुद्धीही नाही.

तेवढ्यात एक रुग्ण आत आली. संजय आपल्या कामात गढून गेला. त्यातून तो मोकळा झाला तेव्हा दुपारचे दोन वाजले होते. घरी जाऊन मृदुलाचा मलूल चेहरा पाहण्यापेक्षा त्यानं तिथल्याच कॅन्टीनमध्ये जेवायचं ठरवलं. याचा अंदाज घेऊन रोसमेरीनं त्याच्या निवडीनुसार बिनतेलाच्या जेवणाची व्यवस्था केली होती. काही करडे केस वगळता त्याच्या चेहऱ्यावर अजूनही वय दिसत नव्हतं. त्याचे जुने मित्र त्याला भेटले की विचारत, ''तुझ्या या चिरयौवनाचं रहस्य काय रे?'' हा त्यांना तितक्याच विनयपूर्वक उत्तर द्यायचा, ''तुमची मैत्री!'' पण या आहारात ते रहस्य दडल्याचं तो बोलायचा नाही. रोसमेरीही दररोज कॅन्टीनमध्ये जेवत असली तरी कधीही त्याच्या शेजारी जेवायला बसायची सलगी दाखवायची नाही. अदबीनं दूर बसायची.

जेवताना त्याचं मन पुन्हा मागे धावलं. काही रोगी आपल्याला फसवायचे. एकदा एका रुग्णानं सांगितलं होतं, ''तुम्ही पुढे व्हा! मी काउन्टरपाशी पैसे देईन.'' दुसरे दिवशी समजलं, त्यानं तिथंही पैसे भरले नव्हते. त्यानं सांगितलं होतं,

'डॉक्टरांपाशी पैसे दिले!' काही जण सांगायचे, "आम्ही डॉक्टरांचे नातेवाईक आहोत. त्यांनी पैसे नको म्हणून सांगितलंय!" त्या नंतरच या रोसमेरीनं ती गुलाबी कूपनची आयडिया काढली. असं सांगणाऱ्यांना ती विचारायची, 'तर मग गुलाबी कूपन कुठं आहे? डॉक्टरांची सही असलेली स्लिप दिली नाही का तुम्हाला? ती घेऊन या!' त्यानंतर असले फुकटे रुग्ण बंद झाले. तिनंच गुलाबी म्हणजे फुकट, हिरवा म्हणजे निम्मे पैसे घ्यायचे, असं काही ठरवलं! नीट शिक्षण मिळालं असतं, तर ही एखाद्या कंपनीची डायरेक्टर झाली असती! आजही तिची सिस्टिम सुरू आहे!

आज अप्पा जिवंत असायला हवे होते. ते असते तर रोग्यांना देव मानायच्या गोष्टी त्यांनीही केल्या नसत्या. हे रोगी वाचवायला, काही वेळा पैसे मिळवायला कुठंतरी ऑपरेशन करून घेतात, कुठंतरी ड्रेसिंग करून घेतात! आणि "तुम्ही जखमेत कॉटन विसरला होतात! माझी जखम भरली नाही. मला आताच्या आता पन्नास हजार द्या, नाहीतर मी कोर्टात जाईन!" अशी धमकीही देतात! आता या गमजा अजिबात चालेनाशा झाल्या आहेत. प्रत्येक रोग्याचा सगळा तपशील कॉम्प्युटरवर घातला जातो. कोण केव्हा आलं होतं, काय ट्रीटमेंट दिली गेली होती याचीही तिथे नोंद केली जाते. ऑपरेशनच्या आधी रोग्याच्या नातेवाइकांना सगळी माहिती विस्तारानं दिली जाते आणि त्यांचा त्यांना निर्णय घ्यायला लावला जातो. या कामासाठी दोन-तीन नवे असिस्टंटही घेतले होते. आता काय, कॉम्प्युटरवर काम करणारी मुलं सहज मिळतात. आता मात्र सगळं कसं सुरळीत चाललंय. बिलाच्या रकमेत वाढ झाली, तरी कुणाचीही काहीही तक्रार नसते. उलट त्याला हाय-फाय डॉक्टर म्हणून अधिकच मानलं जातं. यातलं काहीही मृदुलाला समजत नाही!... उलट रोसमेरी! ही अधिक दृढ आहे. तिच्या घरची परिस्थिती काय आहे, कोण जाणे. ती मात्र मनातलं काहीही दाखवून देत नाही!

अशा परिस्थितीत वीस टक्के रोग्यांना का फुकट बघावं? तसं केलं तर माझ्याकडे पैसे देऊन कोण कशाला येईल? सगळे फुकटच बघा म्हणतील! इथे येणाऱ्या रोग्यांमध्ये कोण श्रीमंत आणि कोण गरीब समजत नाही. सुरुवातीला गरीब समजून ऑपरेशनचे दर कमी लावले, तर चौकीदार सांगायचा, ते मोठ्या कारमधून आले होते! आणि खरोखरच गरीब लोकही इथे कन्सेशन घेऊन नंतर कर्ज काढून बाळाचं बारसं धुमधडाक्यात साजरं करत असल्याचंही त्याला दिसत होतं. त्यांची सगळी गरिबी डॉक्टरांची फी देतानाच दिसायची फक्त!

म्हणूनच अनुभव नसताना आपण बोलत असलेले बालिश विचार आता आठवले तरी त्याचं त्याला हसू यायचं. आणि ही मृदुला तेच विचार धरून शब्दांत पकडत असते! आयुष्यात तिनं कधीही गरिबी पाहिलेली नाही, त्यामुळे तिला 'काय करायचं इतके पैसे घेऊन?' असा प्रश्न पडतो. हिनं कधीही आर्थिक कारणावरून

अपमान सहन केलेला नाही ना! पोट भरलेल्यांना हे असलं वैराग्य सुचतं!....

फोन वाजला. डॉ. वसुधांचा फोन! क्लासमेट. त्यानं फोन घेतला.

"डॉक्टर संजय ना? नमस्कार! तुम्ही मला ओळखताय की नाही, ठाऊक नाही! भेट होऊन पंचवीस वर्षं होऊन गेली असतील! बंगळूर मेडिकल कॉलेजमध्ये आपण एका वर्गात होतो...."

हिला विसरणं कसं शक्य होतं? तरीही ते दाखवू न देता संजय म्हणाला, "कोण वसुधा? मी एमडी करत होतो, तेव्हा एक वसुधा होती. एमबीबीएसमध्ये शिकताना तिथे दोन वसुधा होत्या. फार दिवस झाले ना! नाही आठवत!"

"मी पाच वर्षं तुमच्या वर्गात होते. तेव्हा तुम्ही माझा कझिन संतोषच्या घरी राहात होता. मी त्याच्या घरी अधूनमधून यायचे."

तिथेच हिनं संतोषच्या समोर सांगितलं होतं, 'त्याच्याविषयी मला दया येते; प्रेम नाही!' म्हणून!

"ओहोहो! त्या वसुधा होय? कशा आहात डॉक्टर?"

"छान आहे. आता तुम्ही तर भरपूर पॉप्युलर आहात! मी सगळ्यांना मोठ्या अभिमानानं सांगत असते. तुम्ही माझे क्लासमेट म्हणून! तुम्ही माझे जवळचे मित्र होता असंही सांगते!"

हं! अशी ही वसुधा! आताही फोन करायला तसंच काहीतरी कारण असलं पाहिजे!

"काय म्हणता डॉक्टर? काय काम काढलंत?" त्यानं पुरेशी अलिप्तता बाळगत चौकशी केली.

"काही नाही... माझ्या मिस्टरांचा स्वत:चा बिझनेस आहे. रोटरी क्लबचे ते प्रेसिडेन्ट आहेत. त्यांचा एक लहानसा हेल्थ क्लब आहे. तुम्ही उद्‌घाटन करावं अशी त्या सगळ्यांची इच्छा आहे! काइन्ड हार्टेड डॉक्टर!"

तरीही संजयचं मन आशंकेनं भरलं होतं. पंचवीस वर्षांनंतर आठवण झालीय म्हणजे आणखी काहीतरी काम नक्की असणार! काय असेल? डोनेशन? की ओळख वाढवायचा प्रयत्न?

त्यानं विचारलं, "कधी आहे उद्‌घाटन?"

"तुम्हाला कधी वेळ आहे? तुमच्या सोयीनं दिवस ठरवू!"

"तर मग दोन महिने थांबावं लागेल! त्यानंतर फोन करा." त्यानं पटकन सांगितलं.

तिलाही त्याच्या बोलण्याचा मथितार्थ समजला. त्यानंही तणाव कमी व्हावा म्हणून म्हटलं, "मुलं किती, डॉक्टर?"

"मला? दोन मुली आहेत. एक बीई कॉम्प्युटर सायन्स. आरव्हीत शिकतेय!

दुसरी फर्स्ट बीकॉम करतेय. क्राइस्ट कॉलेजमध्ये!'' तिच्या आवाजात अभिमान ओसंडत होता. आपल्या मुली हुशार आहेत, हेही त्यातून तिला सांगायचं होतं, हे त्याच्या लक्षात आलं. तिनंही विचारलं, ''तुम्हाला?''

त्यानंही त्याच सुरात अभिमानानं सांगितलं, ''एकच मुलगा आहे. शिशिर त्याचं नाव. तुम्ही नुकताच मेडिकलचा रिझल्ट पाहिला असेल ना? तिथली टॉपर्सची लिस्ट बघितली असेल ना? त्यातला एस. शिशिर हा माझा मुलगा!''

तिलाही ते ठाऊक होतं. तरीही ते दाखवून न देता ती म्हणाली, ''हो का? मी नाही पाहिलं! माझ्या मुली मेडिकलला नाहीत ना! वा! तुम्ही हुशार, म्हटल्यावर मग काय? अं... तुमच्या मिसेस काय करतात?''

''अतिशय हुशार आहेत त्या! म्हणूनच आमचा शिशिर एवढा हुशार झालाय!...'' त्यानं हे सगळं सांगितलं तरी मृदुलाविषयी तो काहीही बोलला नाही. लगेच ''...तर मग पुन्हा भेटू!...'' म्हणत त्यानं फोन ठेवून दिला. त्याला तीव्रपणे वाटलं, लग्न झाल्यावर यांची मृदुलेशी भेट करवून देऊन यांना जळवायला हवं होतं! आताही ती दिसायला देखणीच आहे म्हणा! तीही डॉक्टर असती, तर किती छान झालं असतं... कितीतरी प्रश्न सुटले असते. ही आज बोलतेय तसं बोलली नसती. शिशिरला सांगायला पाहिजे, तूही डॉक्टर मुलीशी लग्न कर म्हणून. म्हणजे ती तुला नीट समजून घेऊ शकेल! अर्थात तो कदाचित विचारणारही नाही म्हणा! मी नाही का आपल्या मर्जीनं लग्न केलं?

त्याचवेळी संजयला इमर्जन्सी कॉल आला. तो उठला.

शिशिरचा दिवस रात्रीनंतर उजाडायचा. तो ऐकत नसला तरी त्याची आई त्याला 'लवकर निजे लवकर उठे...' चा उपदेश सांगतच राहायची. तो ऐकून-ऐकून एकदा त्यानं आईला बजावलं, ''अम्मा स्टॉप इट! जुन्या काळच्या या फिलॉसॉफीमध्ये माझा अजिबात विश्वास नाही!'' मृदुलाच्या मनाला हे खोल टोचलं. तिच्या मते आई हाच मुलांचा पहिला गुरू असतो आणि तिची शिकवण कधीच विसरली जात नाही! पण तिच्याच मुलाच्या बाबतीत हे खोटं ठरलं होतं. शिशिर वडिलांना म्हणायचा, ''आमची अम्मा म्हणजे ग्रामोफोन आहे! तेच-तेच म्हणत राहाते!'' यावर संजयही हसायचा. वर त्याला प्रोत्साहन देत म्हणायचा, ''म्हणजे बघ! इतकी वर्षं मी कसा सहन करत असेन!'' त्या दोघांच्या असल्या हास्य-गप्पांवर तिचा चेहरा मात्र कोमेजून जाई. यावरही शिशिर म्हणायचा, ''अम्मा! तू अजिबात स्पोर्टिव्ह नाहीस! लगेच चेहरा पाडून बसतेस! डॅडी बघ! काहीही बोललं तरी कसे स्पोर्टिव्हली घेतात!''

संजयलाही जाणवायचं, हे काही खरं नाही! आपल्या मुलाच्या तोंडून ही मुक्ताफळं येत आहेत, म्हणून आपण हसत ऐकून घेतोय! आणखी कुणी अशी

सलगी दाखवावी, असं आपण नातंच ठेवणार नाही म्हणा!

शिशिर आपल्या खोलीत आळशीपणा करत लोळत पडला होता. त्याला सूर्याची किरणं कधीच टोचत नाहीत. त्याच्या खोलीत सगळं काही होतं. एसी होता, बावीस इंची टीव्ही होता, म्युझिक सिस्टिम, स्टडी टेबल होतं. खोलीलगत केवळ त्याच्यासाठी जीम होतं. हे सगळं संजयनं मुद्दाम मुलासाठी केलं होतं. ही सगळी व्यवस्था तिसऱ्या मजल्यावर होती. शिशिर फक्त जेवण्यासाठी तेवढाच खाली उतरून यायचा.

शिशिरला वडिलांची आठवण होऊन अभिमान वाटला. वा! डॅडी म्हणजे!... किती नाव आहे त्यांचं! क्लासमध्येही त्याचे टीचर डॅडींचं किती कौतुक करत असतात! किती कमावलंय त्यांनी! नाव... पैसा... अम्माला प्रत्येक बाबतीत फिलॉसॉफी आणायची सवय आहे! अम्मासारख्यांना कधीच जीवनाचा आनंद घेता येणार नाही!....

रात्रीच्या बाराचे ठोके ऐकू आले. कुहुऽऽकुहुऽऽ आवाजाचे ठोके. त्यानं तिकडं पाहिलं. हे काही फक्त घड्याळ नव्हतं त्याच्यासाठी. डॅडींनी किती दुकानं फिरून हे आवडीचं घड्याळ आणून दिलं होतं! होय! पहिला विदेश-प्रवास होता. अम्मानं एव्हाना तिचं नेहमीचं पुराण सुरू केलं होतं, ''एवढ्या लवकर यानं परदेशी जायची काय आवश्यकता आहे? अजून तो विद्यार्थी आहे...'' अर्थात डॅडी अम्माचं असलं सगळं अजिबात ऐकत नाहीत म्हणा! त्यांनी ठासून सांगितलं, ''तो अजून विद्यार्थी आहे, म्हणूनच त्यानं विदेश पाहिला पाहिजे!...'' असं म्हणत त्यांनी आपल्याला बरोबर नेलं होतं. डॅडींना जगाची केवढी माहिती आहे! ते बोलतात ते कुठल्याही पुस्तकात सापडणार नाही, एवढं अमुल्य असतं ना!

एवढ्यात शिशिरला फोन आला – नीताचा. त्याच्या क्लासमेटचा. तिचे आईवडील मृदुलाच्या दृष्टीनं अतिशय पुढारलेले होते. पण डॅडींच्या दृष्टीनं ते स्वाभाविक होतं.

''हाय! उद्या तुझा काय प्रोग्रॅम आहे?''

''का?''

''आपण उद्या सगळे मिळून लीला पॅलेसला डान्सला जायचं?''

क्षणभर थबकून तो म्हणाला, ''नाही, नको. मला उद्या दुसरं काम आहे.''

''कमॉन शिशिर! एकदाच! एकच दिवस...'' नीतानं आग्रह केला. ''काय काम आहे? हवं तर मी नंतर ते संपवायला मदत करेन!''

तो मुद्दामच म्हणाला, ''अम्माबरोबर देवळात जायचंय! येणार?'' हे नीताला अशक्य आहे, हे त्यालाही ठाऊक होतं. तो तरी अम्माबरोबर कुठं जातो म्हणा! ही त्यानं शोधलेली एक पळवाट होती एवढंच! हां. लहानपणी तो अम्माबरोबर

राघवेंद्रस्वामींच्या मठात जायचा. तेव्हा डॅडींनाही वेळ नसायचा....

जुन्या आठवणी येताच त्याला ए.सी. असूनही उकडल्यासारखं वाटलं आणि तो बाथरूममध्ये गेला. त्यानं शॉवर ऑन केला. म्युझिक सिस्टिमवर मेटॅलिक ऐकू येत होतं.

त्या वेळी आपणही अम्माच्या पदराखालचं तान्हं बाळच होतो! तेव्हा डॅडी एक तर हॉस्पिटलमध्ये असायचे, नाहीतर वाचत असायचे. आपल्याला मुनियप्पांच्या घरी सोडून अम्मा तिच्या शाळेला जायची. आताही मुनियप्पा-कांतम्मांच्या आठवणीनं त्याचं मन मृदू झालं. किती छान दिवस होते ते! कांतम्मांचा तो उदार हात! उदार मन! डॅडींना विचारायला पाहिजे, खरंच अशा उदार हृदयी माणसांचं हृदय इतरांपेक्षा मोठं असतं का? त्या खऱ्या आजी! पांढरे केस, रुपयाएवढं कुंकू, केसांमध्ये नेहमी असणारी फुलांची माळ, हातात काचेच्या लाल बांगड्या. लाल की हिरव्या? नाही, लालच. जेवण भरवताना त्या नेहमीच नजरेसमोर असायच्या ना! त्यांच्याकडचा सोन्याचा दागिना म्हणजे कानातल्याचा एक जोड, नाकातली मुगवट आणि गळ्यातलं मंगळसूत्र एवढंच! काळाभोर रंग. आजही आजी जवळ घेऊन "बरा आहेस ना?" अशी चौकशी करते, तेव्हा पुन्हा तिच्या कुशीत झोपावंसं वाटतं. अशी भावना आणखी कुठंच येत नाही. कुणापाशीही आलेली नाही. खरंच त्यांना भेटून किती दिवस झाले. दिवाळी आणि गुढीपाडव्याला जायचा आजही त्यानं रिवाज ठेवला होता. पण या दिवाळीत डॅडींबरोबर सिंगापूरला गेल्यामुळं जमलं नाही. आणि गुढीपाडव्याला मित्रांबरोबर कुलू-मनालीला गेल्यामुळे जमलं नव्हतं.

त्याला तीव्रपणे वाटलं, अम्माला सांगून आजीला एक चांगली साडी द्यायला पाहिजे! मागे एकदा त्यानं डॅडींना म्हटलं होतं, "आजीला एक सोन्याच्या बांगड्यांचा जोड द्यायला पाहिजे!"

यावर डॅडी म्हणाले, "बेटा! तुझी भावना मला समजते! पण एक व्यवहाराची गोष्ट लक्षात ठेव! तू किमती भेटवस्तू दिलीस की, त्यांची अपेक्षा वाढते. त्यांनी तुझ्यावर भरपूर प्रेम केलंय. तुला चांगल्या प्रकारे सांभाळलंय, हेही खरं. पण प्रेमाला पैशानं मोजू नये. त्यांची अपेक्षा वाढली की, पुढे निराशा असते! त्यातून एवढे चांगले संबंध बिघडू नयेत! म्हणून सांगतोय. एकेकाळी मीही तुझ्यासारखा होतो. तरीही तुला वाटलं तर सांग...."

खरं आहे! डॅडी म्हणतात ते खोटं नाही. आताही आजीला साडी द्यायची असेल, तर अम्माला सांगायला पाहिजे. डॅडींना समजतंय ते अम्माला नाही समजत! काही करायचं असेल तर काहीही विचार न करता करून मोकळी होते!

अंघोळ उरकून नाइट ड्रेस घालून तो बाहेर आला तेव्हा म्युझिक सिस्टिमवर यानीचा पियानो सुरू झाला होता. काय ग्रेट आर्टिस्ट आहे हा! दोन्ही हातांनी पियानो

वाजवतो! स्टाइलिस्ट केस सोडलेत! त्याच्यासारखं फेमस व्हायला पाहिजे! त्याच विचारानं त्यानं पिझ्झा कॉर्नरचा फोन नंबर फिरवला. अम्मा रोज तोच तो स्वयंपाक करायला लावते! कंटाळा येतो तेच-तेच खाऊन! नाही खाल्लं तर राग येतो तिला! पण डॅडींनी सांगून ठेवलंय, अम्मापुढे जेवल्याचं शास्त्र उकरायचं आणि नंतर हवं ते करायचं! वाढदिवसाचं प्रेझेन्ट म्हणून डॅडींनी क्रेडिट कार्ड दिल्यापासून तर फारच छान झालंय! आज पिझ्झाचा मूड आलाय. त्यानं ऑर्डर दिली.

शिशिर विचार करत होता. आपण अम्माच्या पदराखालून बाहेर केव्हा पडलो? बहुतेक आठवी-नववीच्या वर्षी असणार. तेरावं-चौदावं वर्ष असेल. तेव्हा प्रकर्षाने वाटायला लागलं, पुरे हे घरट्यातलं जीवन! पंख पसरून मोकळ्या हवेत उडायची इच्छा होती. एकटं राहायची इच्छा व्हायची. वरचे वर त्याच्या तोंडात, 'लीव्ह मी अलोन!' हे वाक्य यायचं! काय घाबरली होती, तेव्हा अम्मा! पहिल्यांदा तर ती रडायलाच लागली. काय वाटलं तेव्हा? आधी कसंतरी वाटलं. पण नंतर वाटलं, आय डोन्ट केअर! आयुष्यभर मी काय हिच्या पदराला धरूनच फिरायचं काय? मला माझं म्हणून काही जीवन आहे की नाही?....

अम्माबरोबरचा वाद काही नवा नाही म्हणा! पण डॅडी मात्र तसे नाहीत! त्यांना माझं मन समजतं! त्यांना आजच्या मुलांचं मन समजतं. तसे ते माझे दोस्त आहेत. अम्माला तरी काय म्हणायचं? ती धारवाडच्या आलद हळ्ळीसारख्या खेड्यात वाढलीय. तिची शाळा आणि तिची पुस्तकं सोडली, तर तिला आणखी कशातही रस नाही. परवा तिच्या पर्समधून शंभर रुपये घ्यायला गेलो होतो, तिनंच सांगितलं म्हणून. मी शंभर रुपयेच घेतले, आणखी नोटा असल्या तरी! कितीतरी मित्र अशा प्रसंगी जास्तीचे पैसे न विचारता उचलतात! मी नाही असलं घाणेरडं काम करत! लहानपणापासून अम्मानं शिकवलेल्या काही धड्यांपैकी हा एक!....

...अम्माच्या ड्रॉवरमध्ये जुने फोटो आहेत. मीही तो जुना अल्बम अनेकदा पाहिला आहे. किती सुंदर दिसायची तेव्हा ती! उंचीत गेली; नाही तर सहज मिस इंडिया झाली असती! जर मी आईसारखा आणि मुलगी असतो, तर काही वर्षं तरी नक्की मॉडेलिंग केलं असतं! तिची मार्क्सलिस्ट पहिल्यांदा बघितल्यावर तर फारच आश्चर्य वाटलं होतं! अम्मा एसएसएलसीला आठवी आली होती! पण एवढी हुशार असून आयुष्यात तिनं काहीच साधलं नाही. तिलाही डॅडींप्रमाणे होता आलं असतं! लेडी डॉक्टर म्हटल्यावर काय प्रॅक्टिस चालली असती! असलीच आणखी दोन-तीन नर्सिंगहोम्स उभारली असती! तिची कझिन सरला आंटीला पाहिलं, तर किती मस्त वाटतं!

तिचं नाव आठवताच त्याला वेगळीच एक आठवण आली. त्या दिवशी पबमध्ये नीता आणि नरेनबरोबर जायचा प्रसंग आला होता. त्यांच्याबरोबर बार्टिंग

सेंटरला गेलो तेव्हा काय पाहिलं... तर... म्हणजे भीती नाही वाटली, आश्चर्य मात्र वाटलं... हीच सरला आंटी, तिची मुलगी डॉली आणि प्रसन्न अंकल होते. तिघंही बीअर घेत होते. एकाएकी गेल्या वर्षीची आठवण झाली. हीच सरला आंटी राघवेंद्र मठात कनकाभिषेक करायला सांगितला होता म्हणून आली होती. त्यांच्या लग्नाचा बावीस किंवा तेविसावा वाढदिवस होता म्हणून! काय तेव्हाचा तिचा अवतार. तिची ती भारी रेशमी साडी, केसांत भरपूर फुलं. गाल हळदीनं माखलेले. बघितलं तर वाटावं, आत्ता आलद हळ्ळीहून आलेत!

मला पाहून सरला आंटीचा चेहरा किंचित उतरला काय? पण पटकन स्वत:ला सावरून ती म्हणाली, "हाय, माय बॉय! कम ॲन्ड जॉइन अस!" मी सांगितलं, "नको आंटी. मी कधीच बीअर प्यायलो नाही. मी चहा-कॉफीही पीत नाही!"

प्रसन्न अंकल यावर म्हणाले, "म्हणजे तू एकदम व्हिस्की पिणार वाटतं!"

यावर मी गप्प बसणार की काय! म्हटलं, "तेव्हा तुम्हाला बोलावीन कंपनी द्यायला!"

घरी आल्यावर हे सांगितलं तेव्हा डॅडी म्हणाले, "छान झालं! चांगलं सांगितलंस तू!" अम्मा मात्र म्हणाली, "काय हे सरलाचं वागणं! केवढं कर्मठ घराणं त्यांचं! मामीला समजलं तर छाती फुटेल तिची!"

मला अम्माचं बोलणं अजिबात आवडलं नाही. मी म्हटलं, "का? काय झालं त्यात? बायकांनी बीअर प्यायची नाही?"

तेव्हा डॅडींनीही माझीच बाजू घेत म्हटलं, "सरलानंही हिमतीनं पैसा कमावला आहे. तिला कसा वाटेल तसा, त्यापासून आनंद घ्यायचा अधिकार आहे!"

अम्मा गंभीर होऊन म्हणाली, "तसं नव्हे! मीही नाही का पैसा मिळवला?...."

आता विषय वाढत जाऊन त्याचं पर्यावसान अम्माच्या रडण्यात होणार हे लक्षात येऊन शिशिर तिथून बाहेर निघाला. अम्मा आणि डॅडींचे स्वभाव एकमेकांपासून बरेच वेगळे आहेत. आपल्याला कशाचा लाभ आहे, त्याचा स्वीकार करायचा हे त्याला फार लवकर समजलं होतं.

आपल्या मागे अनेक मुली असल्याचं शिशिरला समजत होतं. त्यामागचं कारणही त्याला समजत होतं. शिशिरनं आरशासमोर उभं राहून आपलं प्रतिबिंब न्याहाळलं. अभिमानानं त्याच्या चेहऱ्यावर स्मित उमटलं. त्यातलीच एक नीता. तशी ती सगळ्याच मुलांशी स्नेह बाळगून आहे म्हणा! तरीही ती फोन करून छळत असते!

काही वेळा अम्माही काळजी करते. ती समजावत असते, "बाळ, एकाच मुलीशी फार सलगी दाखवू नकोस! लोक काहीही निष्कर्ष काढून काहीही बोलायला लागतात. तू पुरुष आहेस! मुलींना त्याचा त्रास होतो!"

हा हिचा भोळेपणा! कुठल्याही मुलीचं नाव बिघडत नाही! हे हल्ली अगदी

सगळीकडे घडतंय. मुलींना भय नाही, मुलींच्या आयांना भय नाही आणि इकडे आमच्या मातोश्री घाबरतात! सगळे शहाणे असतात! प्रसन्न अंकलच कितीतरी वेळा डॉलीला मुद्दाम माझ्यापाशी बराच वेळ सोडून जातात! मला समजत नाही का हे!

एवढ्यात पिझ्झा आल्याचा आवाज आला. शिशिर जिना उतरून खाली गेला. संजय पिझ्झ्याचे पैसे देत होता. मृदुला मात्र चेहरा पाडून बसली होती.

मृदुलाच्या कलिगनं – अंबुजानं, आपल्या भावाच्या मुलाच्या लग्नाची पत्रिका देत आग्रहाचं निमंत्रण दिलं होतं. ती पत्रिका देऊन पलीकडे वळताच दुसरी कलिग, लीला म्हणाली, ''पाहिलीत ना अंबुजाची चलाखी?''

काहीही न समजून मृदुलानं विचारलं, ''कसली चलाखी? मला नाही समजलं!''

''बघा ना! भावाच्या मुलीच्या लग्नाला नाही बोलावलं तिनं! आता मुलाच्या लग्नाच्या रिसेप्शनला बोलावते आहे! आता परस्पर पाहुण्यांच्या खर्चात जेवण होतंय ना!''

तसंही असेल म्हणा! पण आपल्याला कसे अशा प्रकारे विचार सुचत नाही? असं का होत असावं? तिनं विचारलं, ''मग लीला? तुम्ही जाताय ना?''

''जावं तर लागेलच ना! गेलं नाही तर उगाच नावं ठेवतील, बोलावलं तरी आली नाही, म्हणून! तुम्ही येणार ना?''

''माझी त्यांच्या भावाच्या मुलाशी ओळख आहे. जाईन मी!'' मृदुला म्हणाली. तरी तिला वाटलं, यायची इच्छा नसतानाही का जात असतील या?

लग्नाचा थाट फारच मोठा होता. राजाजी नगरमधल्या 'राजेश्वरी कल्याण मंडपा'त माणसांची एकच गर्दी उसळली होती. रविवार होता. आजकाल रविवारच सगळ्यात मोठा मुहूर्त ना! इतर कुठला वार असेल, तर माणसंही लांबून यायचा विचार करतात.

गर्दी प्रचंड होती. मुळात दोन्ही घरचे नातेवाईक होते. शिवाय नातेवाइकांच्या ओळखीच्या माणसांनाही बोलावलेलं दिसत होतं. काही नाही म्हटलं तरी दीड हजार ते दोन हजार माणसं या लग्नासाठी जमली होती. नवरा मुलगा महेशची बहीण आणि शिशिरचा क्लासमेट होता. त्यामुळे महेश त्यांच्या घरीही अधूनमधून यायचा. नवरी मुलगी – गिरिजा, हिचे वडील बँकेत ऑफिसर होते. त्यामुळे सगळीकडचे लोक जमले होते.

रिसेप्शनच्या वेळी वधूवरांना आशीर्वाद द्यायला रांगच लागली होती. ती गर्दी ओसरल्यावर आपण जायचं, असा विचार करून मृदुला मागच्या बाजूच्या एका खुर्चीवर बसून होती. रांगेत कुणीतरी उभं होतं. बऱ्याच ओळखीचं असावंसं वाटलं.

कोण असावं? चेहरा थोडा बाजूला होताच मृदुलाला ओळख पटली.

ती लक्ष्मी होती. नखशिखांत सोन्यानं मढलेली लक्ष्मी! शिवाय कानातल्या मोठाल्या कुड्या आणि गळ्यातला नेकलेस हिऱ्यांचा असावा, असं दिसत होतं. हातात सोन्याच्या बारा बांगड्या होत्या. अंगावरची रेशमी साडीही बरीच किमती दिसत होती. तिच्यासोबत शंकरही होता. त्या दोघांनीही तिच्याकडे पाहिलं नव्हतं. पण मृदुला मात्र थक्क होऊन पाहत राहिली.

लक्ष्मीच्या अंगावरच्या दागिन्यांची किंमत लाखांमध्ये होईल, अशी होती! हीच लक्ष्मी आपल्या घरी येताना कशी लंकेची पार्वती होऊन येत असे! हे कसं शक्य आहे? लक्ष्मीला दागिन्यांची आवड आहे, हे तर अगदी खरं. पण एवढं सोनं? एवढे हिऱ्यांचे दागिने?....

तिच्या शेजारी बसलेल्या एका तरुणीचं तिच्याकडे लक्ष गेलं. हिची आस्था बघून ती म्हणाली, ''किती छान दिसत आहेत ना, त्या गुलाबी कांजीवरममधल्या बाई!''

अनोळखी तरुणीचं ते बोलणं ऐकून मृदुलाही 'हं!' म्हणाली. पण तिनं तिच्याशी असलेलं नातं सांगितलं नाही. तीच तरुणी पुढे म्हणाली, ''काय दागिने आहेत ना! परवाच कृष्णा चेट्टींच्या दुकानात बघितलं मी त्यांना दागिन्यांची खरेदी करताना!''

अरेच्चा! ती तरुणी तर लक्ष्मीपेक्षाही जास्त सोन्यानं मढली होती! तीच पुढे म्हणाली, ''आम्ही सगळ्या दर महिन्याला भिशी भरतो ना! त्या पैशांतून सोनं विकत घेतो. पण लक्ष्मीच्या बरोबरीचं कुणीही नाही आहे! त्या कितीतरी भिशीमध्ये भाग घेत असतात!''

''कसं काय?''

''अहो, त्यांचा भाऊ म्हणजे डॉक्टर संजय! फार मोठं नर्सिंगहोम आहे बघा त्यांचं! नाव ठाऊक असेल तुम्हाला! त्यांची ही थोरली बहीण! पैसा भरपूर आहे! दर महिन्याला भरपूर सोनं घेतात!''

एवढ्यात कुणीतरी येऊन त्या बाईला बोलावून घेऊन गेलं. मृदुला मात्र विचारात पडली होती. आता शंकरला किती पगार मिळत असेल? फार-फार तर दहा-पंधरा हजार. कधीतरी संजयनंच सांगितलं होतं हे. शिवाय ते मल्लेश्वरममधल्या एका भाड्याच्या घरात राहात होते. एवढ्या कशा भिश्या भरत असेल ती? हे भिशीचं व्यसन यांच्या घरातून कधीच जाणार नाही की काय कोण जाणे! यांच्या आईही या वयातही अजून पैशाच्या उद्योगात असतात! संसाराची कसली जबाबदारी नाही. आता तरी यांना वैराग्य का नाही येत? एवढं जीवन पाहून झाल्यावर तरी जीवन म्हणजे काय हे समजू नये का? मला तर या वयातच जड रेशमी साड्या आणि सोन्याचे दागिने नकोसे वाटत आहेत! गावाकडे अप्पा तर कशातही लक्ष घालत नाहीत. ते म्हणतात, ''आमच्या काळी जेवढं शक्य होतं तेवढं आम्ही

केलंय. वडिलार्जित संपत्ती तर आम्ही राखली आहे. नवीन करायला जमलेलं नाही. हातून होईल तेवढी इतरांना मदत केली आहे, असं वाटतं! आता पुरे झाला हा संसार! आता देवानं बोलावून घेतलं तर बरं!''

उलट रत्नम्मा! त्यांना आपण हजारो वर्षं जगणार आहे, असंच वाटतंय की काय कोण जाणे! परवा सांगत होत्या, ''आमचे सुबय्या शेट वारले बिचारे! वय झालं होतं!'' किती म्हणून विचारलं तर म्हणाल्या, ''ऐंशी!' आपलीही पंचाहत्तरी आली, याचं त्यांना भानच नसतं!''

महाभारतातल्या यक्षप्रश्नामधला एक प्रश्न आहे, 'जगातलं सगळ्यात मोठं आश्चर्य कोणतं?' त्यावर युधिष्ठिर उत्तर देतो, 'इतरांचं मरण बघूनही आपल्याला कधीच मृत्यू येणार नाही, असं मानणं!' रत्नम्मांकडे बघून मृदुलाला हे पटत होतं.

आता लक्ष्मीही पन्नाशीच्या पुढचीच असेल ना? तारुण्य मागे पडून म्हातारपणात पाऊल ठेवायचं वय हे! या वयातही का हिला एवढं नटायला लागतं? एकदा हे तिनं संजयपाशी बोलून दाखवलं तेव्हा तो म्हणाला, ''हे प्रत्येकाच्या दृष्टिकोनावर अवलंबून असतं! तुला वेगळ्या बाबतीत रस असेल, तर तिला त्याबाबतीत रस आहे.''

तिला तीव्रपणे जाणवलं, आजवर कधीही संजयनं आपली आई, आपली बहीण, आपला मेव्हणा यांच्याविषयी निगेटिव्ह उद्‌गार काढलेले नाहीत. निदान आपल्यासमोर तरी! आपण कसे आपल्या माणसांविषयी मनात आलेलं सगळं बोलून दाखवतो. हा नेहमीच माझं बोलणं शांतपणे ऐकून घेतो, पण आपल्या मनातलं काहीही व्यक्त करत नाही!

ती उठायच्या वेळी तिथली गर्दी कमी होऊन डायनिंग हॉलमधली गर्दी वाढली होती. मृदुलानं हातातली भेटवस्तू नवऱ्यामुलाच्या हातात दिली, शुभेच्छा दिल्या आणि खाली उतरली. त्या वेळी लक्ष्मी सामोरी आली. मृदुलाला बघताच बसलेला धक्का न दाखवून देता ती पुढे होत म्हणाली, ''अरेच्चा! तुम्हाला पाहिलंच नाही मी! तुम्ही मुलाकडून की मुलीकडून?''

''मुलाकडून.''

''मुलीचे वडील आणि हे एकाच बँकेत होते ना! फारच आग्रहाचं निमंत्रण होतं!....''

''हो का?....''

लक्ष्मी आपण होऊन सांगू लागली, ''पाहा ना, असले नकली दागिने मार्केटमध्ये अलीकडे आलेत. हे खरे आहेत की नकली, हे अजिबात समजत नाही की नाही? मला तर खरे घ्यायला परवडत नाही! म्हणून हे घालते आहे. तेवढीच हौस भागवायची!''

हे खरं असेल? कोण जाणे! काय खरं आणि काय खोटं! मृदुलेला गोंधळल्यासारखं झालं.

■

ती घरी येऊन पोहोचली तेव्हा रत्नम्मांचं पत्र आलं होतं. पत्र मुलगा आणि सुनेला उद्देशून होतं.

"इथं महिला को-ऑपरेटिव्ह बँक सुरू करायचा विचार आहे. एमएलए आदिकेशवय्यांचा फार आग्रह चालला आहे. सरकार मदत करणार आहे. गावात मीच सगळ्यात अनुभवी आहे ना, म्हणून मलाच चेअरमन व्हायचा आग्रह करत आहेत. मी नाही म्हटलं तरी ऐकायला तयार नाहीत. पण त्यासाठी किमान दहा लाख रुपये ठेवावे लागतील. तरी तुम्ही डीडी पाठवून द्यावा...."

हेही रत्नम्मांचं वैशिष्ट्य. त्या कधीही फोन करायच्या नाहीत. पत्रच लिहायच्या.

मृदुलाला ते पत्र वाचून आश्चर्य वाटलं. या वयात चेअरमन होऊन काय करणार आहेत? निम्म्या गोवऱ्या मसणात गेल्या तरी काय ही आशा!

पत्र वाचून नेहमीप्रमाणे संजय गप्प बसला. तिनं विचारलं, "मग? काय करायचं?" त्याची आई आहे. तो काय करायचं ते करेल, असं समजून गप्प बसणं तिच्या स्वभावात नव्हतं.

संजय म्हणाला, "अम्माला या वयात कशाला ही जबाबदारी हवी आहे? बँकेचे व्यवहार म्हणजे काही साधी गोष्ट नाही! मी सांगेन अम्माला नको म्हणून!"

मृदुलालाही बरं वाटलं, आपला नवरा आपल्यासारखाच विचार करतोय!

■

सरलाच्या घरी सत्यनारायणाची पूजा होती. तिथून पूजेनंतर तिरुपतीसाठी एक लक्झरी बस ठरवण्यात आली होती. आलद हळ्ळीतून कृष्णा आणि वत्सला आले होते. भीमण्णांनी नकार कळवला होता. रकुमाबाई असेपर्यंत नेहमी काशी-रामेश्वरचा विषय निघायचा. पण तसा योग आला नव्हता. आता भीमण्णा गावच्या हनुमंताच्या देवळालाच काशी-रामेश्वर मानून राहात होते.

कृष्णा-वत्सला सरलाच्या घरीच उतरले होते. मृदुला त्यांच्या या कृतीनं दुखावली होती. पण हे कुणापुढे बोलून दाखवणार? न राहावून तिनं हे संजयपुढे बोलून दाखवलं. "काही म्हणा! कृष्णा-वत्सलानं आपल्या घरी उतरायला हवं होतं. आपण जवळचे आहोत की नाही?"

पेपरातलं डोकं वर न काढता तो म्हणाला, "जवळचे की दूरचे, ते समजणाऱ्यावर आहे!"

''असं कसं म्हणता? मी त्याची बहीण आहे ना!'

''लक्ष्मी माझीही बहीणच आहे. पण आम्ही तरी कुठं एवढे जवळच्यासारखे वागतो? ती कधी आपल्या घरी चार दिवसांसाठी राहायला येते?''

मृदुलाला समजेना, हे तो मुद्दाम आपल्याला दुखावण्यासाठी तर बोलत नाही ना? हल्ली तोही आपल्या बोलण्यावर मृदुला दुखावते आहे की काय, याची फिकीर करायचा नाही. मृदुला आपल्या आदर्शांवर चिकटून राहाताना कुठं माझा विचार करते? मग मी का तिचा विचार करू; अशी काहीशी त्याची भावना असायची.

मृदुलाला वाटलं, मी कुठं याच्या आई-बहिणीला यायला नको म्हणतेय? ''त्या दोघींचं जगच वेगळं आहे. त्यांच्याशी बोलायला काहीही कॉमन नाही. त्यांच्याशी माझा इतक्या वर्षांत स्नेहही होऊ शकलेला नाही आणि आमचं भांडणही नाही. मी काय करू?''

''तुझा सरलाशी तर जन्मल्यापासून स्नेह होता ना? ती का आपल्या घरी येत नाही?''

''सरला सतत बिझी असते ना! सारखी टूरवर असते. घरातच कमी वेळा असते ती. त्यातून ती इथे कशी येईल?''

''कारण तिला तुझ्यासारखे नको ते आदर्श नको असतात! आणि कामं असतात तिला!''

''मी नाही काम करत? काय बोलता हे? मीही तुमच्या बहिणीप्रमाणे, नवऱ्याप्रमाणे भरपूर खर्च करून दिवाळं काढलं असतं, म्हणजे समजलं असतं!'' मृदुला भडकलीच. म्हणजे संजयच्या मते सरला आणि लक्ष्मी माझ्यापेक्षा श्रेष्ठ!

यावर संजय काहीच बोलला नाही. जखम जिथं व्हायला हवी होती, तिथे झाली होती. त्यामुळं पुढचं सगळं बोलणं फक्त मृदुलाचंच!

''तुमची बहीण लक्ष्मी अजूनही भिशी लावते. त्यातून मिळणाऱ्या पैशांतून सोन्याच्या दागिन्यांत मढलेली होती त्यादिवशी! मला बघितल्यावर सांगते, नकली आहेत म्हणून! या वयात कुणी खोटे दागिने घालतं का? माझ्यापुढे खोटं नाटक करते ती!''

''तुला कुणी सांगितलं, तिच्या भिशीचं?''

''तिच्याच मैत्रिणीनं सांगितलंय.''

''मृदुला, तू डॉक्टर रामय्यांची अपॉइन्टमेंट घे बघू!'' संजय शांतपणे म्हणाला.

विषय बदललेला बघून तिनं विचारलं, ''का?'' कारण हे डॉक्टर त्या दोघांच्याही ओळखीचे होते. कान-नाक-घसा स्पेशालिस्ट. ''त्यांना भेटण्यासारखं मला काहीही झालेलं नाही!''

''नाही कसं? तुझ्या कानांमध्ये काहीतरी डिफेक्ट दिसतोय. मी माझ्या बहिणीला

इतकी वर्षं ओळखतोय. तिला पैशांची एवढी आशाच नाही आहे! उलट इतरांसाठी करता-करता तिचा पैसा जातो आहे. ती तुझ्यापुढे खोटं कशाला सांगेल? तिनं आणखी काही सांगितलं असेल; तुला काहीतरी दुसरंच ऐकू आलं असेल! तीही तुझ्यासारखी बचतीचं महत्त्व जाणत असती, तर चांगलं होतं!''

''मी बचत करते म्हणजे काय वाईट करते? मीही खर्चिक असते, तर तुम्हाला समजलं असतं!'' मृदुलाच्या डोळ्यांतून पाणी वाहू लागलं. आता संजय तिथून निघून गेला. किती विश्वास हा बहिणीवर! मला बहिरी ठरवायला निघालाय, हा त्यासाठी! पण कदाचित बहीण काही चुकीची वागत असेल, असा संशयही घ्यायला हा तयार नाही! माझ्या बचत करण्याच्या वृत्तीचा फायदा याला हवा, पण त्याची टिंगल करायलाही हा तयार! आणि लक्ष्मी? ती तर फक्त स्वत:साठीच जे करायचं ते करते! स्वार्थी!

तिला अगदी एकाकी वाटू लागलं. सगळं असलं तरी आपल्याला कुणीही नाही अशी तिची भावना झाली. याच संजयनं सांगितलं होतं, मी संपत्ती देऊ शकणार नाही, पण शांत, निवांत जीवन देईन! हेच का ते? इथे तर मुलालाही माझ्या मनासारखं मी वाढवू शकलेली नाही. नवरा मला समजून घेऊन शकलेला नाही. तेव्हा मीच संजयला सांगितलं होतं, 'तुम्ही न्यायानं, सरळ मार्गानं, नैतिकेतेनं पैसा मिळवला, तर मी तुमच्या पाठीशी राहीन! पैसा मिळवायचे नैतिक मार्ग असतात तसे अनैतिक मार्गही असतात. मी मात्र नैतिक मार्गानं पैसा मिळवायला तुम्हाला पाठिंबा देईन. त्यासाठी हवे तेवढे कष्टही घेईन.'

यशाच्या शिखरावर चढल्यावर ज्या शिडीनं वर चढलो, ती शिडी ढकलून देणं योग्य आहे का?

रात्रीचं जेवण झाल्यावर संजयला झोप येईना. अलीकडे ही प्रत्येक बाबतीत भांडण काढून रडायला लागते. एकेकाळी उत्साहाची कारंजी असणारी मृदुला आता अशांतीचं रूप झाली आहे. काय कमी आहे तिला? एवढा उत्तम बंगला, कार, नोकरी, स्वयंपाकी, हवा तेवढा पैसा, कुठलंही व्यसन नसलेला नवरा, अतिशय हुशार मुलगा! कुणालाही हेवा वाटावा असा संसार! पण हिला तर कशातही समाधान मानता येत नाही! काहीतरी कारण काढून झुरत राहाणं, हा हिचा स्वभावच बनत चाललाय! उलट लक्ष्मी! सगळ्याचा आनंद घ्यायचा तिचा स्वभाव आहे. तिच्या आयुष्यात तसं बघायला गेलं, तर आहे तरी काय? तिचा नवरा आमच्या इथं काम करतो. मुलगा हप्त्या-हप्त्यानं बीकॉम झालाय. त्याला सिगारेट ओढताना मी स्वत: पाहिलं आहे. त्याला संपूर्णपणे शंकरचाच आदर्श आहे! तरीही लक्ष्मी नेहमी आनंदात असते. एखादा दागिना किंवा एखादी चांगली साडी मिळाली, तर तिला जितका आनंद होतो, त्याच्या दहाव्या भागाइतकाही आनंद मृदुलाच्या चेहऱ्यावर

दिसत नाही.

त्याला मागे घडलेली एक घटना आठवली. तो एका संमेलनासाठी मद्रासला गेला होता. तिथून येताना त्यानं दोन उत्तम रेशमी साड्या आणल्या होत्या. त्यातली एक आनंदानं मृदुलाला दिली तेव्हा ती म्हणाली, ''एवढी भारी साडी माझ्यासाठी कशाला आणली? ढिगानं आहेत माझ्याकडे! त्यात उगाच आणखी एकाची भर! याच पैशांत एखाद्या गरीब मुलीचं लग्न झालं असतं!...'' तिचा तो कंटाळवाणा उपदेश ऐकत असतानाच ठरवलं ना, लक्ष्मीसाठी आणलेली साडी हिला दाखवायची नाही म्हणून! उलट तीच साडी लक्ष्मीला दिली तेव्हा किती आनंदानं खुलली ती! साडीचा रंग, पोत, डिझाइनचं किती कौतुक केलं होतं तिनं! लगोलग ब्लाउज शिवून त्याची घडीही मोडून दाखवली होती.

फोनच्या आवाजानं तो भानावर आला. त्यानं घाईनं फोन घेतला. त्याच्या अपेक्षेप्रमाणे तो हॉस्पिटलमधला कॉल नव्हता. तो 'एबीसी फार्मसी कंपनी'च्या प्रकाश कामतचा होता.

प्रकाश कामत काही अनोळखी नव्हता. संजय सरकारी हॉस्पिटलमध्ये असताना तो मेडिकल रिप्रेझेंटेटिव्ह होता. आता तो कंपनीत बऱ्याच वरच्या हुद्द्यावर होता. संजय लेक्चरर असताना तो याला एकही नवं सॅम्पल द्यायचा नाही! उलट विभागप्रमुख डॉ. सरोजाला द्यायचा. याच्या हातात फक्त लिटरेचर तेवढं यायचं. आताही संजयचा प्रकाश कामतशी केवळ व्यवहारापुरता संबंध होता. त्याच्या औषधाची आपण शिफारस केली, तर त्याचा फायदा आहे; आपलाही फायदा आहे! संजयही मानत होता, कुठल्याही व्यवहारात 'विन-विन सिच्युएशन' पाहिजे. तरच त्याला 'व्यवहार' म्हणता येईल. त्यातलं कुणीतरी हरणार असेल, तर त्याला 'शोषण' म्हणावं लागेल.

आता प्रकाश कामत एकदा भेटण्यासाठी वेळ मागत होता. हॉस्पिटलचा व्यवहार घरापर्यंत आणायला संजय नेहमीच नाराज होता. पण प्रकाश कामतला दुसरे दिवशी गावी जायची घाई होती. त्यामुळे त्यानं घरी फोन केला होता.

''डॉक्टर, आज शेवटचा दिवस आहे. तुम्ही अजून निर्णय घेतलेला नाही आहे.''

''माझा विचार चालू आहे.''

''त्यात विचार करण्यासारखं काय आहे? ड्रग्ज तर उत्तम आहेत! त्याचा काहीही साइड-इफेक्ट्स नाहीत, असं सिद्ध झालंय.''

''असं तुम्ही सांगताय! प्रत्येक लॅबवालेही सांगतात. तुमचं ऐकून आम्ही ती ड्रग्ज पेशंटला देऊन काही भलतंच झालं, तर कन्झ्युमर ॲक्ट माझी गचांडी धरेल.''

''तसं नाही डॉक्टर! आम्ही सगळ्या प्रकारे परीक्षा घेतली आहे! फील्ड

ट्रायलचे रिझल्ट्स दाखवू शकतो. उद्या तुमच्या ऑफिसला पाठवून देईन. आता आपण बाकी गोष्टी तर बोलून घेऊ.''

आता तो खऱ्या व्यवहारावर आला होता. संजयही त्याच पातळीवर येऊन बोलू लागला.

''आम्ही ही औषधं वापरायची म्हटलं, तर वर्षाकाठी बऱ्याच प्रमाणात त्यांचा खप होईल. त्यात मला काय मिळेल?''

''डायरेक्ट डिस्काउन्ट द्यायला मला शक्य नाही. पण तुमच्या चार परदेश प्रवासाची व्यवस्था मी करू शकेन.''

''त्यात तुमचं काय विशेष? तेवढं तर कुणीही करतं! तुम्हाला डिस्काउन्ट किती असतं ते मलाही ठाऊक आहे मिस्टर! तुम्ही नीट आकडा सांगितलात, तर मी विचार करेन!' एवढं सांगून संजयनं फोन ठेवला.

त्याला आठवलं, एकेकाळी थायलन्डसारख्या छोट्या देशाला जाण्यासाठी आपण किती तडफडलो होतो! तेव्हा तो विधानसौधची पायरी चढला होता आणि चिकनंजप्पांनी तिकडच्या गोष्टी कशा हालतात ते सांगितलं होतं. त्या वेळी तेव्हाचे आरोग्य मंत्री नागनिंगेगौडांचा मुलगा सुरेश जाऊन आला होता. तो सगळा प्रसंग आणि तेव्हाची आपली दीनवाणी अवस्था आठवताच आताही त्याला स्वत:चा राग आला. काय झालं होतं तेव्हा मला? त्याचवेळी त्यांच्या तोंडावर राजीनामा फेकून का स्वत:ची प्रॅक्टिस सुरू केली नाही? आपल्या सामर्थ्याची जाणीव नसल्यामुळे किती केविलवाणं जीवन जगत होतो, मी तेव्हा! त्याला स्वत:चाच तिरस्कार वाटला.

माणसाच्या मनात धैर्य निर्माण करणारा तोच असतो आणि त्याचा पाय खेचणारा शत्रूही तोच असतो! कधी आपल्याला आपल्या सामर्थ्याची जाणीव झाली? अमुक अशा दिवशी ती झाली असं नाही सांगता येणार. पण यशाची एकेक पायरी चढत असताना आत्मविश्वासही टप्प्या-टप्प्याने वाढत गेला. अलेक्सनं सुरुवातीला मदत केली, हे खरं असलं तरी माझी धमक ही माझीच ना! ही अक्कल सुरुवातीपासून असती, तर किती छान झालं असतं! या मृदुलेलाही ना आपल्या सामर्थ्याची जाणीव, ना नवऱ्याच्या कर्तृत्वाची फिकीर! तीही डॉक्टर असती तर तिला याची जाणीव झाली असती की काय कोण जाणे! एक मात्र खरं, एके काळी जे तोंड वेंगाडून थट्टा करायचे, ते सगळे आता तोंड मिटून गप्प बसले आहेत!

त्याला सकाळची घटना आठवली. तो दाढी करत असताना कामाच्या बाईनं एक चिठ्ठी आणून दिली. ''कुणीतरी डॉक्टर सरोजा म्हणून आल्या आहेत. मागे तुमच्या बॉस होत्या म्हणून सांगत आहेत. तुम्हाला भेटायचंय म्हणे!''

क्षणभरात त्याला ओळख पटली. त्यानं सांगितलं, ''बरं. त्यांना बाहेरच्या व्हरांड्यात बसायला सांग. मी अंघोळ करून येतो म्हणावं!'' त्यानं सावकाश दाढी

केली. तितक्याच निवांतपणे अंघोळ केली. कपडे बदलून नाष्टा करत असताना मृदुला तिसऱ्यांदा हाक मारत म्हणाली, ''किती उशीर करता आहात? वयानं मोठ्या आहेत त्या! किती वेळ वाट बघायला लावताय त्यांना?''

त्यानं काहीही उत्तर दिलं नाही आणि वेगही वाढवला नाही. हिला यातलं काहीही समजत नाही. याच सरोजानं मला रूममध्ये बोलावून विनाकारण झापलं होतं. आपण प्रोफेसर असल्याच्या गुर्मीत तिनं खोलीत एकच खुर्ची ठेवली होती आणि बाकीच्यांना उभं करून ठेवायची ती! त्यात माझ्यावर तर केवढा राग दाखवायची! त्यात केंपुनंजम्माच्या केसमध्ये तर ती मी न केलेल्या चुकीचं खापर माझ्या नावावर फोडू पाहत होती. एक ना दोन! एखादा कमकुवत मनाचा माणूस असता, तर हिच्या वागण्यापायी जीवच दिला असता! आता कुठल्या तोंडानं ही भेटायला आलीय? मृदुलाला शाळेत शिकवायची सवय होऊन बसलीय ना! तिला या गोष्टी सांगूनही पटत नाहीत. शाळेत तिलाही असे अनुभव आले असतील म्हणा! पण हिची नजरच ते बघायचं नाकारत असेल, तर काय करायचं?

''बघू दे वाट! काहीतरी काम असेल म्हणून आल्या असतील! काही बिघडत नाही!''

आपल्या खोलीत नाष्टा मागवून खाल्ल्यावर तो जिना उतरून खाली आला. सरोजा मॅडम हॉलमध्ये बसून नाष्टा करत होत्या. त्यांना बघताच त्या उठून उभ्या राहिल्या. मृदुलानं हसत म्हटलं, ''तुमच्या मॅडम संकोचानं व्हरांड्यात बसल्या होत्या. मी त्यांना आत बोलावलं. नाष्टाही नको म्हणत होत्या. मीच आग्रहानं खायला लावलं.''

संजयला हे आवडलं नसलं, तरी त्याच्या चेहऱ्यावर व्यावसायिक हसू पसरलं. हिच्याऐवजी डॉक्टर कमला आल्या असत्या तर आपलं वागणं निश्चित असं नसतं! तो म्हणाला, ''फार चांगलं केलंस तू! मॅडम, तुम्ही अजिबात संकोच करू नका हं! एके काळी मी तुमच्या युनिटमध्ये काम केलंय!....''

डॉक्टर सरोजाही म्हणाल्या, ''संजय, वुई आर प्राउड ऑफ यू! तुम्ही माझ्या युनिटमध्ये होता, याचा आम्हाला अभिमान आहे!''

''आज इतक्या वर्षांनी माझी आठवण का झाली, डॉक्टर?''

''काही नाही. माझ्या भावाच्या मुलीचं बाळंतपण तुमच्या हॉस्पिटलमध्ये झालंय. तुम्हाला भेटून धन्यवाद सांगावेत म्हणून आले होते!....''

''हो का? काय नाव त्यांचं?''

''कमलाक्षी.''

''बरं. बघतो मी. तुमच्यापैकी म्हटल्यावर लक्ष द्यायलाच पाहिजे ना!... बघा ना! किती विचित्र आहे! सरकारी नोकरी सोडली, तरी मला केंपुनंजम्मा केस काही डोक्यातून जात नाही!''

"होय? कोण केंपुनंजम्मा?" त्या खरोखरच विसरल्या होत्या की तसं त्यांनी नाटक केलं, संजयला समजलं नाही.

त्यानंही आठवण करून दिली, "तेच! बाळाची अदलाबदल झाली होती ना? ती केस!"

"हो ना! सरकारी हॉस्पिटलमध्ये घडतात असल्या गोष्टी!"

"त्या प्रकरणामुळे मी मात्र चांगलाच धडा शिकलोय बघा! बाळंतपणाच्या आधी ड्युटी डॉक्टरच्या नावाची नोंद झालीच पाहिजे, असा माझा दंडक असतो!"

"ओ यस! दॅट्स अ गुड प्रॅक्टिस!"

अशा लोकांबरोबर काय बोलायचं? तो उठत म्हणाला, "ठीक आहे डॉक्टर! पुन्हा भेटू या..." आणि आपल्या मर्सेडीज कारमधून निघून गेला. मृदुलानं आणून दिलेली रिक्षा घेऊन सरोजाही निघून गेल्या.

संजय राउंड घेत असताना त्याला दिसलं, रोसमेरीचा कुणाशी तरी वादविवाद चालला होता. त्यानं तिला आपल्या खोलीत बोलावून काय चाललंय याची चौकशी केली. तिनं सांगितलं, "काही नाही. कमलाक्षी नावाचा पेशंट आहे. बिल कमी करा म्हणत आहेत. त्यांच्यापैकी कुणीतरी तुम्हाला भेटलंय आणि तुम्ही कबूल केलंय, म्हणत होत्या! मी तशी चिठ्ठी मागितली, तर ती दाखवायला तयार नाहीत! तुम्ही लक्ष घालायची गरज नाही आहे सर. मी हॅन्डल करेन."

"ओ! सिस्टर, बिलं थोडं वाढवूनच लावा. केस फारच कॉम्प्लिकेटेड होती म्हणावं. दोन डॉक्टरांची नावं लावा!" म्हणत संजय पुढच्या राउंडला निघाला. मनात आलं, मनाविरुद्ध सरोजला दिलेल्या नाष्ट्याचा खर्च वसूल झाला!!

तो घरी आला तेव्हा मृदुलानं विचारलं, "प्रकाश कामतचा तीन-चार वेळा फोन येऊन गेला आहे. त्यानं सांगितलंय, लगेच फोन करायला!"

संजय काही बोलला नाही.

"का हो? तुम्ही बोलत का नाही? काय झालंय तुम्हाला?"

"मला काहीही झालेलं नाही. तुलाच झालं असेल!" संजय रागानं म्हणाला.

त्याच्या रागाचं कारण न समजून मृदुलानं विचारलं, "मला काय झालंय? काय केलंय मी असं?" ती दुखावली होती.

"व्यवहार समजून घे आधी तू! सरोजा असो किंवा कामत; ही माणसं काही माझ्याविषयी प्रेम वाटतं म्हणून भेटायला येत नाहीत किंवा फोनचा खर्चही करत नाहीत! त्यांचा फायदा असेल, तेव्हाच संपर्क साधणारी माणसं आहेत ही! कामतच्या लाखो रुपयांच्या फायद्याचा प्रश्न आहे, म्हणून फोन करतो आहे!"

"ते माझ्याही लक्षात आलं आहे! काल रात्रीचं तुमचं बोलणं माझ्याही कानावर

आलं आहे. तुम्ही काहीही म्हणा; पण मला तुमचं वागणं अजिबात पटलेलं नाही! औषधं चांगली असतील, तर त्यासाठी पैसे मागणं म्हणजे अन्याय नाही का?''

कॉफीचा घोट सावकाश घेत संजय म्हणाला, ''काय न्याय आणि काय अन्याय! वासरासाठी असलेलं दूध आपण वापरतो. त्यात नाही का अन्याय? झाडांमध्ये जीव असतो; तरीही ती तोडून त्यांच्यापासून केलेलं सामान आपण वापरतो! तो नाही का अन्याय? डास किंवा ढेकणांमध्येही जीव असतो; पण ते आपल्याला चावतात, त्रास देतात म्हणून आपण त्यांना मारतो. तो अन्याय नाही? मोठा मासा लहान माशांना खातो, तोही अन्यायच का?''

''मला नाही तुमच्याशी वाद घालता येत! पैसे घेऊन औषध लिहून देणं, योग्य नव्हे असं वाटतं, म्हणून म्हटलं मी!''

''तोही काही मला धर्मार्थ म्हणून औषधं देत नाही! त्यात त्याचाही फायदा आहे! तीनच काय, तीस वेळा फोन करेल तो! एकदा व्यवहार ठरला की, वर्षभर हा कामत किंवा त्याची माणसं मला तोंडही दाखवणार नाहीत! केवळ भावनेच्या भरात जगता येत नसतं! माणसाला काही प्रसंगी कठोर व्हावंच लागतं....''

त्याचवेळी शिशिर जिना उतरून खाली आला.

''डॅड! आम्ही सगळे मित्र मिळून कोडाईकॅनॉलला जायचं ठरवतो आहोत, जाऊ?''

''जा ना! पण कसे जाणार?''

''आपल्या गाडीनं!''

''नको बेटा! नको!''

मृदुलाही म्हणाली, ''होय. स्वत:ची कार – ड्रायव्हिंग नको!''

''तसं नव्हे बेटा! मी काही पैशांसाठी किंवा ड्रायव्हिंगसाठी नको म्हटलेलं नाही! तुझे मित्र सतत तुझ्या पोझिशनचा फायदा घ्यायला बघणार! त्यांच्या मनात, आपण शिशिरकडून काहीही मिळवू शकतो, अशी भावना दृढ होता कामा नये. मित्रांमध्ये सहभागीपणाची भावना असणं आवश्यक आहे. तुम्ही सगळे रेल्वेने जा. कोडाईकॅनॉल रोडपाशी टॅक्सी करा. होईल तो खर्च सगळे वाटून घ्या! हा व्यवहार आहे, बेटा!''

हे शिशिरलाही पटलं.

पुढे संजय म्हणाला, ''बेटा, तुला एक अनुभवाची गोष्ट सांगतो. यू शूड बी सिंपल बट नॉट शूड बी सिंपलटन! साधेपणा हा अजिबात सद्गुण नाही! एकेकाळी यज्ञात बळी कुणाला द्यायचे? मेंढ्या-बकऱ्यांना! वाघाचा नाही कुणी बळी द्यायचे! आलं की नाही लक्षात? या जगात सगळ्या गोष्टी जमा-खर्चावर चालतात! हे तुला समजून घ्यायला हवं! आयुष्यात फक्त अभ्यास करून पहिला नंबर मिळवणं म्हणजे

सगळं नव्हे! त्याच्याबरोबर व्यवहार ज्ञान नसेल, तर ज्ञानाचा काहीही उपयोग होत नाही! माझ्या अनुभवाचं मी सांगतोय. तू तुझ्या मनाचा कौल असेल, तसा वाग!''

हे सगळं ऐकून मृदुलाला राग आला. या कोवळ्या वयाच्या मुलाला करुणा, शांती, प्रेम या भावनांविषयी सांगायला पाहिजे. संसार चालवायला चाणाक्षपणापेक्षा क्षमेला जास्त महत्त्व दिलं पाहिजे. नवरा-बायको असोत वा आई-मुलं; एकमेकांपासून किती फायदा होतो आहे, याचा विचार करण्यापेक्षा कोण कुणाच्या अंत:करणाला स्पर्श करू शकतं, हे अधिक महत्त्वाचं नाही का? केवळ व्यवहारचातुर्याच्या बळावर कुणी जीवनात सुखी होऊ शकेल काय?

न राहावून ती मध्येच म्हणाली, ''बाळा! हे असं नाही आहे! तुझ्या अप्पांनी सांगितलं ते व्यवहाराच्या बाबतीत खरंही असेल! पण घर-संसारात तू माझं ऐक! जग जिंकलेल्या अलेक्झांडरच्या समाधीवर एक चित्र आहे. त्याच्या एका हातात तलवार आहे आणि दुसरा हात रिकामा आहे. तो काय सांगतोय ठाऊक आहे? या तलवारीच्या साहाय्यानं मी जग जिंकलंय, पण या जगातून जाताना मी रिकाम्या हातीच जात आहे!....''

''मला नाही समजत तुझं, अम्मा! रात्री तुझा इतिहासाचा धडा ऐकेन मी! डॅड, मला शशीच्या घरी सोडाल? तो मला नंतर आणून सोडणार आहे!...'' म्हणत शिशिर वडिलांबरोबर नाचत-नाचत निघून गेला.

मृदुला एकटीच घरात बसून राहिली.

कुठल्याशा एका आंतरराष्ट्रीय संमेलनाच्या निमित्तानं चार दिवसांसाठी संजय मलेशियाला गेला होता.

अलीकडे अनिताचं त्यांच्या घरी येणं-जाणं कमी झालं होतं. त्यात गेले सहा महिने तर ती फारच मूडी झाली होती. मृदुलानंही तिला त्या मूडमधून बाहेर काढायचा प्रयत्न करून पाहिला होता. पण अनिताचं बोलणंच कमी झालं होतं. ती आपला सगळा वेळ बायबल वाचण्यात आणि चर्चला जाण्यात घालवत होती. एवढ्यात ती दोनदा वेलांगणी चर्च आणि गोव्याच्या सेंट झेवियर चर्चला जाऊन आली होती. मुंबईच्या सेंट मेरी आणि माहिमच्या व्हर्जिन मेरीलाही जाऊन ती येशूची सेवा करून आली होती. अलीकडे तिने मांसाहारही सोडून दिला होता. एकंदरीत ती वैराग्यपूर्ण जीवन जगत होती, म्हटल्यास वावगं ठरू नये. तिचं घरात कुठल्याही गोष्टीकडे लक्ष राहिलं नव्हतं.

ज्युलीही पीयुसीचं दुसरं वर्ष संपवून दिल्लीच्या एलएसआर कॉलेजच्या हॉस्टेलमध्ये राहात होती. घरातल्या तिच्या खोलीचं अनितानं आपल्या प्रार्थनेच्या खोलीत रूपांतर

करून त्यातच ती रात्रीही झोपत होती. मुख्य म्हणजे यावर अलेक्सही काही न बोलता शांत होता. पण हे सगळं समजल्यापासून 'पुढे काय?' या विचारानं मृदुलाचा जीव मात्र कळवळत होता.

अलीकडे अनिताचा आणि अलेक्सचा संवाद राहिला नव्हता. आता तिचा रागही राहिला नव्हता. तो घरी आलाच तर मॅगी त्याला स्वयंपाक करून वाढायची. त्यामुळे तिला कसलाच त्रास नव्हता. त्याचबरोबर तिच्या जीवनातला उल्हासही संपल्यासारखा झाला होता.

अलेक्स आणि संजयच्या औषध-कंपनीनं आता छान बाळसं धरलं होतं. ते दोघंही आपापल्या क्षेत्रात गढून गेले होते. अलेक्स कंपनी बघायचा आणि संजय नर्सिंगहोम. त्यामुळे त्यांची परस्परांशी भेट होणंही कमी झालं होतं. भेट झाल्यावरही केवळ व्यवहाराची बोलणी होत. आणखी काहीही नाही.

अलीकडे लक्ष्मीची आणि तिची क्वचित भेट व्हायची. जेव्हा ती भेटायची तेव्हाही लंकेच्या पार्वतीच्या अवतारातच! त्यामुळे मृदुला संजयला सांगायची, ''अहो, तुमच्या बहिणीला स्वतःचं घर बांधायला मदत करा ना! पण सगळी मदत करू नका! त्यांना बचत करायची अजिबात सवय नाही! थोडं कर्ज काढायला लावलंत, तर ते फेडायचंय म्हणून तरी थोडे पैसे बाजूला काढून ठेवतील! आता त्या दोघांचंही वय व्हायला लागलंय. अजून भाड्याच्याच घरात राहात आहेत! त्यांच्या म्हातारपणाची काही व्यवस्था नको का? कितीही पैसा असला, तरी तो खर्च करून गावोगाव फिरतात. परवा तिच्या अंगावर दागिने पाहिले. त्यातले खरे किती आणि खोटे किती, देव जाणे! त्यासाठीही हवे तर पैसे द्या! बिचारी! भारी हौस आहे हो तिला!''

यावर आजपर्यंत तरी संजय फक्त हो-हो म्हणत होता. प्रत्यक्षात त्यानं फारसं मनावर घेतलेलं दिसत नव्हतं! उलट म्हणायचा, ''आता अनिलही नोकरीला लागलाय ना! आज ना उद्या घेतील ते!'' शेवटी मृदुलानं सांगणं बंद केलं होतं.

एकदा तरीही मृदुलानं म्हटलं, ''तुमचं घराकडे आणि तुमच्या बहिणीच्या संसाराकडे अजिबात लक्ष नाहीय. आता शंकरचंही वय झालंय. अजून किती दिवस तो स्कूटरवरून ऑफिसला येणार? त्याला एखादी कार तर घेऊन द्या ना!''

यावर मात्र तो म्हणाला होता, ''बरं. तूच त्याला दोन लाखाचा चेक दे. मी सांगेन त्याला कार विकत घ्यायला!'' मृदुलानं तसा लक्ष्मीच्या हाती चेक दिला. लक्ष्मी त्या वेळी तोंडभर म्हणाली, ''किती काळजी करतेस गं, माझ्या संसाराची! एवढी काळजी, तर कधी माझ्या अम्मानंही केली नाही!'' एवढ्यानंच मृदुलाचं समाधान झालं. नवी कार आली. ती दाखवायला लक्ष्मी घरीही येऊन गेली. जाता-

जाता म्हणाली, ''आता जुनी स्कूटर अनिलला!''

एकदा शाळेपाशी मृदुला ड्रायव्हरची वाट बघत उभी होती. तेवढ्यात एका कारमधून जाणारा अनिल तिला दिसला. तिला आश्चर्य वाटलं. याच्याकडे कार आहे? घरी येताच तिनं संजयच्या कानावर ही बातमी सांगताच तो म्हणाला, ''त्याला बरंच फिरावं लागतं ना! म्हणून त्याला ऑफिसकडून कार दिली आहे. तो अलेक्सचा विचार होता. माझा त्याच्याशी काहीही संबंध नाही.''

मृदुला गप्प बसली. तिला एकटं वाटलं. हे लक्ष्मी किंवा शंकरनं आपल्याला कळवायला काहीही हरकत नव्हती ना!

औषधाच्या कंपनीला कुठलासा एक महत्त्वाचा कागद हवा होता. त्यासाठी तो शेवटचा दिवस होता. शंकर, लक्ष्मी आणि अनिलही सुट्टीवर होते. फोन आला तेव्हा मृदुलाला आश्चर्य वाटलं.

''मॅडम, डॉक्टरांची एक फाइल हवी होती. ती अनिल किंवा शंकर या दोघांपैकी कुणाकडे तरी असते. आता ते कुणीही गावात नाहीत. हे फार अर्जंट आहे. तुम्ही हॉस्पिटलमध्ये जाऊन ती फाइल पाठवायची व्यवस्था कराल का प्लीज? आज शेवटचा दिवस आहे.'' फोनवरचा माणूस अजिजीनं सांगत होता.

''पण मला हॉस्पिटलचा व्यवहार ठाऊक नसतो. मी त्यात कधीच लक्ष घालत नाही.''

''पण मॅडम, आता तुमच्याशिवाय आणखी कुणालाही ती फाइल आम्हाला देणं शक्य नाही! तुम्ही सिस्टर रोसमेरीना विचारा. त्या सांगतील फाइल्स कुठं असतात ते!''

''तुम्हीच सिस्टरना विचारा ना!''

''मॅडम, त्यांना चावी कुठं आहे, हे ठाऊक असतं. पण फाइल उचलून द्यायचा अधिकार त्यांना नसतो.''

मृदुलाचा नाइलाज झाला. ती नर्सिंगहोमला जायला निघाली.

तिला तिथे जाऊन कितीतरी दिवस झाले होते. वर्षातून एकदा खंडेनवमीच्या दिवशी तेवढं जायची तिची पद्धत होती. त्यानंतर एकदा कांतम्मांची सून अनुराधा बाळंत झाली असताना ती आली होती. अनुराधाचं अगदी साधं नैसर्गिक बाळंतपण झालं होतं. स्वत: संजयनं मोठ्या काळजीपूर्वक ते बाळंतपण केलं होतं. लग्नानंतर बऱ्याच वर्षांनी झालेला मुलगा! त्यामुळे सगळेच आनंदात होते. संजय बिल बनवत असताना मृदुला त्याला म्हणाली होती, ''यांच्याकडून बिल घेऊ नका! आपल्या शिशिरला त्यांनीच मोठ्या लाडानं ठेवून घेऊन सांभाळलंय! त्यांचं आपल्यावर फार मोठं ऋण आहे.''

संजयही लगेच म्हणाला होता, ''बरं. तू म्हणतेस तर तसंच होईल! तुझ्या

शब्दांपेक्षा हे पंचवीस हजार काही महत्त्वाचे नाहीत.''

मृदुलाही आपला नवरा आपल्या शब्दाला किती महत्त्व देतोय, हे बघून फुलून आली होती. बाळाच्या बारश्याला जाताना तिनं एक छोटीशी अंगठी घेतली. नाहीतरी बिल घेतलेलंच नाही, या विचारात ती होती. कांतम्मांनी नेहमीप्रमाणे आदरानं स्वागत केलं. ती निघाली तेव्हा त्यांनी शिशिरसाठी आवर्जून केलेली नाचणीची उकड आणि त्याचं आवडतं सार त्याच्यासाठी म्हणून बांधून दिलं. नंतर मुनियप्पा म्हणाले, ''तुझ्या यजमानांना आमच्याकडून विशेष धन्यवाद सांगायला हवेत! रात्री हिच्या पोटात दुखायला लागलं तेव्हा दोन वाजता ते स्वत: आले! एवढे मोठे डॉक्टर! पण साध्या डिलिव्हरीसाठी स्वत: आले! एवढी आमच्या कुटुंबीयांविषयी आस्था! शिवाय इतरांना पंचवीस हजार चार्ज केला जातो, तिथे त्यांनी आमच्याकडून फक्त वीस हजारच घेतले! पाच हजार सोडले!''

हे ऐकल्यावर मृदुलाला काय म्हणावं तेच सुचेना! तरीही खात्री करून घेण्यासाठी तिनं विचारलं, ''पैसे कुणी भरले?''

''अनुराधानं माझ्याकडे देऊन ठेवले होते. मीच दिले.''

घरी परतत असताना तिच्या मनात संजयविषयी तिरस्कार निर्माण झाला होता. जेव्हा बेबी सिटिंगसाठी पैसे द्यायलाही कठीण होतं, तेव्हा या जोडप्यानं शिशिरला सांभाळलं होतं. अनेकदा आपल्या घरातलं अन्न जेवू घालून सांभाळलं. अगदी आपल्या नातवाला सांभाळावं तसं. त्यांनी त्याला सांभाळलं म्हणून मी नोकरी करू शकले. माझी नोकरी होती म्हणून संजय स्वत:चं नर्सिंगहोम सुरू करायची रिस्क घेऊ शकला! माझ्याकडून कबूल करूनही त्यानं यांच्याकडून पैसे घेतले? या पैशांची आपल्याला गरज होती का?

ती घरी आली तेव्हा संजय फोनवर बोलत होता. पलीकडे त्याचा उजवा हात बनलेली रोसमेरी होती. त्या दिवशी ट्रान्सपोर्ट सेक्रेटरीच्या मुलीला डिस्चार्ज मिळणार होता. त्याचं बिल करण्यावर बोलणं चाललं होतं. संजय सांगत होता, ''सिस्टर, अजिबात बिल करू नका. नर्सिंगहोम आणि नव्या फॅक्टरीला त्यांची गरज पडेल! कॉम्प्लिमेंट म्हणून लिहा आणि एक बुके देऊन निरोप द्या!''

हे मृदुलाला असह्य झालं. फायदा असेल, तिथे हे काहीही करायला तयार असतात! मृदुलानं त्याच रागात विचारलं, ''तुम्ही अनुराधाचं बिल का घेतलंत?''

''त्यांनी घ्या म्हटलं म्हणून!'' तो शांतपणे उत्तरला.

''त्यांनी घ्या म्हटलं म्हणून तुम्ही का घेतलं?''

''का नाही घ्यायचं? अनुराधा सॉफ्टवेअर कंपनीत मॅनेजर आहे! दर महिन्याला ती लाखभर मिळवते. तिच्या नवऱ्यालाही तेवढाच पगार आहे! शिवाय हा सगळा खर्च तर त्यांची कंपनी देत असते. आणि तरीही मी पाच हजार कमी केलेत!''

"माझ्यापुढे तर तुम्ही काहीही घेणार नाही, असं कबूल केलं होतं!"

"हो! नाहीतर तुला त्रास झाला असता ना!"

"आता नाही मला त्रास झाला?"

"त्याला मी काय करणार?..." शांतपणे तो म्हणाला आणि पुन्हा पुढचे फोन करू लागला.

या घटनेनंतर मृदुलाचं नर्सिंगहोमवरचं मन पूर्णपणे विरक्त झालं होतं. त्या घटनेनंतर ती आजच तिथे चालली होती.

सिस्टर रोसमेरीचं तिथलं स्थान म्हणजे संजयपेक्षा एक पायरी खालचं होतं इतकंच! संजय नसताना तर ती सगळ्याच बाबतीतले निर्णय घेऊ शकत होती. पण तरीही संजयच्या काही खासगी बाबतीत तिला काहीही अधिकार नव्हते. कारण संजय कुणालाही एका मर्यादेपेक्षा जवळ येऊ देत नव्हता.

मृदुलानं तिला हकिकत सांगितली आणि ती फाइल कुठं आहे, याची चौकशी केली.

तिनं सांगितलं, "डॉक्टरांची सगळी खासगी कागदपत्रं त्यांच्या खोलीतल्या गोदरेजच्या कपाटात असतात. त्याची ही चावी. याहून जास्तीचं मला ठाऊक नाही."

एवढं सांगून ती निघून गेली. संजय नसल्यामुळे तिच्याकडे बरीच जबाबदारीची कामं होती. मृदुलानंही खोलीत जाऊन चावीनं गोदरेजचं कपाट उघडलं. हवी असलेली फाइल शोधताना तिला एक पासबुक दिसलं. सगळी पासबुकं घरात असताना हे कुठलं? तिला कुतूहल वाटलं. तिनं ते उघडून पाहिलं. ते शामराव विठ्ठल बँकेचं पासबुक होतं. मल्लेश्वरमधल्या शाखेतलं बँक अकाउन्ट होतं. संजय आणि लक्ष्मीच्या नावावर ते खातं होतं!

मृदुला आश्चर्यानं पाहू लागली.

त्या खात्यावर सुमारे पन्नास लाख बॅलन्स होता. हे कुठले पैसे? आणि संजयनं मला न सांगता इथे का ठेवले असतील? तेही लक्ष्मीच्या बरोबरीनं? हा तिच्या दृष्टीनं मोठाच आघात होता. हा फक्त मोठ्या रकमेचा प्रश्न नव्हता. आपण घराची मालकीण आहोत, सगळे आर्थिक व्यवहार आपल्या माहितीनं होतात, या तिच्या विश्वासाला तडा गेला होता! सुमारे पाच वर्षांपूर्वी हे खातं काढलं होतं! म्हणजे संजय गेली पाच वर्षं आपल्याला फसवत होता! अलेक्सनं अनिताची एका मार्गानं फसवणूक केली होती, आणि संजयही अशा प्रकारे फसवत राहिला होता.

क्षणभर तिला गरगरल्यासारखं झालं. मागे हाच संजय म्हणाला होता, एकाच चेकबुकनं व्यवहार केले की व्यवस्थित हिशेब राहातो. मग माझ्या नकळत एवढा मोठा व्यवहार चाललाय! आणखी काय-काय माझ्या नकळत चाललंय कोण जाणे!

शेवटी बीजाचा गुण रोपट्यालाही येणारच ना! एवढं वय झालं तरी रत्नम्मांना पैशांचा

मोह सुटलेला नाही! मग त्यांच्या या दोन्ही मुलांचा कुठून सुटणार? पैशांच्या बाबतीत लपवेपणा हाही आईचाच गुण! तो मुलात आल्याशिवाय कसा राहील?

आता मृदुला आणखी काय मिळतंय याचा शोध घेऊ लागली. तिथे रत्नम्मांचं संजयनं ठेवलेले पैसे पोहोचल्याचं पत्र होतं. याही बाबतीत माझ्यापुढे खोटं बोलून त्यानं पैसे पाठवले होते. त्याचबरोबर अनिताला कार घेऊन दिल्याच्या खर्चाचा तपशीलही नोंदवला होता. याशिवाय दहा-एक लाखांची इंदिरा विकासपत्र होती. त्यातही महत्त्वाचं म्हणजे मल्लेश्वरममधल्या घराचं खरेदीपत्रही होतं! तेही सुमारे चार वर्षांपूर्वीचं! घर लक्ष्मीच्या नावावर होतं. या संदर्भात दोघांपैकी कुणीही तिला काहीही सांगितलं नव्हतं.

का? खरं तर तिनंच 'लक्ष्मीसाठी घर घेऊन द्या,' म्हणून सांगितलं होतं. मग का हा अविश्वास? याशिवाय चिकपेठेतल्या प्रतिभा ज्वेलर्सकडेही दर श्रावणात एक लाख रुपयांचा चेक गेल्याचीही नोंद दिसत होती. दर नागपंचमीला घरची लेक म्हणून दिलेली दहा-दहा हजारची रेशमी साडी घेतानाही कधी लक्ष्मी हे बोलली नाही! याला काय म्हणायचं? आपला अतिमूर्खपणा की त्या दोघांचा अतिचाणाक्षपणा? दोघांनीही ठरवून आपली फसवणूक केली, एवढं मात्र खरं!

तिला लक्ष्मीचा संताप आला. तिला याचा जाब विचारलाच पाहिजे! पण विचारून काय उपयोग? आपलाच दाम खोटा असताना तिला बोल लावण्यात काय अर्थ आहे? तिनं गेल्या काही वर्षांत घरी येणं का कमी केलं असावं, याचाही तिला बोध झाला. शिवाय येताना ही लंकेची पार्वती होऊन का येते, हेही समजलं. आपण आपल्या मूर्खपणानं लक्ष्मी आणि शंकरच्या थट्टेचा विषय झाल्याचं जाणवून तिला स्वत:चाच राग आला. पाठोपाठ रडू फुटलं.

आवेग ओसरताच तिनं रडू आवरलं. कपाट बंद केलं आणि खोलीचा दरवाजा बंद करून चावी देऊन ती तिथून बाहेर पडली. आयुष्यात प्रथमच तिचा आत्मविश्वास ढळला होता.

■

संजय परतला; तरी शिशिर अजूनही कोडाईकॅनॉलहून परतला नव्हता. आल्यापासून एक गोष्ट त्याच्या लक्षात आली. मृदुला त्याच्याशी अवाक्षरही बोलली नव्हती. ड्रायव्हरनं त्याला आधीच सांगितलं होतं, ती शाळेलाही गेली नव्हती. बोलणं बंद करणं, हे मृदुलाच्या स्वभावात अजिबात बसण्यासारखं नव्हतं. कधी रागावून बोलणं बंद केलं, तरी तासाभरात स्वत:च्या नकळत ती बोलायला लागते, असा त्याचा आजवरचा अनुभव होता. तसं काही बोलणं सोडण्यासारखं घडल्याचंही त्याला तरी आठवत नव्हतं. कितीही मनस्ताप झाला तरी आपल्या कर्तव्यात कुचराई करणं,

तिच्या स्वभावातच नव्हतं. घरात नोकरमाणसं असली तरी त्याला जेवायला वाढणं, त्याच्या बुटांना पॉलिश करून ठेवणं, यासारखी कामं ती कधीही टाळत नव्हती. रात्री पेपर तपासायच्या कामामुळे झोपायला कितीही उशिरा झाला, तरी सकाळी लवकर उठून त्याला कॉफी करून द्यायचं काम ती कधीच इतरांवर सोपवत नव्हती. त्यालाही आता तिची सगळ्याच बाबतीत सवय झाली होती.

काल मात्र संजय गावाहून आला, तरी ती उठून आली नव्हती. नंतरही बाहेर येऊन तिनं त्याची विचारपूस केली नव्हती. त्याच्या प्रश्नालाही तिनं काही उत्तर दिलं नव्हतं. वाढलंही नाही. त्यानंच टेबलावरचं अन्न वाढून घेऊन जेवण केलं. त्याला विचित्र वाटलं. त्यानं जवळ जाऊन पाहिलं, तिचे गाल अश्रूंनी ओले झाले होते. नेहमी नजरेत दिसणारा आत्मविश्वास नाहीसा झाला होता. त्याला काहीच कळलं नाही. त्यानं तिला हाक मारली, ''मृदुल!''

काहीही न बोलता ती तिच्या खोलीत निघून गेली.

दुसरे दिवशी तो उठला तेव्हा टेबलावर कॉफी नव्हती. त्यानं स्वयंपाकघरात जाऊन पाहिलं. त्याला कॉफी कशी करायची, ते समजलं नाही. स्वयंपाकाच्या साकम्मा नेहमीप्रमाणे सात वाजता आल्यावर त्याला कॉफी मिळाली. त्यांनी विचारलं, ''खाणं काय करायचं?''

''बाईंना विचारा!''

''गेले चार दिवस त्या काहीही सांगत नाहीत. जेवत नाहीत, खात नाहीत. खोलीबाहेरच येत नाहीत. पानावर बसून दोन घास जेवल्या तरी खूप झालं! आता तुम्ही आलात ना! माझीही जबाबदारी संपल्यासारखं वाटतंय मला!''

हे सगळंच संजयला विचित्र वाटलं. लग्नाला पंचवीस वर्षं झाली, त्यात एकदाही असं घडलं नव्हतं. त्यानं मनाशी ठरवलं, घाई करता कामा नये. त्यानं तिच्या खोलीचा दरवाजा वाजवला. तिनं दार उघडलं नाही. साकम्माच्या पुढ्यात कशाला गोंधळ, असा विचार करून तो गप्प राहिला. मुकाट्यानं तो हॉस्पिटलला निघून गेला.

रोसमेरी समोरच भेटली. तिनं विचारलं, ''काय सर? मॅडम गावात नाहीत का? आम्ही कितीतरी वेळा फोन केले, तरी त्यांनी उचलले नाहीत. आन्सरिंग मशिनच उत्तर देतंय. तुमच्या नव्या कंपनीमधून कुठल्याशा फाइल्ससाठी फोन कर-करून ते लोक जीव काढत आहेत! तुमच्या खासगी कागदपत्रांपैकी कुठलीशी फाइल हवी आहे त्यांना! आम्हाला ठाऊक नाही ना! चार दिवसांपूर्वी मॅडम आल्या होत्या त्याचसाठी. मीच त्यांना तुमच्या खोलीची चावी दिली होती. पण त्यांना फाइल मिळाली की नाही, ते ठाऊक नाही.

आता कुठं संजयला मृदुलाच्या वागण्याचा सगळा उलगडा झाला. तो काहीही

न बोलता आपल्या खोलीत गेला. कपाटाची चावी काढून पाहाताच सगळे कागद जागचे हाललेले दिसले. मृदुलाला लक्ष्मीच्या घराची सगळी बातमी समजलीय! म्हणून हा शोक!

पण मी केलंय त्यात काय चुकलंय? ज्या बहिणीच्या घरी दोन वर्षं राहून शिक्षण घेतलं, तिला केली थोडी मदत तर काय बिघडलं? माझ्यासाठी ती किती काय करायची! तसं वागूनच त्यांचं दिवाळं वाजलंय ना! एवढं करणाऱ्या बहिणीसाठी बंगळूरमध्ये एक निवारा करून दिला यात काय चुकलं माझं? अर्थात हे सगळं आपल्याला का नाही सांगितलं, म्हणून मृदुलाला राग आला असेल! पण सगळं सगळ्यांपुढे कशाला सांगायचं? व्यवहार करता-करता अनुभवाला आलेला हा एक धडा आहे! सगळी मदत करण्यापेक्षा तिच्यावर थोडं कर्ज ठेवावं, असं मृदुलाचं म्हणणं. आपण एवढं कमवत असताना काय गरज आहे त्याची? पण मृदुला कधीच असा विचार करत नाही! लक्ष्मीची गाठ शंकरसारख्याशी आहे! त्यात मुलगा अनिल बापासारखा आहे! त्यांच्या नकळत बहिणीसाठी एक घर आणि काही पैसा ठेवलाय तिच्या भविष्यकाळासाठी! शंकरला आणि मृदुलेला हे सांगायचं नाही, हे तर आधीच ठरलं होतं. त्यात मृदुलाचं म्हणणं, लक्ष्मीनंही काम करावं आणि पैसे साठवावेत! पण जगात सगळे कसे सारखे असतील?

त्याहीपेक्षा महत्त्वाचं म्हणजे लक्ष्मीला दिलं होतं, ते सगळं काळ्या पैशातून! येणारा काळा पैसा अनेकदा सांभाळणंही कठीणच असतं म्हणा! तो सांभाळायला लक्ष्मीच्या या घराचा उपयोग होतो, हे मृदुलाला कुठं ठाऊक आहे? एवढा पैसा लक्ष्मी सांभाळत असताना तिला त्याची किंमत म्हणून वर्षाकाठी लाख रुपये दिले तर हिला का राग यावा? व्यवहारात काळा पैसा तर पदोपदी लागतो! पण हे सगळं मृदुलाला कसं ठाऊक असणार म्हणा! आणि सांगणार तरी कसं? उलट लक्ष्मीला किती आनंद होतो, तो चेक घेताना! अम्मालाही हे सगळं ठाऊक आहे!

या कारणासाठी जर तिला राग आला असेल, तर माझा नाइलाज आहे. आजच्या काळात जर ही अशीच हळवी राहाणार असेल, तर हिला पदोपदी हाच अनुभव येईल. मुलांपुढे आदर्शाची शिकवण देता-देता हिला बाहेरच्या जगाचं भानच आलेलं नाही!

आणि हिला कोण पैसा वापरू नको म्हणतंय! पण हिला आहे काटकसरीची सवय! त्याला मी काय करणार? ती आपल्या शाळेतल्या वाणी नावाच्या मुलीच्या शिक्षणाचा सगळा खर्च करते आहे. त्याला मी कुठं नको म्हणतो आहे? ती आता एमबीबीएस झालीय ना!

काही का असेना. मी एवढं कमावतोय. माझ्या मनासारखं खर्च करायला मला अधिकार नाही का?....

संजय घरी आला. विषय समजल्यामुळे आता तो मृदुलानं काहीही विचारलं तरी उत्तर द्यायच्या तयारीत होता.

पण तिनं काहीही विचारलं नाही. ती आपल्या खोलीबाहेर येऊन जेवण करून बसली होती. संजयला तिचा राग आला. बोलणं सोडल्यासारखं मी काय वाईट वागलोय? त्यानंही तिच्याशी बोलायचा प्रयत्न केला नाही.

■

त्या दिवशी मृदुला घरी कशी येऊन पोहोचली कोण जाणे! दुसरे दिवशी ड्रायव्हर कार उभी करून पुढच्या ड्युटीसाठी वाट बघत उभाच होता. कुठल्याही परिस्थितीत मन डळमळीत होऊ न देणं, हे मृदुलाचं वैशिष्ट्य होतं. त्याला तिनं 'काम असेल तर बोलावून घेते,' असं सांगून माघारी पाठवून दिलं. खोलीत स्वत:ला बंद करून तिनं दार लावून घेतलं. तिचा अजूनही विश्वास बसत नव्हता. आपल्याला कळू न देता संजयनं काय-काय केलंय हे!

संजयशी काही बोलून खुलासा करून घ्यावा, असंही तिला वाटेना. आपल्या मनातली तळमळ कुणापुढे बोलून दाखववावी, हेही तिला कळेनासं झालं होतं.

आई नाही, वडिलांना तिचा प्रश्नही कळणार नाही! वत्सलाशी तर तिचा साधारण स्नेहही नव्हता. तिला कसं हृदय उघडं करून सांगणार? सासूबाई? त्यांचं जगच वेगळं. ती कधी त्यांच्या जगात डोकावली नव्हती. त्याचा काही उपयोगही नव्हता.

आपलं दु:ख नेमकेपणानं समजून घेऊ शकणारी एकच व्यक्ती होती; ती म्हणजे अनिता. पण आता तिचा मार्गच वेगळा झाला आहे! तिनं स्वत:ला देवाला समर्पित केलं आहे! तिला काही सांगायला गेलो तर ती म्हणते, 'प्रत्येकाचं प्राक्तन असतं. त्यात जे लिहिलं असेल तसंच होत असतं! आपण उगाच दु:ख करत राहातो. तूही देवाला शरण जा! देवच तुझं रक्षण करेल!'

पण मृदुलाला मात्र जीवनातलं चैतन्यच निघून गेल्यासारखं झालं होतं! काहीही करायचा तिचा उत्साहच वठून गेला होता. मनात पराकोटीची निराशा भरून गेली होती. काय चाललंय हे आपलं? पाळी जायचे दिवस जवळ आल्यामुळे हार्मोन्समध्ये असंतुलन झाल्यामुळे हा त्रास होत असेल काय? की हा आणखी काही रोग असेल? काही वेळा तिला भीतीही वाटायची. काही वेळा अकारण रडू उसळून यायचं. जीवनाचा कंटाळा आल्यासारखं वाटायचं. काही वेळा ही निराशा इतक्या टोकाला जायची की, जीव द्यायची इच्छा प्रबळ व्हायची.

तिला वाटायचं, आपल्याला एखाद्या डॉक्टरला दाखवलं पाहिजे. पण घरात नवरा एवढा मोठा डॉक्टर असताना दुसऱ्या डॉक्टरकडे कसं जायचं? गेलं तर लोक काय म्हणतील? इतक्या दिवसांत संजयनं 'तुला काय झालंय?' म्हणून विचारलेलं

नाही. त्याच्या दिनचर्येत काहीही बदल झालेला नाही. साकम्मा स्वयंपाक करायच्या, चिक्की कपडे धुऊन इस्त्री करून ठेवायची. शंकर पैशांचा हिशेब बघायचा. बायकोला काय होतंय, तिची मानसिक अवस्था काय आहे, याविषयी त्याला कसलीही फिकीर नव्हती. तिच्या मनाची खिन्नता आणि निराशा याकडे तो अजिबात लक्ष देत नव्हता.

हा केवळ पैशांचा प्रश्न आहे, असं तिला वाटत नव्हतं. आपण या घरची मालकीण आहोत आणि संजय आपल्या नकळत काहीही करणार नाही, यावर तिचा जो अपार विश्वास होता, यामुळे त्याला तडा गेला होता. तिनं कधीही नर्सिंगहोमच्या व्यवहारात लक्ष घातलं नव्हतं. पण घर तर तिचं होतं ना! व्यवसायात काही बदल करायचे असतील किंवा व्यवसाय वाढवायचा असेल, तर संजय तिला विचारायचा नाही. सुरुवातीला विचारलं तर तीच म्हणायची, ''मला काय समजतंय त्यातलं?'' पण घरातला सगळा व्यवहार तिच्याच हातात असायचा. म्हणजे, तशी तिची समजूत होती.

सुरुवातीला दोघांचंही एकच अकाउन्ट होतं आणि त्यात दोघांचेही पगार भरले जायचे. त्यातूनच सगळे खर्च केले जायचे. बचतीच्या बाबतीत तिनं सासूबाईंचा आदर्श ठेवला होता. हॉस्पिटल सुरू झालं, तेव्हा सुरुवातीला तीच सगळा हिशेब ठेवायची. रोसमेरी आल्यानंतर घराचे आणि हॉस्पिटलचे असे दोन हिशेब सुरू झाले. अलीकडे त्यातला काही भाग शंकर बघू लागला. तेव्हा मृदुलानं विचारलं नाही, तरी संजय स्थूलमानानं सगळा हिशेब तिला सांगायचा. तपशिलांत तिलाही रस नव्हता आणि तोही सांगत बसायचा नाही. पसारा वाढत चालला, तसं तर ते शक्यही नव्हतं म्हणा! तरीही विजयनगरचं घर विकून जे.पी. नगरला घर करायचा निर्णय तिचाच होता. तिनंच आग्रहानं हॉस्पिटलच्या बाजूला असलेल्या बँकेच्या शाखेत संजयचं आणखी एक खातं काढायला लावलं होतं. त्या खात्याचं क्रेडिट कार्ड काढायचा विचारही तिचाच होता. त्या खात्याच्या तपशिलातही ती फारशी शिरायची नाही. अलीकडे तर संजयनं एक चार्टर्ड अकाउन्टंट नेमला होता आणि तिचा तिकडच्या व्यवहाराशी अगदीच संबंध तुटल्यासारखा झाला होता. तिला त्याविषयी काहीही वाटायचं नाही. ते सांगतील तिथे सही करून देणं, एवढंच तिचं त्या संदर्भातलं काम राहिलं होतं.

शिशिर मोठा झाल्यावर त्याला पॉकेटमनी द्यायच्या ती कितीही विरोधात असली, तरी संजयनं ते ऐकलं नव्हतं. आता तर त्याला क्रेडिट कार्डही दिलं होतं. शिशिरलाही इतर काही वाईट सवयी नव्हत्या म्हणा! कपडे आणि खाण्यावरच त्याचा खर्च व्हायचा. पण हे सगळंही तिच्या माहितीत घडलं होतं. पण लक्ष्मीच्या संदर्भात जे काही घडलं होतं, ते मात्र तिच्या नकळत घडलं होतं. आपल्या आर्थिक राज्यात अशी काही उलाढाल चालली असेल, याची तिला अजिबात कल्पना नव्हती.

संजय असा का वागला? काय असेल त्याच्या मनात?

लक्ष्मी आपल्यावर मनापासून प्रेम करत नाही, नाटक करते, हे तिला ठाऊक होतं. तरीही ती कडवट बोलत नाही, नणंद म्हणून या घरावर आपलं अधिराज्य चालवत नाही, याचीही तिला कल्पना होती. उगाच वरचेवर माहेरी येत नाही. असं असलं तरी केवळ भौतिक गप्पांमध्ये रमणारी लक्ष्मी तिची जवळची मैत्रीण होऊ शकली नव्हती.

सुरुवातीला मैत्री असलेल्या सरलेबरोबरही आता मृदुलाचं काही नातं राहिलं नव्हतं. तरीही त्याही नात्यात कुठलंही कपट नव्हतं. अशा वेळी तिला अनिताची कमतरता फार भासायची.

संजयला माझ्या स्वभावाची ओळख नाही का? मीच कितीतरी वेळा लक्ष्मीसाठी काही ना काही करायला सांगत आले आहे. अम्मांचा कितीही पैसा असला, तरी तो आपल्याला नको, तो सगळा आपण लक्ष्मीलाच देऊन टाकू, असंही अनेकदा मी बोलून दाखवलंय. तरीही संजयचा माझ्यावर का विश्वास असू नये?

याचाच दुसरा अर्थ असा की, लग्नाला इतकी वर्षं झाली तरी मीही संजयला पूर्णपणे ओळखू शकलेली नाही. त्याच्या मनाच्या भोवताली अभेद्य कोट आहे. तो केवळ दणकट नाही, गुळगुळीत आहे. त्यावर चढून जायचा प्रयत्न केला, तरी घसरून पडणं एवढंच आपल्या नशिबी येतं!

आज तिला प्रथमच सगळे असूनही आपण अगदी एकटे असल्याची भावना येत होती. लक्ष्मी, संजय आणि शिशिर हे सगळेच आपला उपहास करत आहेत असं वाटलं.

मृदुलाला पुन्हापुन्हा रडायला येऊ लागलं. सगळं काही गमावल्याचा अनुभव गडद होऊ लागला. हा अनुभव तिला याआधी कधीही आला नव्हता. अनाथपणाची भावना, पायाखालची जमीन सरकल्याचा अनुभव. हात लावलं की, प्रत्येक दोराचा साप होत असल्याचा भास.

तिलाही काळ्या पैशांची जाणीव होती. तेवढी तीही भाबडी नव्हती. हा पैसा जनरेट करायला काही क्लृप्त्या केल्या जातात आणि कोण-कोण सहभागी असतं याची तिला कल्पना होती. त्यात शंकर, लक्ष्मी आणि रोसमेरी यांचा सहभाग असलाच पाहिजे. त्यातही रोसमेरी!

रोसमेरी नसेल, तर कुठलंही काम चालणार नाही. टॅक्सीच्या बिलातही तिची सही असलीच पाहिजे. ती का हे योग्य नाही असं सांगत नाही? पण, ती कशाला बॉसच्या – संजयच्या, विरोधात जाईल म्हणा! सुरुवातीला मृदुलानंही तिला अनेक प्रकारे मदत केली असली, तरी आज तिला त्याची काहीही फिकीर नाही. तिची तरी काय चूक म्हणा! जिथं आपली एवढी मदत घेतलेल्या संजयला काही वाटत नाही, तिथे तिला नाही वाटलं, तर नवल ते काय?

नेहमीप्रमाणे सरलाच्या घरी तिरुपतीची ट्रिप ठरवण्यात आली होती. या खेपेला मृदुलाला जायची अजिबात इच्छा नव्हती. मनात आनंद नसताना कुठं गेलं तरी काय!

गावाहून सरलाचे आई-वडीलही आले होते. मृदुला आली नाही म्हटल्यावर त्यांनी सतीशला दुपारच्या वेळेला जाऊन मृदुलाला घेऊन यायला सांगितलं. तिथे उतरलेले कृष्णा-वत्सला कुठंतरी शॉपिंगला गेले होते. वत्सला तर म्हणायचीच, ''माझं आणि मृदुलाचं नाही बाई पटत! भारी श्रीमंत माणसं ती!'' यावर कृष्णाही काही बोलायचा नाही.

त्यामुळे मृदुलाला बोलवायला सतीशच निघाला. सरला आपल्या कामात बिझी असल्यामुळे शैलजा सरलाच्या घरात स्वयंपाकाच्या कामात गुंतली होती. सरला आणि प्रसन्ननं चांगल्या प्रकारे पैसा गुंतवला होता आणि राहात्या बंगल्याशिवाय त्यांचा जयनगरमध्ये एक फ्लॅट होता. डॉली उर्फ धारिणी ही त्यांची एकुलती एक मुलगी. ती अमेरिकत जन्मली होती. तिला तिथलं नागरिकत्व मिळालं होतं. त्याचा या दांपत्त्याला अभिमानही होता.

सरला कामानिमित्त अनेकदा अमेरिकेला जायची. अनेकदा तिच्यासोबत प्रसन्न आणि डॉलीही जायचे. तिच्या सासरी सरलाला प्रचंड मान होता! तिच्याकडं जाणं-येणं होतं, ते फक्त तिच्या माहेरच्या माणसांचंच. घरात तीन गाड्या आणि दोन ड्रायव्हर होते. एकूणच, आता सरलाला पाहिलं, तर तिच्या हुबळीतल्या साध्या-सरळ सरलाशी काहीही संबंध नाही, असंच वाटतं! तिचा एकंदर थाटमाट, नखरा, नटणं-मुरडणं डोळ्यांत भरण्यासारखं होतं. ती देवळात गेली की, शंभर रुपयांपेक्षा कमी पैसे देवापुढे ठेवत नाही, अशी तिची ख्याती होती. त्यामुळे ती जात असलेल्या सगळ्या देवळांमधल्या पुजाऱ्यांनी तिचं कुलगोत्र तोंडपाठ करून ठेवलं होतं! ते तिला दोन-दोनदा तीर्थ द्यायचे! तिचं मूळचं घराणं अगदी कर्मठ असल्यामुळे तिच्या जीवनात धार्मिक विधींना भावनिक स्थान होतं. तिच्या घरातलं देवघर भव्य होतं. त्यांची पूजा करायला दरमहा दोन हजार देऊन पुजारी लावले होते. देवघर तर चांदीच्या पूजेच्या उपकरणांनी चमचमत असायचं! याच भक्तीचा एक भाग म्हणून दर वर्षी ती आपल्या नातेवाइकांबरोबर तिरुपतीच्या यात्रेची योजना करत असे. सुरुवातीला बेळगाव जवळच्या काकतीहून तिच्या सासूबाईही यायच्या. अलीकडे मात्र त्या यायच्या नाहीत. प्रसन्नची बहीण आली, तरी बाहेर-बाहेर राहून निघून जायची. त्याचंही सरलाला काही वाटायचं नाही.

एके काळी घाबरट, संकोची आणि बुजरी असलेली सरला आता भलतीच आत्मविश्वासपूर्ण झाली होती. तिच्या क्षेत्रात तिनं बरंच नाव कमावलं होतं. त्यामुळे संजयला सरलाविषयी अपार आदर होता.

सतीश आला तेव्हा मृदुला हॉलमध्ये बसली होती. संजय निघून गेला होता.

तिचे डोळे भरपूर रडल्यामुळे लाल झाले होते. सतीश आल्याचं बघताच ती गडबडीनं उठली. त्याला बसायला सांगून ती बाथरूममध्ये जाऊन तोंड धुऊन आली.

अलीकडे सतीशला मृदुलाचं काहीतरी बिनसल्याचं लक्षात आलं होतं. पण तसं विचारायचा त्याला संकोच वाटत होता. आताही काहीतरी घडून गेल्याचं त्याच्या लक्षात आलंच. तरी ते दाखवून न देता त्यानं तिला निरोप सांगितला, ''जेवायला वाट बघत आहेत सगळे. लवकर चल.''

''एवढ्यात?'' तिची खरं तर जायची इच्छा नव्हती. पण तसं स्पष्ट सांगायचा तिला संकोच वाटत होता. तिनं चौकशी केली, ''उद्याची तयारी कशी काय चाललीय?''

''छान चाललीय. प्रसन्ननं सगळ्या गोष्टीचं कॉन्ट्रॅक्ट दिलंय. त्यात देव-दर्शनही आलं!''

''किती वाजेपर्यंत तिरुपतीला पोहोचतील?''

''मी आणि शैलजा खाली गोंविदराज पट्टणला उतरून पायी चढून दर्शनाला जाणार आहोत.''

''का?''

सतीश काहीशा संकोचानं म्हणाला, ''गेल्या वर्षी शैला आजारी होती ना, तेव्हा मी तिला बरं नसताना नवस बोललो होतो, पायी तिरुपतीचा डोंगर चढेन म्हणून!''

''पण शैला का चढतेय?''

''मी एकटा होतोय ना! म्हणून!''

हे ऐकून मृदुलाला बरं वाटलं. तिला त्याच्याशी आणखी बोलावंसं वाटलं. लग्न होऊन इतकी वर्षं झाली तरी नात्यात एकमेकांविषयी इतकी आस्था?

तिनं विचारलं, ''म्हणजे घरचंही सगळं दोघं मिळून बघत असाल!''

''जमेल तितकं. शैला नको म्हणत असते, तरी मी तिला घरकामात मदत करतोच. मुलींचा अभ्यास करून घेणं, हे तर माझंच काम असतं. तीही माझ्यासारखीच कामाला जाते ना!''

''घरखर्चाचं कसं करता?''

''दोघं मिळून महिन्याआधीच त्या महिन्याच्या खर्चाचा आढावा घेतो. खर्च काय करायचा आणि सेव्हिंग काय करायचं, या सगळ्याचा आढावा घेतो. मुलींना पॉकेटमनी मात्र अजिबात नाही. त्यांना जे हवं असेल ते द्यायचं, अशी आमची पद्धत आहे. सगळ्यांची ठरलेली कामं आहेत, ती त्यांनी करायची... पण हे सगळं तू का आज विचारतेस?''

मृदुला गप्प बसली.

तोच पुढे म्हणाला, ''आम्ही दररोज तासभर न चुकता फिरायला जातो. आमच्या कॉलेजमधल्या सगळ्या बातम्या शैलाला ठाऊक असतात. मलाही तिच्या

ऑफिसमधलं सगळं ठाऊक असतं. किती का लहान बातमी असेना, आम्ही एकमेकांना सांगतोच.''

''सगळं? ते का?''

''तूच सांग, आपल्या या वयाला आपल्याला कुणी मित्र-मैत्रिणी राहिलेले असतात का? प्रत्येकाला आपापला प्रपंच असतो. आईवडील असले, तरी वयस्कर असतात. त्यांना का आपल्या विवंचना? आपली मुलं आज आपल्याबरोबर असली तरी पंख फुटल्यावर ती आपापली घरटी बांधून निघून जाणार हे नक्की! आपण लहान असताना तळ्याच्या काठावर यक्षप्रश्न वाचले होते, आठवतं का?''

''नाही...'' ठाऊक असलं तरी मृदुला म्हणाली.

''त्यात एक प्रश्न आहे, दररोज घरात असणाऱ्यांना स्नेही कोण? त्याचं उत्तर आहे, नवऱ्याला बायको आणि बायकोला नवरा. मला तर ते अगदी पटतंय. आपण आपली जोड धरायला पाहिजे. बाहेरचं कोण आपली जोड होईल?''

''पण पटत नसेल तर?''

''तरीही आपसात बोलून का होईना जुळवून घेण्यातच फायदा आहे बघ! आणि काहीही मनात ठेवून राहाता कामा नये. मोकळेपणानं बोललं पाहिजे. मनात कुढत बसता कामा नये. काही बोललंच नाही, तर विश्वास कसा वाढेल?''

सतीश अतिशय सरळपणे आपल्या सहजीवनाविषयी सांगत होता.

मृदुला पूर्वीसारखी नाही. दररोज हौसेनं दारापुढे रांगोळी काढणाऱ्या मृदुलाच्या दारापुढची रांगोळी मोलकरीण काढत होती. असं का, हे सतीशला समजत नव्हतं. पण म्हणून काही विचारणंही शक्य नव्हतं.

मृदुला तिरुपतीला गेली नाही. तिच्या मनात सतीशचे विचार येत होते. लग्न झाल्यानंतर कदाचित पहिल्यांदाच तिच्या मनात संजयव्यतिरिक्त आणखी कुणाचे तरी विचार येत होते.

जर आपलं लग्न सतीशबरोबर झालं असतं, तर एवढे पैसे मिळाले नसते, पण जीवन मात्र निश्चितच यापेक्षा शांततापूर्ण असलं असतं. त्या वयात आपल्या जीवनात संजयनं प्रथम पाऊल टाकलं होतं. त्याऐवजी जर सतीश तशा प्रकारे जीवनात आला असता तर... तिच्या मनात संजयऐवजी त्याचं स्थानही इतकंच दृढ राहिलं असतं.

तिला एक गोष्ट आधीही ठाऊक होती. पैसा आणि सुखाचा काहीही संबंध नसतो. सतीश आपल्या सहचरीला समजून घेऊ शकतो. संजयमध्ये हा गुण नाही. दुसरं म्हणजे सतीशमध्ये तृप्ती हा एक गुणही आहे. त्यामुळे त्यानं उगाच आशेपोटी सतराशे साठ नोकऱ्या बदलेल्या नाहीत. पण संजयचं तसं नाही. त्याला आणखी-आणखी हवं असतं. एकाची दोन नर्सिंगहोम्स, एकाचे दोन कारखाने... अजूनही

त्याच्या मनाची तृप्ती झालेली दिसत नाही. असा अतृप्त माणूस भोवताली सतत असमाधानच पसरवत राहाणार ना!

मृदुलानं सुस्कारा सोडला.

■

रोसमेरीची ड्युटी संपली असली, तरी अजून ती घरी गेली नव्हती. घरी तरी लवकर जाऊन काय करणार म्हणा! तिचा नवरा जॉन घरात कुठं असतो? रेस-पब म्हणत तो सतत घराबाहेरच असायचा ना! त्याचसाठी तिनं आपल्या मुलीला – शशिकलाला, ऊटीच्या बोर्डिंग स्कूलमध्ये ठेवलं होतं. घर कसं असावं, याविषयी तिनंही कितीतरी स्वप्नं पाहिली होती. त्यासाठी तिनं काही कमी कष्ट घेतले नव्हते! पण काहीही उपयोग झाला नव्हता.

या हॉस्पिटलमधली ती सगळ्यात जुनी स्टाफ होती. काहीशा अबोल स्वभावाच्या तिनं आपल्या जीवनात भरपूर गरिबी पाहिली होती. घराला आर्थिक मदत करण्यासाठी म्हणून नर्सिंग करायला लागून कितीतरी वर्षं झाली होती. सगळ्या कामात अतिदक्ष असून जीवनात काहीही साधता आलं नाही तिला! हॉस्पिटलचा ड्रेस दुमडून ठेवून स्वत:च्या जीवनाचा विचार करत, ती पायऱ्या उतरून खाली आली. तिला पाहाताच काउन्टरवरची कुजबुज थांबली. त्यांच्यावर नजर ठेवायला म्हणून ती तिथेच बसली.

अशी नजर ठेवायची म्हणजे कसलं काम म्हणायचं? जॉर्जवर तर कंट्रोलच नाही म्हणा! काही म्हणा! कंट्रोल ठेवायला जन्मल्यासारखे डॉ. संजय आहेत. त्यांच्या नजरेतून काहीही सुटणं शक्य नाही. त्यांच्या नजरेतून अगदी बारीकसारीक चूकही सुटत नाही! त्यांचा स्वभाव आहे तसा! शंभर उत्तम आंब्याच्या टोपलीतला तळातला एखादा सडका आंबाही त्यांच्या नाकाला समजल्याशिवाय राहात नाही.

इथं इतकी वर्षं काम करत असले, तरी त्यांच्या वैयक्तिक आयुष्यात डोकवायचा उद्धटपणा करायला मी कधीही धजावले नाही! कामाचा काही प्रॉब्लेम नसतो. वेळच्या वेळी पगार वाढवतात, तोही भरपूर. कुठल्याही सरकारी नोकरीत मिळणार नाही एवढा पगार. त्याबाबतीत मी नशिबवानच म्हणायला पाहिजे!

तेवढ्यात एक फोन आला. तिनं तो उचलला नाही. कुणीतरी अपॉइन्टमेंटसाठी चौकशी करत होतं. रिसेप्शनिस्ट त्या फोनवर 'आणखी पंधरा दिवस मिळणार नाही' असं सांगत होती. संजय अत्यंत बिझी असतात. त्यांच्याबरोबर काम करणं, ही काही साधी गोष्ट नाही. प्रत्येक कामात अतिशय दर्जाच्या गुणवत्तेची त्यांची मागणी असते. हातून चुकून जरी चूक झाली, तरी ते आयुष्यभर विसरत नाहीत. दहा वर्षांनंतर त्या संदर्भात संधी मिळेल, तेव्हा टोचून बोलायची संधी सोडत नाहीत. दुसरं म्हणजे कुणावरही ते विश्वास ठेवत नाहीत. त्यांचा विश्वास संपादन करणं, ही फार मोठी

गोष्ट आहे! पण एकदा त्यांचं समाधान झालं की, मग काळजी नाही!

अशा बॉसबरोबर काम करणं चांगलं असलं, तरी अशा माणसाबरोबर सारं आयुष्य काढणं ही काही साधी गोष्ट नसते, हे तिलाही समजत होतं. तीही एक स्त्रीच ना! तिला सारखं वाटायचं, मृदुला मॅडम अशा माणसाशी कसा संसार करत असतील कोण जाणे! त्यांचा स्वभाव यांच्या अगदी विरुद्ध आहे. परोपकारी आणि चैतन्यमय व्यक्तिमत्त्व त्यांचं! त्यांना कुणामध्ये काहीच चुकीचं दिसत नाही. शिक्षिका आहेत ना! विद्यार्थ्यांना क्षमा करून-करून त्यांना तीच सवय झाली असावी. त्या तर सगळ्यांवर विश्वास ठेवतात. सहजपणे घरी बोलावतात. आपल्यालाही किती प्रकारे मदत केली आहे त्यांनी!

शशिकला शिक्षणात साधारण होती. ती नापास झाली, तेव्हा त्यांनी आपण होऊन तिला घरी बोलावून ट्युशन दिली ना! त्यानंतर शशिकला एसएसएलसी पास झाली. त्यानंतरही त्यांनीच सल्ला दिला होता, ''तुमच्या घरची परिस्थिती बरोबर नाही; तिला शिकायला घरापासून दूर ठेवा. आई म्हणून तुम्हाला याचा कदाचित त्रास होईल. पण तसं केलं नाही, तर तिला आयुष्यभर त्रास होईल.'' किती खरं ठरलं ते! आज शशी किती आनंदात असते!

धाकट्या बहिणीला, सेराला नवऱ्यानं टाकली तेव्हाही त्यांनीच मशिन घेऊन दिलं होतं, दुकानासाठी डिपॉझिट देऊन 'लेडीज टेलर' म्हणून सुरुवातही करून दिली. त्यांचा हातगुण चांगला आहे. आता सेरा भरपूर पैसे मिळवते. आता तर तिचं बुटिक आहे. सुरुवातीला मॅडम आपले आणि आमच्या मैत्रिणींच्या घरचे कपडे शिवायचं काम तिच्याकडेच द्यायच्या. आता तीच सेरा माझ्याशीही बोलत नाही आणि त्यांच्याशीही बोलत नाही! कृतज्ञता तर अजिबात नाही! एकदाही मॅडमची आठवण काढत नाही. 'मी कष्ट करते, कमावते!' असंच सांगत असते ती! पैसा यायला लागल्यावर तोंड काळं करून गेलेला तिचा नवराही परत आला आहे आणि तिच्या बुटिकचा मॅनेजर होऊन राहिला आहे. आता दोघांचा संसारही सुखाचा चालला आहे. सगळी येशूची कृपा! त्यानंच मॅडमच्या रूपानं येऊन मदत केली!

पण मॅडम अशा नवऱ्याबरोबर कशा राहात असतील? बॉसना तर प्रत्येक गोष्ट अत्युत्तमच लागते. मनात येईल, ते क्षणार्धात झालंच पाहिजे! दुसऱ्यालाही काही मन आहे, स्वत:ची अशी इच्छा असते, त्याचं मन दुखावतं यांसारखे विचारच त्यांच्या मनात येत नाहीत. जॉनला 'हेड स्ट्राँग' म्हटलं तर बॉसना 'सुपर हेड स्ट्राँग' म्हणायला पाहिजे! आपला निर्णयच शेवटचा, अशी यांची वृत्ती आहे! आमच्यासारखे आठ तासांची ड्युटी करून निघून जातात! पण मृदुला मॅडम कुठं जातील? फुलानं तलवारीशी संसार केला, तर जखमी होईल ते फूल! तलवार नव्हे! बॉसची बहीण लक्ष्मीही अशाच आहेत. अगदी भावासारख्या! मनात येईल ते पूर्ण झाल्याशिवाय

थांबायच्या नाहीत. कितीतरी वेळा बॉस आपल्या हाती एखादं पाकीट त्यांच्या घरी पाठवतात आणि सांगतात, 'शंकरला समजणार नाही, अशा प्रकारे देऊन यायचं!' पाकिटात काय आहे, हे ते सांगत नाहीत. मीही विचारत नाही. बहुधा ते पैसे असावेत. त्यामुळे माझा त्या घराशी संपर्क असतो. बघावं तेव्हा त्या घरात भिशी-लॉटरी यांची गडबड असते. आपल्या कष्टांचा पैसा आपला, अशी त्यांची वृत्तीच नाही. लॉटरी तर सैतानाचं रूप असते! मला आवडत नसलं, तरी जॉनला या सगळ्या गोष्टी लागतातच ना!

छे:! जॉनशी लग्न ही आपली फसवणूकच होती ना! इकडं माझा पगार वाढतोय, तशी याची व्यसनंही वाढत आहेत! माझं तर काहीही ऐकत नाही तो! कुणाला सांगायचं हे दु:ख! अशा वेळी न चुकता मृदुला मॅडमची आठवण होते! त्यांच्या नकळत आमचे हे बॉस पैशांचे कितीतरी व्यवहार करत असतात. लक्ष्मी मॅडमच्या नावे एक अकाउन्ट काढायचं काम तर त्यांनी माझ्याकरवीच करून घेतलं होतं. मला स्वत:ला हे करताना मनस्ताप होतो! वाटतं सांगावं, "तुम्ही करताय हे अजिबात योग्य नाही, तुम्ही त्यांना हे सांगितलं पाहिजे. कदाचित त्यांना हे सुरुवातीला आवडणार नाही. रागावतील. तरीही तुम्ही हे त्यांना सांगितलं पाहिजे. कालांतराने त्याही नक्की मान्य करतील. अगदी पटलं नाहीतरी, आपला नवरा कुठल्याही परिस्थितीत आपल्याशी खोटं बोलत नाही, हेही स्त्रीला अभय देत असतं. पैसा, यश, शिक्षण या सगळ्यांपेक्षा तिला हे जास्त महत्त्वाचं असतं. पण हे अशक्य आहे, हेही तिला समजत होतं. त्यांनी तिला अनेकदा 'तू फक्त पगारी नोकर आहेस, म्हणून अधिक स्थान मिळवायचा प्रयत्न कदापि करायचा नाही!' असं आपल्या वागण्यातून स्पष्ट जाणवून दिलं होतं. जॉन आपली फसवणूक करतो, तेव्हा तर जीव गेल्यासारखं वाटतं आपल्याला!

एवढ्यात आणखी एक नवी केस ॲडमिट व्हायला आली. इथे आधीच निम्मे पैसे भरल्यानंतर ॲडमिट करायचा नियम केला असल्यामुळे पेशंटचा चेक पाहाताच तिनं सांगितलं, "हा नाही चालणार! डी.डी. किंवा पे-ऑर्डर पाहिजे."

"आमच्यावर एवढा विश्वास नाही?"

तिनं अत्यंत सौम्यपणे सांगितलं, "हा विश्वासाचा प्रश्न नाही! ही सिस्टिम आहे आमच्याकडची!"

"आम्ही डॉक्टरांच्या फार जवळचे आहोत हो! मी त्यांच्याशी बोलू का?"

"जरूर! फोनचे पाच रुपये!" म्हणत तिनं तिकडं फोन सरकवला आणि ती तिथून उठली.

तिला कळेना, आज आपल्या जिवाची तगमग का होते आहे? आज मृदुला मॅडम माझ्याशी न बोलता, मला न सांगता का निघून गेल्या? खरं तर त्या

नर्सिंगहोमला क्वचित येतात. त्यात पाच मिनिटं का होईना, आपल्या खोलीत येऊन घरच्या सगळ्यांची चौकशी करतात. शशी सुट्टीला घरी आली की, तिला ड्रेस-मटेरियल किंवा एखादा चांदीचा दागिना घेऊन देतात. म्हणतात, 'मेरी, मला बहिणी नव्हत्या आणि मुलगीही नाही. शशीला बघितलं की वाटतं, मलाही एक मुलगी असती, तर किती छान झालं असतं!' आज मी ड्युटीवर आहे, हे ठाऊक असताना तशाच का निघून गेल्या असतील? त्यांना मनस्ताप देण्यासारखी काही कागदपत्रं बघायला मिळाली असतील काय? की ही आपल्याच मनाची कल्पना असेल?

रोसमेरी हॉस्पिटलच्या बाहेर येऊन ऑटोरिक्षाची वाट बघू लागली.

■

मृदुलाच्या मनाशी अशांती वाढत चालली होती. मनाला कशाविषयीही आनंद वाटत नव्हता. मधूनच अकारण रडू येत होतं.

तिला अनिताची तीव्रपणे आठवण झाली. तीही अशीच विद्ध झाली असता आपल्याकडे येऊन अश्रू ढाळायची. त्या वेळीही तिला अप्रत्यक्ष मदत करणं शक्य नसलं, तरी तिनं दाखवलेली अनुकंपाही तिचं समाधान करून गेली होती. तसंच आता तिला भेटून तिच्या पुढ्यात मन मोकळं केलं, तर आपल्या मनाचं समाधान होईल, असं तिला वाटलं. पण ती आता कुठं असेल? कुठल्या चर्चमध्ये पूजा करण्यात गढून गेली असेल कोण जाणे! तरीही तिनं अनिताला फोन केला.

मृदुला तिच्या घरी पोहोचली तेव्हा ती घरातच होती. तिचा चेहरा... याला शांत चेहरा म्हणायचा का? त्या चेहऱ्यावर जीवनाच्या उत्साहाबरोबर अपेक्षित असणारी निर्लिप्ततेची शांतता नव्हती. ही निराशेतून आलेली असाहाय्य शांती तर नव्हे? बऱ्याच दिवसांनी भेटल्यावर एरवी भरपूर बोलणारी मृदुला आज मौन होती. अखेर अनितानंच विचारलं, "काय बरं? काहीतरी असल्याशिवाय तू अशी येणार नाहीस!"

मृदुला रडू लागली. आजवर गोठल्यासारखं झालेलं दुःख आता भावनेची ऊब मिळाल्यामुळे वितळून वाहू लागलं. तिनं सगळं मन मोकळं केलं. सगळं ऐकल्यावर ती मंद हसत म्हणाली, "मृदुला, रडू नकोस. कुणाकडेही कायमचा पैसा राहात नाही. संजयनं तुझी फक्त पैशांच्या बाबतीत फसवणूक केली आहे. अशा प्रकारे फसवणुकीतून मिळालेल्या पैशानं लक्ष्मीलाही काहीही सुख मिळणार नाही. पैसा वाटला गेला पाहिजे. आशीर्वादच मुख्य आहे."

"हा पैशांचा प्रश्न नाही आहे! हा विश्वासाचा प्रश्न आहे. माझ्या नकळत त्यानं असं केलंय, यावर माझा विश्वासच बसत नाही. माझा संजय माझी अशी फसवणूक करेल?"

"तो केवळ तुझा संजय नाही. अनेकांशी त्याचं नातं आहे. मला तर लक्ष्मीचीही

दया येते. कुणाचे तरी हक्काचे पैसे ही घेतेय ना!''

मृदुलाला काय बोलावं ते कळेना. तीच पुढे म्हणाली, ''या जगात भांडणाला प्रमुख कारण आहेत, ती म्हणजे कनक, कांता आणि भूमी!... मला एका बाबतीत फसवलं गेलं तुला वेगळ्या बाबतीत. हे सगळं सोडून दे! परमेश्वराच्या चरणी स्वत:ला समर्पित कर!....''

''मला संजयबरोबर आधीसारखं राहाणं शक्य नाही! दोघांमधला विश्वासाचा धागा आता तुटून गेला आहे. आता मी कुठं जाऊ? आता शिशिर तरी काय म्हणेल? काय करू मी?''

''देवावर विश्वास ठेव. तो आपल्यावर विसंबणाऱ्यांना अर्ध्यावर सोडत नाही. धर्म वेगवेगळे झाले म्हणून काय झालं? देव एकच आहे ना! मार्ग वेगवेगळे झाले तरी ध्येय एकच आहे! तू तुझा मार्ग शोधला पाहिजेस.''

अशा बोलण्यात शेवटी काय निष्पन्न होणार, हे मृदुलेला समजेना. तिच्या दु:खापर्यंत ही पोहोचते आहे, असं तिला वाटेना. निरुपाय होऊन मृदुला घराकडे परतली. ती विचार करू लागली. कांतम्माच्या पुढ्यात सांगितलं तर कसं? पण कसं? त्या खूप जवळच्या असल्या, तरी घरातली गोष्ट त्यांच्यापुढे कशी सांगायची? आणि त्या कसं समाधान करतील? तिला खात्री वाटेना. तरीही ती एका दुपारी त्यांच्या घरी गेली.

कांतम्मांना तिला बघून फार आनंद झाला. त्यांनी तिचं हर्षानं स्वागत करत म्हटलं, ''ये, ये! किती दिवस झाले होते गं तुला बघून. शिशिर बरा आहे की नाही? तुझा चेहरा का गं असा झाला? शिशिर काही बोलला का? तुझा नवरा तर काही फार बोलणारा माणूस नाही. तुझी ती भावजय जरा भोचक आहे. ती काही बोलली का? की तुझी ती कंजूस सासू बोलली तुला?...'' वगैरे त्यांना सुचेल ते बोलू लागल्या. तिला का कोण जाणे, काही बोलावंसं वाटलंच नाही.

त्याच म्हणाल्या, ''अम्मा, संसार म्हटला की, सुख-दु:खं असणारच. बाईनं असंच सहन करून जगायला पाहिजे! प्रत्येक घरात शेवटचा शब्द पुरुषाचाच चालतो! आमच्या घरीही नोकरी संपली, तरी घरात मास्तरांचीच मास्तरकी चालते! मीच सगळ्यांना समाधानाच्या चार गोष्टी सांगून शांत करत असते. गेले तितके दिवस काही पुढे राहिलेले नाहीत! हा संसार-सागर तरून जायला सगळं भोगावं लागतं!''

कारण न सांगता मृदुला रडू लागली. आता तर कांतम्मा घाबऱ्या झाल्या. त्या म्हणाल्या, ''अय्यो शिवने! असे हात-पाय गाळून कसं चालेल? देवाच्या दयेनं तुझं सगळं इतकं छान आहे! तू गरिबाकडे बघ! कुणाला दोन वेळचं अन्नही मिळत नाही. तुला काही कमी नाही. देवासारखा नवरा आहे. गावात शिवानंद स्वामी आलेत बघ. राजाजीनगरच्या राममंदिरात रोज प्रवचन सांगतात म्हणे! इंग्लिशात सांगतात,

कन्नडमध्ये सांगतात! माझी सून सांगत होती, तिकडं रडत येणारे तीन दिवसांत हसत-हसत जातात म्हणे!''

मृदुला विषय बदलत म्हणाली, ''मास्तर कुठं आहेत? दिसले नाहीत?''

''गावाकडे गेलेत. आमची शंभर मेंढरं होती. माझा दीर त्यांच्याकडे बघायचा गं! आता तो म्हणतोय सगळी मरून गेली म्हणून! अशी कशी मरतील? म्हणजे यानं त्यांना मारून खाल्लं की विकून खाल्लं? ती बातमी आली, म्हणून हे गावाकडं गेलेत. आम्हाला मेंढरं नकोत. देवाची आण घेऊन सांगतो, आम्हाला मेंढरं नकोत, आम्हाला देवाच्या दयेनं काहीही कमी नाही. पण खोटं कशाला बोलावं? हेच बजावायला म्हणून गेलेत. यांना तर वाटतंय जगभर सगळे आपले शिष्यच आहेत!''

मृदुला उठली. कांतम्मांनी ताटलीत खण-नारळ आणला. मृदुला मनापासून म्हणाली, ''आता हे सगळं नको!''

''अय्यो! मी काही तुला जरतारी खण देत नाहीये. शुक्रवारची महालक्ष्मीसारखी आली आहेस! नाही म्हणू नकोस! मी तुला तुझ्या लग्नापासून बघतेय. डॉक्टरप्पा कसा होता, कसा झाला! सगळा तुझ्या पायगुणाचा प्रभाव. तुझं मूल मला आजी म्हणतंय! तू माझ्या मुलीसारखी. नाही म्हटलंस; तर मला चांगला शकून होणार नाही. आईच्या घरातली म्हणून घे!'' त्या प्रेमानं आग्रह करत म्हणाल्या. पुन्हा मृदुलाच्या डोळ्यांतून पाणी वाहिलं. ती घरी परतली.

आणखी एक आठवडा गेला. तरीही मृदुला मलूलच होती. असं तिला कधीच झालं नव्हतं. कधीही मनात निराशेचे विचार यायचे. नाही असं नाही. पण ते असे आठवडाभर कधीच टिकले नव्हते. कधीकधी कुणावर प्रचंड राग यायचा. तिला रोसमेरीचा प्रचंड राग यायचा. ही संजयचं सगळं ऐकत असते. माझ्या नकळत ती लक्ष्मीला मदत करत असते. मला यातलं काहीही कळणार नाही, याची ती काळजी घेत असते. किती मोठी फसवणूक ही माझी! मी हिला कितीतरी मदत केली असली, तरी तिची निष्ठा नेहमीच संजयबरोबर! माझं स्थान तिच्या दृष्टीनं केवळ बॉसची बायको एवढंच ना! तिच्या मनात माझ्याविषयी मनापासून खोल असं प्रेम नाही. तिच्या डोळ्यांना पुन्हा पाण्याची धार लागली. असं अनेकदा झाल्यावर तिचं मन शांत व्हायचं. मन शांत झालं की वाटायचं, तिचा बिचारीचा तरी काय दोष? तोच तिला दर महिन्याचा पगार देतो ना! जर ही त्याला त्याच्या मनाविरुद्धचा उपदेश द्यायला लागली, तर हाच तिला निष्ठुरपणे नोकरीवरून काढून टाकेल. त्यात तिचा नवरा तो तसला. अशात तिची नोकरी गेली, तर दोन वेळचं जेवण मिळणंही कठीण होईल! अशा परिस्थितीत तिच्यावर मी रागावता कामा नये.

तिला आठवलं, मागे एकदा संजय आपल्या मुलाला सांगत होता, ''बेटा, कुणालाही मनाचा ठाव लागू देता कामा नये! तुझ्या हाताखाली काम करणाऱ्यांना

दूरच ठेवायला हवं. एकदा तुझा वीकनेस त्यांना समजला की, तू त्यांच्या हातातलं बाहुलं होशील! त्यांना पैसा दे, बोनस दे, हव्या त्या सुखसोयी दे. पण त्यांच्याशी कधीही सलगी दाखवायची नाही. तू त्यांना कुठल्याही क्षणी नोकरीवरून काढू शकला पाहिजेस, एवढं अंतर दोघांमध्ये नेहमीच राहिलं पाहिजे!''

कदाचित याच कारणामुळे रोसमेरी गप्प बसली असावी.

अलीकडे संजय दिसला की मनात भय वाटायचं, यांच्या मनाच्या बिळात कसले-कसले नाग-साप असतील? या भयापोटी अनेकदा रात्र-रात्र तिच्या डोळ्याला डोळा लागत नसे. गेले काही दिवस तिनं शिशिरच्या खोलीत झोपायला सुरुवात केली होती. त्याचवेळी आपण बरंच काही गमावल्याची भावनाही प्रबल व्हायची. पुन्हा डोळे भरून यायचे. तिची उशी त्या पाण्यानं ओली व्हायची.

त्या दिवशी लीला शाळेतून मृदुलाला भेटायला आली होती. तिच्याबरोबर इतर टीचर्सही होत्या. लीला तिच्या जवळची होती. तिला ठाऊक होतं, ही तिच्या आयुष्यात कधीही रजा घेऊन घरात बसली नव्हती. ही तिची पहिलीच वेळ. तिनं आपल्याला बरं नाही, अशक्तपणा जाणवतोय, एवढंच सांगितलं होतं.

साकम्मांनी सगळ्यांसाठी कॉफी आणून दिली. आलेल्या सगळ्या तिला म्हणाल्या, ''किती लकी आहात तुम्ही मॅडम! काय बंगला आहे.'' त्यातलं किती मनापासून, किती तोंडदेखलं, हे तिला समजलं नाही. तिकडं तिनं फारसं लक्षही दिलं नाही.

लीला सांगत होती, ''मॅडम, स्वामी शिवानंदांचा तीन दिवसांचा कोर्स फारच छान आहे! मी गेले होते. ते मनावरचं दडपण कसं कमी करायचं, याविषयी सांगतात. त्याचं 'टेक्निक' आहे म्हणतात. शवासन आहे. बरंच काही ते सांगतात. मला तर ते फार आवडलं. तुम्हीही का जात नाही?''

तिलाही वाटलं, इतकं सगळं करून पाहिलं आहे, हेही का करून पाहू नये? तिनं त्या कोर्सला जायचं ठरवलं.

तिथं आलेले सगळे वेगवेगळ्या वयाचे होते. बहुतेक सगळे श्रीमंत कुटुंबातले होते. त्यांचे आजारही वेगवेगळे होते. काही जणांना पराकोटीची डोकेदुखी होती, काही जणांना भूक लागत नव्हती. काही जणांना निद्रानाशाचा विकार होता. शुभ्र वस्त्रधारी स्वामी सांगत होते, ''...तुमच्या दुःखाचं कारण तुम्हीच शोधून काढलं पाहिजे!... संसारात तुम्ही पाण्यातल्या कमलदलाप्रमाणे असलं पाहिजे... दररोज दोन तास योगा करायला पाहिजे. संतापापासून दूर राहिलं पाहिजे. संतापावर विजय मिळवला पाहिजे....''

एका भक्तानं विचारलं, ''स्वामीजी मला रागावर विजय कसा मिळवायचा, ते सांगाल का?''

''रागावर विजय मिळवणं किंवा मनावर ताबा मिळवणं, हे सगळं तुमच्यावर

अवलंबून आहे. एकच पद्धत सगळ्यांना लागू पडेल, असंही नसतं. प्रत्येकाला त्याच्या-त्याच्या पद्धतीनं हे आत्मसात करावं लागेल! आणि आपापली पद्धत आपणच शोधून काढली पाहिजे!....''

मृदुलाला यात अजिबात रस वाटला नाही. माझ्या दु:खाला संजय कारणीभूत आहे! हे समजूनही माझं दु:ख कमी होत नाही. मला तर या दु:खातून बाहेर पडायचं आहे. उमलणाऱ्या फुलातला, वाहणाऱ्या झऱ्यातला आणि उडणाऱ्या पक्ष्याचा आनंद पाहून उत्साहित व्हायचं आहे! पण कुठल्याही योगानं किंवा कुठल्याही टेक्निकनं ते शक्य होत नाही आहे. तिला वाटू लागलं, आपण एका मोठ्या गोलघुमटात अडकून पडलो आहोत, बाहेर जाण्यासाठी जिवाची तडफड सुरू आहे, पण त्याला एकही खिडकी नाही, एकही झरोका नाही. काहीही नाही! वेड्यासारखी तिची आतल्या आत घालमेल चालली होती. बाहेरून हा घुमट मोठा असेल. जगप्रसिद्ध असेल, बाहेरून माणसं त्याच्याकडे कदाचित विस्मयानं पाहात असतील, पण मला तो नको! मला स्वातंत्र्य हवं! मला यातून बाहेर पडायचंय!....

आता तिची खिन्नता आणखी वाढली होती. तिला काहीही करावंसं वाटत नव्हतं. अंघोळ करायचा कंटाळा आला होता. केस विंचरणंही नकोसं झालं होतं. अंगणातली जुई कोमेजून जात होती. अंगणात रांगोळी काढणं, हा तिच्या दिनक्रमाचा अत्यंत आवडता भाग. आता तिला तेही नकोसं वाटत होतं. ती आकाशाकडे नजर लावून बसण्यात तासन् तास घालवत होती.

सकाळचे दहा वाजले होते. तरी मृदुला उठली नव्हती. बेल वाजली. तिनं निरिच्छपणे दार उघडलं. दारात वाणी उभी होती. तिच्या चेहऱ्यावर भरपूर आनंद होता. एका हातात लग्नपत्रिकेचा गठ्ठा होता. दुसऱ्या हातात कुंकवाचा करंडा होता. सोफ्यावर बसता-बसता तिचं मृदुलाकडे लक्ष गेलं. तिनं विचारलं, ''काय झालं मॅडम? अशा का आहात?''

काय उत्तर देणार ती? वाणीनं पुन्हा तोच प्रश्न विचारला तेव्हा ती म्हणाली, ''काही नाही गं!''

''खरं सांगा! माझे डोळे मला फसवणार नाहीत.''

''खरंच काही नाही आहे!''

''मॅडम, तुम्ही माझ्या आईच्या जागी आहात. तुम्हीही मला तुमची मुलगी मानत असाल, तर मला खरं सांगा. काय झालं? तुम्हाला बरं नाही का?''

तिची ती आर्त चौकशी ऐकून मृदुला हुंदके देऊन रडू लागली. तिचा भावनांचा बंध फुटला होता. वाणीनं हातातल्या लग्नपत्रिका बाजूला ठेवून तिची समजूत घालायला सुरुवात केली. मृदुला थोडी शांत झाल्यावर वाणीनं पुन्हा विचारलं, ''आता सांगा, काय झालं रडायला?''

"मला सगळ्याचाच वैताग आलाय!"

निम्हन्समध्ये काम केलेल्या वाणीच्या हे आधीच लक्षात आलं होतं. तिनं विचारलं, "काय झालंय ते नेमकेपणानं सांगा. मी एक डॉक्टर आहे म्हणून सांगा."

"माझ्या तळहातांना घाम येतो."

"आणि?"

"मला विनाकारण रडू येतं. उठून काहीही करायला नकोसं वाटतं."

"बरं आणखी काय होतं?"

"सतत कसलंसं भय वाटत राहातं. छातीत धडधडतं. डोकं जड झाल्यासारखं वाटतं."

"एवढंच ना?"

"चांगले कपडे करायची इच्छा होत नाही. एकटीच खोलीत असावंसं वाटतं. कुणी माणसं आली तरी, हे का येत आहेत; असं वाटतं."

"माझ्यावर विश्वास आहे की नाही? तुम्ही लवकरात लवकर मनोरोगतज्ज्ञाला भेटायला हवं."

"मला वेड लागलंय, असं तुला म्हणायचं?" मृदुलानं घाबरत-घाबरत विचारलं.

"मनोरोग म्हणजे वेड, असं का म्हणताय मॅडम? तुम्ही टीचर आहात. शिकलेल्या आहात. नामवंत डॉक्टरच्या पत्नी आहात. तुम्हीच असं म्हटलं तर कसं?"

मृदुला काही बोलली नाही.

"मॅडम अनेकदा आपल्या नकळत मनात खोलवर रुजलेल्या घटना आतल्या आत ठुसठुसत असतात. त्या बाहेर आल्या तरच मनाला बरं वाटणार ना? तसंच देहाचा मनाशी जवळचा संबंध आहे. नुसता देह निरोगी असून काय फायदा? मनही निरोगी नको का? तुम्हाला ट्रीटमेंट घेतलीच पाहिजे!"

मृदुला काहीही बोलली नाही. आपण एखाद्या मनोरोगतज्ज्ञाकडे गेल्याचं संजय आणि शिशिरला समजलं तर ते काय म्हणतील?

वाणीच म्हणाली, "मॅडम, तुम्हाला कुणाला समजलं, तर कसं याचा संकोच वाटला, तर तुम्ही कुणालाही न कळवता जा. काहीही करून तुम्ही पहिल्यासारख्या व्हाव्यात अशी मला अपेक्षा आहे. मी जेव्हा संकटात होते, तेव्हा तुम्हीच मला मार्गदर्शन करून मार्गावर ठेवलंत ना! मला वाटतं, तुमचं हे आजारपण कदाचित अगदी किरकोळही निघेल. पण तुम्ही मनोरोगतज्ज्ञाकडे जाऊन आलंच पाहिजे! हवा तर हा माझा हट्ट समजा!"

यावरही मृदुला काही बोलली नाही. वाणीनं विषय बदलला, "मॅडम, माझं लग्न ठरलंय. तुम्ही मला शिकवलं नसतं, तर मी डॉक्टर झालेच नसते."

"आता तू कुठं नोकरी करतेस?" मृदुलानं डोळे पुसत विचारलं.

"मी निम्हन्समध्ये ट्रेनिंग पुरं केलंय. आता तिथेच अ‍ॅप्लाय केलाय. तुमच्याकडून मला माझ्या लग्नाची भेट हवी आहे! द्याल?"

"काय?"

"तुम्ही माझ्या सरांना भेटून याल? ते नुकतेच निम्हन्समधून निवृत्त झाले आहेत. बाहेर प्रायव्हेट प्रॅक्टिस करतात. उद्या मी तुम्हाला त्यांचा पत्ता आणि फोन नंबर देईन. तुम्हाला त्यांच्याकडे गेलंच पाहिजे."

"तुझे मिस्टर काय करतात?"

"डॉक्टर आहेत. आमचीही खासगी प्रॅक्टिस सुरू करायची इच्छा आहे. निघू मी?" म्हणत वाणी उठली.

लग्नाच्या आधी मुली कितीतरी स्वप्नं पाहात असतात. पण लग्नानंतर यातली किती खरी होतात? बहुतेक सगळी स्वप्नं मातीमोल होतात! कुठंही असलं तरी वाणी सुखात असू दे! मृदुलानं मनोमन आशीर्वाद दिले.

दुसरे दिवशी वाणीनं फोन करून डॉक्टर राव यांचा फोन नंबर आणि पत्ता दिला. पाठोपाठ लग्नाला यायचं पुन्हा एकदा आग्रहाचं निमंत्रण दिलं.

मृदुला वाणीनं दिलेला पत्ता घेऊन एकटीच रिक्षा घेऊन बसवनगुडीच्या राव यांच्या पत्त्यावर निघाली. तिनं मुद्दामच घरची गाडी घेतली नाही. अजूनही तिच्या मनात मनोरोगतज्ज्ञाकडे जाण्याविषयी आशंका होती. बसवनगुडी परिसरात जुनी घरं बरीच होती. त्यातलीच पाडून अलीकडे कॉम्प्लेक्स केले होते. त्यातल्या एका कॉम्प्लेक्समध्ये डॉ. राव यांचं चिकित्सालय होतं. हे काही इतर हॉस्पिटलसारखं नव्हतं.

डॉ. राव पन्नाशी उलटलेले अनुभवी होते. डोक्यावरचे दाट केस करडे होते. नजर स्नेहपूर्ण होती. शरीर थोडं स्थूल होतं. वेटिंगरूममध्ये बरीच माणसं वाट बघत होती. आपल्या स्वभावाप्रमाणे मृदुला शेजारी बसलेल्यांशी बोलली नाही. त्यांचं दुःख घेऊन आपल्याला काय करायचंय, अशी तिची भावना झाली होती.

मृदुलाला बघून डॉ. रावांच्या चेहऱ्यावर आत्मीयतेचं हसू पसरलं. मृदुलाच्या मनातलं भय काहीसं कमी झालं. तिनं त्यांना नमस्कार केला.

प्रतिनमस्कार करत त्यांनी चौकशी केली, "तुमचं नाव काय, अम्मा?"

"मृदुला!... मी तुमच्याकडे आल्याचं तुम्ही कुणालाही सांगता कामा नये."

"अजिबात समजणार नाही. ती भीतीच नको."

"डॉक्टर, मला नर्व्हसनेस आलाय."

मंद हसत डॉक्टरांनी विचारलं, "आणखी काय होतंय? लक्षणं ऐकून मी निदान करायच्या आधी तुम्ही रोगाचं निदान केलंत!"

ती शरमून म्हणाली, "चुकलं असेल तर क्षमा करा, डॉक्टर!"

"क्लायंटला रोगाचा अंदाज असेल, तर आमच्याही दृष्टीनं चांगलंच म्हणा!

लवकर गुण येईल.''

''मला बरं वाटेल?''

''निश्चित!''

''कशावरून म्हणता? मी असं विचारते आहे म्हणून रागावू नका!''

''अजिबात रागावणार नाही. तुम्ही आपण होऊन आला आहात. तुमच्या आजाराविषयी बोलत आहात, मोकळ्या मनानं बोलता आहात. याचा अर्थ तुमची स्वत:ची या आजारातून बरं व्हायची प्रबळ इच्छा आहे. बऱ्याच रोग्यांना जबरदस्तीनं घेऊन येतात. तेव्हाची त्यांची परिस्थिती वेगळी असते.''

''डॉक्टर, मल जीवनाचा अगदी कंटाळा आला आहे...'' म्हणत मृदुला रडू लागली.

''हे पाहा, हा रोग बरा होऊ शकतो. पण त्याला वेळ मात्र लागेल.''

''म्हणजे केव्हापर्यंत बरा होईल?''

''ते नंतर समजेल. पण एक सांगतो. कुणाचा हा रोग चार आठवड्यांत कमी झाला म्हणून तुमचा अमुक दिवसांत बरा होईल, असं सांगता येणार नाही. मनोरोग हा आइसबर्गचं टोक असल्यासारखा असतो. तो वर दिसतो, त्यापेक्षा त्याची खोली जास्त असते. आम्ही बोलून-बोलून रोगाचं मूळ शोधून काढतो. तुम्हाला दिवसाआड आलं पाहिजे. आता मला सांगा, तुमच्या घरी कुणाला असं होत असतं का?''

''माझ्या माहितीप्रमाणे नाही. का? हा आनुवंशिक आजार असतो का?''

''त्यात थोड्या-थोड्या फरकानं काही प्रकार आहेत. काही वेळा भोवतालचा परिसर त्यासाठी कारणीभूत होतो. या आजारावर औषधंही आहेत. पण ती क्वचितच देतो. कारण त्याचे साइड-इफेक्ट्स ठाऊक नाहीत. पण काही औषधं अगदी सेफ आहेत. तरीही तुम्ही नको म्हणत असाल, तर औषधं देणार नाही. आता तुम्ही परवाच्या दिवशी या.''

मृदुला उठून उभी राहिली. पहिल्याच दिवशी तिला बरीच माहिती मिळाली होती.

अशा प्रकारे सुरुवातीला आठवड्यातून तीन वेळा डॉक्टर राव यांना ती भेटायला जाऊ लागली. दर वेळेला ती रिक्षानं कुणालाही कळू न देता जाऊन यायची. संजयमध्ये मात्र काहीही फरक झाला नव्हता. नवरा-बायकोचा बेबनाव झालाय, ही गोष्ट नोकरांना कळू नये, याची खबाबदारी मृदुलाच घेत होती. तिला डॉक्टर मागे घडलेल्या सगळ्या गोष्टींविषयी विचारायचे.

तिनं एकदा विचारलं, ''डॉक्टर, तुम्ही घडून गेलेल्या गोष्टींची का चौकशी करता आहात?''

''कारण मला तुमच्या नर्व्हस ब्रेकडाउनच्या मागचं कारण जाणून घ्यायचंय. ते

कळालं की, त्या नंतर मला उपचार सुरू करता येईल.''

''सगळे किती सुखात आहेत! मीच तेवढी का अशी दु:खी?''

''ते असू दे. तुम्हाला कुणाची फार दया येते?''

''भिकाऱ्यांना बघून. कितीतरी वेळा तर त्यांना बघून रडूही येतं.''

''पुढच्या खेपेला येताना तुम्ही तुमच्या यजमानांना घेऊन याल का?''

मृदुला गप्प बसली. तिनं आपला नवरा डॉक्टर असल्याचं सांगितलं असलं तरी त्याचं आणि नर्सिंगहोमचं नाव तिनं सांगितलं नव्हतं. ते समजलं तर संजयचा अपमान होईल, असं तिला वाटत होतं.

डॉक्टर राव म्हणाले, ''हे पाहा, तुम्हा दोघांची व्यक्तिमत्त्व वेगवेगळी आहेत. तुम्हा दोघांशी एकदा बोललं तर चांगलं होईल.''

मृदुला घरी आली तेव्हा संजय सीएनबीसीच्या बातम्या पाहात होता. मृदुलानं विषय काढला, ''मला बरं नाही आहे!....''

''काय झालंय तुला?''

''मला डिप्रेशन आलंय.''

संजय काही बोलला नाही.

''मी डॉ. रावांकडे ट्रीटमेंटसाठी जातेय. दिवसाआड बोलावलंय त्यांनी.''

''केव्हापासून?''

''दोन आठवडे झाले. तुम्हाला त्यांनी यायला सांगितलंय. पुढच्या व्हिजिटला तुम्हाला घेऊन यायला सांगितलंय.''

संजय काही बोलला नाही. डॉ. राव त्यांच्या जवळचे नसले, तरी तसे परिचित होते. त्यांच्या पुढ्यात मी जाऊन बसायचं? मी? छे:! किती अपमान हा! मी काही बायकोला भरपूर छळून तिला मनोरुग्ण केलंय की काय? तिला हवं ते स्वातंत्र्य दिलंय, हवा तेवढा पैसा दिलाय. आणि तरीही त्यांच्यासमोर काहीतरी चूक केल्याप्रमाणे खाली मान घालून बसायचं? त्याला एवढा अपमान कधीच वाटला नव्हता. असं काय चुकीचं वागलो मी? बायकोच्या नकळत जन्मदात्री आई आणि गरीब बहिणीला पैसे दिले, यात काही एवढं मोठं पाप केलेलं आहे, असं वाटत नाही. तोही माझ्या कमाईचा पैसा मी दिलाय. तेही बायकोला काहीही कमी न करता. या कारणासाठी मृदुलानं एवढा तमाशा करायचं काहीही कारणच नाही! माझी काहीही चूक नसताना मी का जाऊ? आणि मी तिथे गेलो, तर तिथले लोक मला ओळखल्याशिवाय राहाणार नाहीत. मग डॉक्टर-सर्कलमध्ये कुजबुज सुरू होईल. मग त्यातलंच कुणीतरी पेपरवाल्यांचे कान फुंकतील. पेपरमध्ये ही बातमी छापून आली की, माझ्या पेशंट्सच्या मनातही आशंका निर्माण झाली तर? आपलं भविष्य काय?

त्यानं काहीही उत्तर दिलं नाही. दुसरे दिवशी तो हॉस्पिटलला निघाला तेव्हा

तिनं त्याला आठवण करून दिली, ''मग आज येताय ना माझ्याबरोबर?''

तो मोघम 'हं' म्हणत घाईनं निघून गेला. संध्याकाळी तिनं त्याची खूप वाट पाहिली. तो आला नाही. निराश होऊन ती एकटीच गेली. तिनं सांगितलं, ''कुणीतरी गंभीर पेशंट आला असावा, म्हणून ते येऊ शकलेले नाहीत, डॉक्टर! नाहीतर ते नक्की आले असते.''

डॉ. रावांनी असे अनेक क्लायंट या आधी पाहिले होते. त्यामुळे त्यांना त्या मागचा अर्थ लगेच उमगला. पण ते मृदुलाला दाखवून न देता त्यांनी सांगितलं, ''काही हरकत नाही. पुढच्या खेपेला घेऊन या.''

ती घरी आली तेव्हा अजूनही संजय आला नव्हता. नेहमीप्रमाणे तो रात्री जेवायच्या वेळी घरी आला. तिनं विचारलं, ''संध्याकाळी का नाही आलात? मी आणि डॉ. राव वाट बघत होतो. मी त्यांना सांगितलं, कुणीतरी सीरियस पेशंट आला असेल म्हणून ते आले नसतील!''

तोच धागा पकडून तो म्हणाला, ''होय, होय! मला एक इमर्जन्सी केस होती.''

''मी सेलफोनवर फोन केला, तो बंद होता.''

''मी आज फोन नेलाच नव्हता.''

''पुढच्या व्हिजिटला दोघं मिळून जाऊ या.''

''ठीक आहे!''

त्या नंतरही जितक्या वेळा ती बोलावत राहिली, तितक्या वेळा तो तिच्याबरोबर जायचं टाळत राहिला. असं चार-सहा वेळा झाल्यावर डॉक्टर राव यांनी सांगितलं, ''यानंतर त्यांना बोलवायची गरज नाही. मी तुमच्याशीच बोलायचं ते बोलेन.''

त्यांच्या भेटी होत राहिल्या तशी मृदुलाची तब्येत सुधारू लागली. पुन्हा उत्साहाचे झरे डोकावू लागले.

ती सांगू लागली, ''डॉक्टर, पूर्वी माझे यजमान असे नव्हते. घरात काहीही विकत घ्यायचं असेल, तर त्यात माझा महत्त्वाचा वाटा असायचा. पैशांचा कुठलाही व्यवहार करताना ते मला विचारल्याशिवाय करायचे नाहीत.''

''कदाचित तेव्हाची परिस्थिती वेगळी असावी. तेव्हा त्यांचं सगळं लक्ष शिक्षणाकडे, ज्ञान मिळवण्याकडे होतं. तेव्हा पैसा कमी होता. जीवनात किंवा त्यांच्या करिअरमध्ये काही अडचणी आल्या. त्यांच्या जीवनात काही अपमानाचे प्रसंगही आले. त्यामुळे ते असे झाले असतील किंवा त्यांच्या बालपणी त्यांच्यावर त्यांच्या आईचा प्रभाव तर आहेच. पुढे त्याचंच रूपांतर अशा स्वभावात झालं असलं पाहिजे.''

''पण त्यांचा स्वभाव इतका हट्टी असेल, याची मला कधीच कल्पना आली नव्हती. आता मी जेव्हा त्यांना बघते तेव्हा मला आश्चर्य वाटतं; हीच का ती व्यक्ती? माझा तर यावर विश्वासच बसत नाही.''

''हट्टीपणा त्यांच्या बालपणापासूनच त्यांच्यामध्ये असला पाहिजे. त्यात, हाताचं वैगुण्य मिसळल्यामुळे, हात चांगले असलेल्यांपेक्षा मी काहीतरी विशेष करून दाखवलंच पाहिजे, असा हट्ट प्रबल झाला असला पाहिजे. तुमच्या कदाचित लक्षात आलं नसेल, शिक्षण मिळवण्यासाठी त्यांनी बरेच परिश्रम घेतले असले पाहिजेत. त्याच हट्टामुळे दहा वर्षांच्या सरकारी नोकरीनंतरही खासगी प्रॅक्टिस करायची धमक त्यांनी दाखवली आहे. त्यात यश मिळवलं आहे. एकाग्र चित्तानं मेहनत घेतली आहे. हट्टीपणा चांगल्या अर्थानं वळवला, तर ही माणसं यशस्वी होतात. या संपूर्ण प्रवासात तुम्ही त्यांच्या पाठीशी उभ्या राहिला आहात.''

''पण डॉक्टर, माणसाला कृतज्ञता यासारखे गुण हवेतच की नाही?''

''नको कोण म्हणतंय? पण सामान्यत: राजकारणात किंवा ज्यांना अशा प्रमाणात पुढे जायचं आहे, त्यांच्यामध्ये हे मृदू गुण असतील, तर ते मारक ठरतात. पुढे जाणाऱ्यांना आपल्या मार्गात येणाऱ्यांच्या डोक्यावर पाय ठेवून पुढे जावं लागतं. त्यामुळे त्यांना तुम्ही कृतज्ञतेविषयी सांगायला लागलात, तर ते ऐकून घेणार नाहीत. पण संसार असा कसा चालेल? संसाराचे नियम वेगळे असतात आणि व्यवहाराचे नियम वेगळे असतात. याकडे दुर्लक्ष होता कामा नये. संसार सुखाचा व्हायचा असेल, तर एकमेकांशी बोलून विचारविनिमय करूनच क्षमेच्या आधारानं संसार चालवला पाहिजे. हे नाही घडलं तर संसारात विरस निर्माण व्हायला लागतो. याच कारणांमुळे पुढारलेल्या परदेशात घटस्फोटाचं प्रमाण वाढलं आहे. त्यामुळे 'इमोशनकोशन्ट' नावाचा नवा विचार जन्माला आला आहे. भावनारहित जीवन अतिशय कष्टमय असतं. जसा बुद्धिमत्तेचा निर्देशांक काढला जातो, तसाच त्यांच्या भावनांचाही निर्देशांक मोजला जातो. जीवनात तो अतिशय महत्त्वाचा आहे. यामध्ये काही वाणिज्य विषयातल्या जगप्रसिद्ध व्यक्तींची अशी तपासणी केली, तेव्हा असं लक्षात आलं की, इतक्या पुढे आलेल्या व्यक्तींच्या जीवनात संसारही सुखाचे होते. घरातलं शांत वातावरण त्यांच्या अपार यशाला कारणीभूत होते, असं त्यांनी सांगितलं होतं.''

वेळ संपल्यामुळे मृदुला घरी परतली. अलीकडे ती डॉ. रावांबरोबर बोलायची अत्यंत आतुरतेनं वाट बघत होती. ते डॉक्टर आणि आपण रोगी आहोत, ही भावना तिच्या मनात अजिबात राहिली नव्हती. त्यांना भेटल्यावर कुठेतरी हरवून गेलेला जुना मित्र किंवा हितचिंतक भेटल्यासारखं वाटत होतं. तसं पाहिलं तर त्यांनी तिला कुठलंही औषध दिलं नव्हतं. काही इंजेक्शन, ऑपरेशनही केलं नव्हतं. केवळ बोलण्यानं हा बदल होत चालला होता. केवढी शक्ती आहे बोलण्यात! तिला या गोष्टीचं फार विशेष वाटायचं.

आजवर तिला आपलं मन मोकळं करायला योग्य जागाच मिळाली नव्हती. भीमण्णा व्यवहारी नव्हते. मुलीचं अशा प्रकारे सांत्वन करणं, त्यांच्या स्वभावातही

नव्हतं. शिवाय कुणीही एकच सांगणार! 'लग्नानंतर नवऱ्याच्या स्वभावाप्रमाणे बाईनं जुळवून घ्यायला पाहिजे!' आता आठवून पाहिलं की, तिच्याही लक्षात येतं, तिच्या आईचं आयुष्यही असंच निघून गेलं ना! तीही कधी भीमण्णांचा शब्द ओलांडायची नाही. तिनं आलद हळ्ळीमध्ये पाहिलेले सगळे संसार तसेच तर होते ना! पाटील शांतव्वाच्या शब्दाला तिच्या घरात मान होता. ती काही शाळा-कॉलेजमध्ये शिकली नव्हती. तरीही कुणी आलं की ती सांगायची, 'आज गौडा गावात नाहीत, नातेवाइकांकडे गेले आहेत,' पण तीही काही आपल्या मनानं काही सांगायची नाही.

पिरंबी भिंतीवर इतकी छान चित्रं काढायची! तिच्याइतकी छान चित्रं काढणारं गावात कुणीही नव्हतं. कावेनं सारवलेल्या लाल भिंतीवर चुन्यानं काढलेली तिची चित्रं बघत राहावी, अशी असत. तिला ते फार आवडायचं. पण म्हणून ती काही सतत चित्रं काढू शकत नव्हती. ती थोडी जरी त्यात रमली तरी तिला बोलणी खायला लागायची. घरातली म्हातारी तिला सतत त्यावरून कटकट करत असायची.

अशा वातावरणात लहानाची मोठी झालेली मृदुला. त्यामुळे आपल्याला काय हवं आहे, हेही तिला सांगता यायचं नाही. डॉ. राव यांना ही गोष्टही लक्षात आली होती.

एका भेटीत ती म्हणाली, "मी माझ्या यजमानांना काहीही सांगायला गेले तरी ते म्हणतात, तुला काय कमी आहे? हवा तेवढा पैसा आहे! लक्ष्मीकडे पाहा! किती कष्टांत आहे! मी त्यांना जे काही सांगायचं म्हणते, तिकडं त्यांचं अजिबात लक्ष नसतं."

डॉक्टरांनी सावकाश विचारलं, "तुम्हाला काय सांगायचं असतं?"

खरंच! काय सांगायचं असतं मला? मृदुला विचारात पडली. डॉक्टरांनी पुन्हा विचारलं, "तुम्हाला तुमच्या यजमानांनकडून काय अपेक्षित आहे?"

काय अपेक्षा आहे मला? आणखी मोठं घर? आणखी पैसा? देश-विदेशाचा प्रवास? सोन्या-हिऱ्यांचे दागिने? काय हवंय मला त्यांच्याकडून? आपल्याला नेमकं काय हवंय; हेच तिला कळेना. सगळं असून आपण मनोमन गरीब आहोत, अशीच तिची भावना होती. तिनं काहीही उत्तर दिलं नाही. डॉक्टरांनीही हसत तो विषय सोडून दिला.

बऱ्याच कुटुंबाची हीच अवस्था असते. बायकोला काय हवं असतं, ते पती जाणून घ्यायचा प्रयत्नही करत नाही. बायकोही नवऱ्याला काय हवं असतं, हे जाणत नसते. त्यामुळे दोघं एकमेकांवर खोटे आरोप करत जीवनातला आनंद गमावून बसतात.

"एक गोष्ट सांगू?"

"सांगा डॉक्टर..." शाळेत मुलांना कथा सांगायची सवय असणारी मृदुला आज कथा ऐकायला तयार झाली होती.

"खूप वर्षांपूर्वी एक राजकुमार होता. एक मंत्रीकुमार त्याचा मित्र होता. दोघेही तरुण होते; देखणे होते, बुद्धिमान होते. त्यांच्यावर शेजारच्या राज्यानं हल्ला करून राजकुमाराला बंदिस्त केलं. आधी तो त्याला सुळावर चढवणार होता. पण त्याची बुद्धिमत्ता आणि तारुण्य बघून त्याचा विचार बदलला. त्यानं राजकुमाराला म्हटलं, "तुला एक प्रश्न विचारतो. बरोबर उत्तर दिलंस तर तुला तुझ्या राज्यासमवेत स्वातंत्र्य देईन नाहीतर सुळावर चढवेन!"

विजयी सम्राट घरात असमाधानी होता. त्याची राणी सतत असमाधानी असायची. सम्राटानं राजकुमाराला प्रश्न विचारला, "यावर उपाय काय? बायकोची नवऱ्याकडून काय अपेक्षा असते?" याचं उत्तर मिळालं तर आपला संसार सुखी होईल, अशी सम्राटाला आशा होती."

"मग?" मृदुलेला कथेत रस वाटू लागला.

राजकुमार म्हणाला, "याचं उत्तर शोधावं लागेल." सम्राटानं त्याला तशी परवानगी दिली. राजकुमार आणि मंत्रीकुमार राज्यात फिरून या प्रश्नाचा वेध घेऊ लागले. ते प्रत्येकाला प्रश्न विचारू लागले, तरी त्यांना उत्तर मिळेना. कुणीतरी त्यांना सांगितलं याचं उत्तर अरण्यात राहाणाऱ्या म्हातारीला ठाऊक आहे. पण ती म्हातारी त्यासाठी कितीतरी कठीण प्रश्न विचारते, असंही सांगण्यात आलं. त्यामुळे आधी त्यांनी तिकडं जायचं टाळलं. अखेरचा दिवस उजाडला तरी उत्तर मिळालं नाही. निरुपाय होऊन ते म्हातारीपाशी आले. म्हातारीनं सांगितलं, "मी याचं उत्तर सांगेन, पण एक अट आहे." मंत्रीकुमारनं विचारलं, "काय?" ती म्हणाली, "माझ्याशी लग्न केलं तरच मी उत्तर देईन." राजकुमार म्हणाला, "हे शक्य नाही!" पण आपल्या मित्राचा जीव संकटात असलेला बघून मंत्रीकुमार हसत म्हणाला, "मी तयार आहे!" त्याला आपल्या आयुष्यापेक्षा मित्राचा जीव महत्त्वाचा वाटला. म्हातारीनं सांगितलं, "प्रत्येक तरुणी लग्नानंतर आपल्या मर्जीनुसार बदल घडायची अपेक्षा करते. पुरुष हे समजून घेत नाहीत. त्यानं ते समजून घेतलं की, त्यांचा संसार सुखाचा होईल." या उत्तरानं राणीचं समाधान झालं. राजा खूश झाला. राजकुमाराची सुटका झाली. तरीही त्याचं मन कष्टी झालं होतं. आपल्यामुळे आपल्या मित्राला आयुष्यभरासाठी म्हातारी बायको करावी लागली होती ना! ठरल्याप्रमाणे लग्न झालं. सुंदर मंत्रीकुमाराची जराजर्जर बायको बघून सगळेच हळहळले. पण मंत्रीकुमार मात्र हसतमुख होता. रात्र झाली. मंत्रीकुमार हसतमुखानं वधूच्या खोलीत आला. तिथे जाताच त्याला आश्चर्याचा धक्का बसला! म्हातारीच्या जागी एक लावण्यमय तरुणी उभी होती. ती म्हणाली, "तुमचा संयम आणि समाधानी स्वभाव बघून मी चकित झाले आहे. माझ्याकडे रूप बदलायची शक्ती आहे. मी उत्तर दिलं होतं, प्रत्येक स्त्रीला आपलं जीवन आपल्या मनानुसार बदलता येतं. तुमच्याशी लग्न करून मी

माझं जीवन बदलून घेतलं आहे. आता मला सांगा, मी दिवसभर कुरूप राहून रात्री अशी तरुण सुंदरी होऊ की दिवसभर अशी राहून रात्री म्हातारी राहू?''

किती कठीण प्रश्न हा! दिवसभर म्हातारी राहून रात्री सुंदर बायको मिळाली, तर सगळे अनुकंपा दाखवतील. आणि जर उलट झालं तर सगळे सुंदर बायको मिळाली म्हणून हेवा करतील, पण रात्री अशी कुरूप म्हातारी?... त्यातही दुसरा पर्याय ठीक ठरावा. कारण निदान चारचौघांत तरी बायको चांगली दिसेल! मृदुलानं दुसरा पर्याय सुचवला.

डॉक्टर हसत म्हणाले, ''मंत्रीकुमार अतिशय हुशार होता. त्याने दोन मिनिटं विचार करून आपल्या लावण्यवती पत्नीला सांगितलं, ''तुला जसं राहायची इच्छा आहे, तशी तू राहा. तो तुझा निर्णय असू दे.'' हे उत्तर ऐकून त्या युवतीला आनंद झाला आणि ती म्हणाली, ''तर मग मी चोवीस तास अशीच राहीन!'' म्हणजे प्रत्येक स्त्रीला तिच्या इच्छेप्रमाणे राहायचा हक्क आहे, अशी मंत्रीकुमाराची भावना होती. स्त्रीचीही पुरुषाकडून हीच अपेक्षा असते. पुरुष स्वतःला स्त्रीपेक्षा श्रेष्ठ समजतो आणि सगळे निर्णय स्वतःच घेतो. स्त्रीलाही आपलं मत असतं. आपला विचार असतो. त्याची दखल न घेता जेव्हा सगळे निर्णय पुरुष आपल्या मर्जीनं घेऊ लागतो, तेव्हा तिच्या मनात असमाधान निर्माण होतं.''

डॉक्टर बोलायचे थांबले. काही वेळ शांततेत गेल्यावर ते म्हणाले, ''माझ्या सांगण्याचा मथितार्थ लक्षात घ्या. तुमचं बालपण, तुम्ही वाढलात तो परिसर, विवाह या सगळ्यांचा या पार्श्वभूमीवर विचार करा. त्यानंतर या संदर्भात आपण बोलू या.''

वेळ संपल्यामुळे मृदुला उठली.

रात्री संजय जेवायला घरी आला. शिशिरचं शिक्षण पुरं झालं होतं. नाइट ड्युटी असल्यामुळे तो जेवायला घरी आला नव्हता. त्यामुळे दोघांचंच जेवण होतं. संजय म्हणाला, ''मृदुला, मी तुझ्यासाठी नव्या कारची ऑर्डर देऊन आलो आहे.''

''पण माझी कार चांगली आहे! घेऊन फक्त पाच वर्षं झाली आहेत! एकदाही दुरुस्तीला गेलेली नाही!''

''आजवर झाली नसेल. पण ती आता जुनी झाली आहे. म्हणून ती बदलायची आहे.''

''पण मला ती नाही बदलायची! मला न विचारता तुम्ही कसे बदलता आहात?''

''तुला काय समजतंय त्यात? तुला कशाला विचारायचं?''

यावर मृदुला निरुत्तर झाली. एक घास तोंडात घालताना तो म्हणाला, ''मृदुला, उद्यापासून तू स्वयंपाकात मीठ थोडं कमी घालत जा बघू! पानात तर अगदी घातलं नाहीस तरी चालेल.''

''अहो, ताटात मीठ घालायची पद्धत आहे!''

"त्यात कसली आलीय पद्धत? माझ्या घरात नको ही असली पद्धत!"

मृदुला गप्प झाली.

"अलेक्सच्या घरी फोनचं नवं इन्स्ट्रुमेंट आलंय. आपल्यासाठीही घ्यायला सांगितलंय मी."

"पण घरातला सेट चांगलाच आहे ना! पुन्हा कशाला?"

"त्यात काही नव्या सिस्टिम्स आहेत म्हणे! तेवढंच वेगळेपण!"

"आपलं घर म्हणजे काय लॅब आहे!" मृदुलाचा संयम ढळत चालला होता.

"तू काहीही म्हण! मला हवं आहे, बस्स!" तेवढ्यात हॉस्पिटलमधून कॉल आला. त्या फोनवर बोलत आणि दुसऱ्या हातानं जेवण करत संजय आपल्या कामात गढून गेला. नंतर मृदुलाचं जेवण संपायची वाट न बघता, तो बाहेर निघून गेला. मृदुला अगदी एकटी होऊन गेली.

लग्नानंतर इतक्या वर्षानंतर पहिल्यांदाच ती आपल्या जीवनाविषयी विचार करू लागली. संजय 'आपण म्हणजे जग' असाच विचार करतो. काहीही करायचं झालं, तर तो केवळ आपल्याच मनाचा कौल घेत असतो. काही वेळा तो आपल्याला जे काही करायचं असेल तेच करतो आणि उगाच तोंडदेखलेपणानं 'तुला काय वाटतं?' असं विचारतो. पण एकूणच सगळं आपल्या मर्जीनुसार व्हावं, असाच त्याचा रोख असतो. माझ्याकडे त्याचं कधीच लक्ष नसतं. तो आणि त्याचा मुलगा! त्यांच्या इच्छेला साकार रूप देणारी रोसमेरी. त्याला आपल्या सल्ल्याची अजिबात आवश्यकता नसते. तिचं घरातलं स्थान नगण्य. एखाद्या नोकरासारखं. नोकरांबरोबर भावनात्मक संबंध ठेवायचे नाहीत, हे तर संजयचं ब्रीदवाक्य होतं! नोकरांना निदान कामाच्या वेळांव्यतिरिक्त आपापलं स्वतंत्र आयुष्य होतं. पण मृदुलानं कुठं जायचं?

तिला डॉक्टर रावांनी सांगितलेली कथा आठवली. गेल्या चोवीस वर्षांत या घरात काय माझ्या मनाप्रमाणे झालंय? काहीही नाही! सगळीकडे संजयचाच अधिकार!

तिला अचानक जाणवलं, मी काय गमावलंय; हे माझ्या आता कुठं लक्षात आलंय. मी माझं स्वत्व गमावलंय!

तिला दुसरंही आठवलं, हा काही तिचा एकटीचा प्रश्न नव्हता. तिच्यासारख्या शेकडो बायकांच्या जीवनाची हीच कथा होती. हट्टी नवरा, यशस्वी झाल्यामुळे स्वत:ला विशेष समजणारा पुरुष, खेडेगावातल्या पारंपरिक वातावरणात वाढलेला संजय या अर्थानं सुधारलेला नव्हता. त्याच्या नजरेत बायको ही पुरुषाचं ऐकण्यासाठीच असते. बाहेर फर्ड्या इंग्लिशमध्ये बोलत प्रख्यात डॉक्टर असला तरीही! त्यामुळे त्याबाबतीत तिचं जीवन आणि रकुमाबाई-पिरंबीच्या जीवनात फारसा फरक नव्हता. त्यांना आपल्या जीवनात काही बदल करावासा वाटला असेल का? की नाही?

तेवढी विचारशक्ती नसावी कदाचित. घरातली शांतता उगाच ढळायला नको म्हणून रकुमाबाई-शांतम्मा-पिरंबी या आयुष्यभर शांतच राहात असतील. त्या माझ्यासारख्या दुखावल्या जात नव्हत्या, हे नक्की! कदाचित आपण का दुखावलो जात आहोत, हेही त्यांना समजत नसावं. बाईनं नवऱ्याबरोबर जुळवून घेतलं पाहिजे. उद्या मुलांबरोबरही जुळवून घेतलं पाहिजे!... या विचारानं तिला आणखी रडायला आलं.

दुसऱ्या दिवशी डॉक्टर भेटले तेव्हा पुन्हा जुन्याच गप्पा निघाल्या. तिनं त्यांच्या पुढ्यात नवऱ्याच्या नावाचा उल्लेख केला नसला, तरी त्याच्या व्यवसायाविषयी सांगितलं होतं. त्यांनाही कोण ते समजलं असलं, तरी त्यांनी ते दाखवून दिलं नव्हतं.

"डॉक्टर, माझी नणंद लक्ष्मी माझ्याशी जी नाटकं करते, जे खोटं बोलते, ते बघून माझ्या अंगाची लाही-लाही होते. मी माझ्या भावजयीचा – वत्सलाचा किती मान राखते! ती काहीही म्हटली तरी मी उलट उत्तर देत नाही. माझ्याबरोबरच का असा अन्याय होतो आहे?"

"प्रत्येक स्त्री हाच प्रश्न विचारत असते. आपल्या देशात एक मुलगी लग्न करते, ती केवळ एका पुरुषाशी नव्हे! तिला एका कुटुंबाशी जुळवून घ्यावं लागतं. बहुतेक वेळा एक मुलगी सासरी आली की, तिच्या प्रत्येक वागण्या-बोलण्यात दोष शोधण्यात येऊ लागतो. त्या सगळ्यांच्या कटू टीकेची ती विनाकारण बळी ठरत जाते. तसं पाहिलं तर तिच्यावर टीका करणारे काही तिच्यापेक्षा फार श्रेष्ठ असतात, असंच नाही. पण सुनेचं स्थानच तसं असतं ना! ती जगसुंदरी असो किंवा अतिशय बुद्धिमती असो; ती सासरच्या नियमांमध्ये हीनच ठरवली जाते. याला तुम्हीही अपवाद नाही. तुमच्या दृष्टीनं वत्सलेशी चांगलंच वागता आहात, पण त्यांचा दृष्टिकोन वेगळा असेल. एका दृष्टीनं तुम्ही नशिबवान आहात! तुम्हाला सासरचा त्रास नाही. नवऱ्याला वाईट सवयी नाहीत. त्यांना बाहेरच्या स्त्रियांचा नाद नाही. लक्ष्मी आणि तुमचे यजमान मिळून कदाचित तुमच्या नकळत आर्थिक व्यवहार करत असतील. पण कितीतरी बायकांच्या जीवनात याहीपेक्षा विदारक फसवणूक केली जाते. त्यात, तुम्ही लहान गावात निसर्गाच्या बरोबरीनं निकोपपणे वाढला आहात. त्यामुळे तुमच्या मनाला तो आघात सोसवला नाही."

"समजा, लक्ष्मीची शंकरनं अशीच फसवणूक केली असती तर, तिलाही अशाच प्रकारे मानसिक रोगानं ग्रासलं असतं?"

"कदाचित नसतं ग्रासलं. तिच्या मनाची स्थिती कशी आहे, हे मला ठाऊक नाही. तरीही मनानं तरल असणारे, बुद्धिमान लोक अशा आजाराला लवकर बळी पडतात. फार आदर्शवादाला पकडून जगणाऱ्याला वास्तव जीवनातल्या कटू सत्याला सामोरं जाताना त्रास होतो. तुमचे यजमान आणि लक्ष्मी त्या कटू सत्याशी सामना करत वाढल्या आहेत."

"सगळे खासगी प्रॅक्टिस करणारे असेच पैशाला वारेमाप महत्त्व देणारे असतात का?"

"नाही. सगळे तसे नसतात. खासगी प्रॅक्टिस करणारे सगळे वाईट असतात आणि सरकारी दवाखान्यातले सगळे चांगले असतात, असंही समजायचं कारण नाही. एका व्यक्तीच्या वागण्यावरून त्या संपूर्ण व्यवसायाला नावं ठेवणं योग्य नाही. प्रत्येक व्यक्ती ही वेगवेगळी असते. दुसरंही लक्षात घेतलं पाहिजे, प्रत्येकाला कुठल्या ना कुठल्या आघातातून जावंच लागतं. पण तो आघात तुम्ही कसा घेता यावर सगळं अवलंबून आहे. आपण सगळेच प्रेत, रोगी आणि म्हातारा पाहात असतो. पण त्यातून बुद्ध होणारा एखादाच सिद्धार्थ असतो! आपण सगळेच तेच दृश्य बघून लगेच विसरूनही जातो. कारण आपण सगळे त्याच्यापेक्षा वेगळे आहोत. तुमच्या पतीचं व्यक्तिमत्त्वही वेगळं आहे. त्यांनी आपल्या आयुष्यात कष्ट आणि अपमानाला वेगळंच वळण दिलंय. आता ते पैसा म्हणजेच सर्वस्व अशा तत्त्वाला येऊन पोहोचले आहेत. ते जर मुळात उदार असते, तर मला झाला तसा त्रास आणखी कुणाला व्हायला नको, म्हणून त्या पैशांचा विनियोग त्यांनी वेगळ्या प्रकारे केला असता. त्यांनी गरिबांकरता हॉस्पिटल काढलं असतं. गरीब मुलांना शिक्षणासाठी मदत केली असती."

"आधी ते माझ्या नकळत कुठलाही आर्थिक व्यवहार करायचे नाहीत."

"असं तुम्ही समजता! याआधी त्यांच्याकडे पैसा नव्हता. असं काही करायची त्यांना संधीच नव्हती. तसा वेळ नव्हता आणि तशी आर्थिक परिस्थितीही नव्हती. आता लक्ष्मी तुमच्यापेक्षा उत्तम स्थितीत आहे की नाही? तुम्हीच विचार करून पाहा!"

"होय! आता परिस्थिती वेगळी आहे. मनाला येईल ते; ते करू शकतात. भरपूर पैसा येतो आणि त्याचा विनियोग करण्यासाठी रोसमेरीसारखी अत्यंत दक्ष व्यक्ती त्यांच्या हाताशी लागली आहे. डॉक्टर, जीवनात पैसा इतका महत्त्वाचा आहे का?"

"होय! पैशामुळे बरंच काही होऊ शकतं, नाही का? जगाचा सगळा खेळ हा पैशांमुळेच चालतो. आपल्या समाजात पैशाला अपार मान्यता आहे. पैशांमुळे अधिकार येतो. त्यामुळे आत्मधैर्य येतं. पैशाच्या आश्रयाला सगळे गुण राहतात, अशीही म्हण आहे ना!"

मृदुला काही बोलली नाही. याआधी तिनं कधीही पैशांच्या संदर्भात एवढा खोलवर विचार केला नव्हता. म्हणजे हा केवळ संजयचा दोष नाही. त्याच्या मूळच्या स्वभावात हा पैसा शिरल्यामुळे त्याच्या स्वभावातला दोष वाढला आहे, असं फार तर म्हणता येईल. तांब्याचं नाणं आई-मुलात दुरावा निर्माण करतं, म्हणतात. त्याला हाच अर्थ आहे ना! म्हणूनच जुनी माणसं म्हणतात, गरिबीपेक्षा श्रीमंतीनं लकवा मारलेली माणसं फार असतात! श्रीमंती पेलणं, ही एक मोठी गोष्ट आहे!

"म्हणजे श्रीमंती वाईट असते का?"

"तसं काही नाही. पैशाला अपार शक्ती असते, हेही आपण मान्य केलंच पाहिजे. पण त्याचा वापर कसा करायचा, हे त्या माणसाच्या मनावर अवलंबून असतं. ते जाऊ दे. तुम्ही मात्र घरात मुकाट्यानं बसता कामा नये. तुम्हाला ज्यात आनंद आहे, ते तुम्ही वरचे वर करत राहिलं पाहिजे. शरीराला नियमित व्यायाम पाहिजे. फिरायला जा, योगा करा किंवा आवडेल त्या खेळात मन रमवा. तुम्हाला ज्यांच्याविषयी विश्वास आणि आत्मीयता वाटते, त्यांच्याबरोबर तुम्ही मोकळेपणानं गप्पा मारायला हव्यात. तुम्ही सुशिक्षित आहात! तुमच्या यजमानांकडे प्रचंड पैसा आहे, तसाच प्रचंड 'अहं' आहे. त्याच्या मागे त्यांच्या मनात न्यूनगंडही आहे. त्यांच्या शारीरिक न्यूनाची त्यांच्या लहानपणी अनेकांनी थट्टा केली असेल. त्याचा विसर पडावा, यासाठी ते सगळ्यांपेक्षा जास्त प्रयत्न करत असतील. शिवाय, आपल्या समाजात बायकोवर हक्क चालवण्यावर पुरुषार्थही अवलंबून असतो ना! ते वाढले, त्या वातावरणात कदाचित हीही भावना त्यांच्या मनात खोलवर रुजली असेल! एकंदरीत त्यांचं व्यक्तिमत्त्व तुमच्यासारखं सरळ नाही! त्यामुळे त्यांच्या मनाचा तळ गाठणं तुमच्यासारख्यांना जमणार नाही! यात अपरिमित यश त्यांच्या वाट्याला आलंय! पैशाच्या बळावर मी जगातली कुठलीही गोष्ट विकत घेऊ शकतो, अशी त्यांची मनोभावना झाली आहे, असं दिसतं. ते मला भेटायला यायचं टाळत आहेत. ते भेटले असते, तर मी त्यांच्या व्यक्तिमत्त्वाविषयी त्यांना सांगू शकलो असतो."

मृदुलाच्या गालांवरून अश्रूंच्या सरी ओघळल्या. तिचं तिलाच वाटलं, अशा नवऱ्याबरोबर आपण इतकी वर्षं कसा संसार केला असेल? सतत आपलं मन सगळ्यांपासून दडवून ठेवू पाहाणाऱ्याकडून मनमोकळ्या स्वभावाची काय अपेक्षा करणार? संजय कधीच माझा झाला नाही. नव्हे, कधी कुणाचा व्हायचा त्याचा स्वभावच नाही! आपण मात्र आपपरभाव कधीच बाळगला नाही!

म्हणजे भोवतालच्या जगात असंख्य जोडपी दिसतात, त्यांपैकी किती जणं स्वत:चं सगळं विसरून जोडीदाराच्या जीवनाशी एकरूप होतात? लग्न म्हणजे तीन दिवसांचा रेशमी साड्यांचा सोहळा नाही! स्त्रीच्या सांसारिक जीवनाचं सारसर्वस्व तिच्या वैवाहिक जीवनाच्या परिघातच असतं ना! या म्हणण्याला तरी काय अर्थ आहे? एकानं आपलं सगळं आयुष्य दुसऱ्यावर उधळून टाकायचं आणि दुसऱ्यानं मात्र आपल्या मनाचा परीघ केवळ आपल्या स्वार्थापुरताच मर्यादित ठेवायचा याला संसार म्हणतात काय?

"डॉक्टर, आता मी काय करू?"

"तो निर्णय तुमचा तुम्ही घ्यायचा आहे! त्यात मी ढवळाढवळ करू शकत नाही! मी तुम्हाला फक्त तुमच्या परिस्थितीची जाणीव करून दिली आहे. त्यांच्यामध्ये

असलेले काही गुण त्यांच्या घराण्यातून आले आहेत, काही त्यांच्या व्यवसायामुळे आले आहेत. दिवसातले वीस तास सतत नर्सिंगहोमचा विचार करायचा आणि पैसा कमवायचा, असा त्यांचा दिनक्रम असल्यामुळे त्यांचा स्वभाव तसा बनणं स्वाभाविक आहे. त्यांचा आधीचा स्वभाव आता नाहीसा झाला आहे. यावर आपल्याकडून काहीही उपाय नाही. तो बदलण्यासाठी त्यांनी प्रयत्न केला पाहिजे.''

''पण पैसा आला म्हणून माणूस का बदलतो?''

''यावरचं उत्तर तत्त्वचिंतकच देऊ शकतील. मी नाही. मी एवढंच सांगू शकतो, पैसा आला की तुमच्यामधले गुण आणि अवगुण दोन्हीही बाहेर येतात. पैसा नसताना दडपलेले अवगुण पैसा आल्यावर बाहेर येतात. त्या अर्थी पैसा हा रावकाचेसारखा असतो. म्हणूनच कंजूस माणूस श्रीमंत झाला की लोभी होतो. तो आणखी-आणखी जमीनजुमल्याची खरेदी करतो. स्वार्थी माणूस विलासी होतो. उदार माणूस दानी होतो. ज्यांना पैशाचा मोहच नाही, त्यांना पैसा आहे आणि नाही, यात काहीही फरक दिसत नाही. पैशामुळे खऱ्याखुऱ्या मानवी संबंधांचं दर्शन घडतं. मला सांगा, आता तुम्हाला कुणाला पाहिलं की कीव येते?''

''पूर्वी मला गरिबांना पाहिलं की दया यायची, करुणा वाटायची. तेव्हा मला त्यांना पाहून डोळ्यांतून अश्रू यायचे. आता येत नाही. का?''

''कारण तेव्हा तुम्हाला वाटायचं गरीब म्हणजे त्यांच्याकडे काहीही नाही. तुम्हाला त्यांच्याशी नातं वाटायचं. म्हणून तुमच्या डोळ्यांतून पाणी यायचं. आता तुमच्या मनात वेगवेगळ्या प्रकारे जागरूकता निर्माण झाली आहे. तुम्हाला माझ्याकडे यायला लागून एक वर्षापेक्षा जास्त काळ झाला नाही का! तुम्हाला आणखीही एक सांगतो ते लक्षात ठेवा. तुम्हाला जर तुमचा पती बदलेल असं वाटत असेल, तर तुम्ही ते विसरून जा. म्हणतात ना, कडू कारलं, तुपात तळलं, साखरेत घोळलं तरी कडू ते कडूच! त्यामुळे तुम्हीही कुठल्याही चमत्काराची अपेक्षा ठेवू नका.''

मृदुला बाहेर आली. आता तिचा जगाकडे बघायचा दृष्टिकोन बदलत चालला होता. रस्त्यावरच्या प्रत्येक माणसाला काही ना काही चिंता असणारच. प्रत्येकाची चिंता वेगवेगळ्या स्वरूपाची असेल. डॉ. राव नेहमीच मोकळ्या मनानं बोलण्याचं समर्थन करत होते. त्यांनी सांगितलं होतं, आईवडील किंवा पोटी जन्मलेल्या मुलांच्या संबंधांपेक्षा नवरा-बायकोचं नातं वेगळं असतं. आईवडील मुलांकडे क्षमाशीलपणे पाहू शकतात. मुलं आईवडिलांकडे आदरानं पाहात असतात. पण पतिपत्नी मात्र एकमेकांकडून सहजीवनाची अपेक्षा करत असतात.

सकाळी संजयला अजिबात वेळ नसतो. तिलाही शाळेत जायची घाई असल्यामुळे तिलाही वेळ नसतो. मात्र आता तिनं आपल्या आणि संजयच्या नात्याविषयी संजयशी बोलायचा निश्चय केला.

संध्याकाळी संजय आला. ती विषय काढणार तेव्हा त्याला एक फोन आला. मृदुलानं तो उचलून हॅलो म्हणायच्या आधी संजयनं दुसरीकडून तो उचलला. फोन अलेक्सचा होता. अलीकडे मृदुलाचा त्याच्याशी फारसा संबंध नव्हता. जोपर्यंत अनिताशी तिचा संवाद होता, तोपर्यंत त्याच्याशी अप्रत्यक्ष का होईना संबंध होता. अलीकडे तोही राहिला नव्हता.

तिचा उल्लेख झाल्यामुळे ती लक्ष देऊन ऐकू लागली. अलेक्स म्हणत होता, ''...पण मृदुला तयार झाली नाहीतर?''

संजय म्हणत होता, ''तिला काहीही सांगायची गरज नाही. या नव्या कंपनीची डायरेक्टर लक्ष्मीला करू या. मृदुलाला काहीही व्यवहार समजत नाही. सांगेल तिथे सही करून मोकळी होते. तिच्या नावे हवं तर थोडे पैसे ठेवू या. तुझ्याकडे काय प्रॉब्लेम आहे?''

''अनिता तर कशालाही तयार होणार नाही. माझी बहीण अतिशय खमकी आहे. तीही नको. जिमीचंच नाव असू दे. पण –''

''ते सगळं माझ्यावर सोड. सेलचं सगळं मी बघून घेईन. डॉक्टर्सना काहीतरी करून आपल्याकडे वळवून घ्यावं लागेल. रेटही सुरुवातीला मार्केट रेटपेक्षा कमी ठेवावा लागेल. दुसरं म्हणजे यात काही लॉस झाला तरी काळजी करायचं कारण नाही. सुरुवातीला आपला सगळा काळा पैसाच त्यात घालून एक-दोन वर्षं चालवून पाहू. एकदा प्रॉडक्ट क्लिक झालं की, मग रेट वाढवू शकतो आपण!''

मृदुलानं फोन खाली ठेवला. एकदा वाटलं अशा माणसाशी काय बोलायचं? तरीही तिनं ठरवलं, एकदा बोललंच पाहिजे. रात्री जेवण झाल्यावर ती म्हणाली, ''मला तुमच्याशी बोलायचंय.''

संजय इकॉनॉमिक्स टाइम्स वाचत होता. त्यानं काहीही उत्सुकता दाखवली नाही. तरीही तिनं सांगितलं, ''मला तुमचे सगळे व्यवहार अजिबात मान्य नाहीत. अशा मार्गानं पैसा मिळवणं, लक्ष्मीला त्यातला बराच पैसा देणं मला पटत नाही. नाती वेगळी आणि व्यवहार वेगळा. तुम्ही लक्ष्मीला डायरेक्टर करता आहात, हेही बरोबर नाही.''

''हे तुला कुणी सांगितलं?''

''मी स्वतःच्या कानांनी ऐकलं. एवढंच नव्हे, तुमची औषधं तुम्ही कशा प्रकारे विकणार आहात, हेही मी ऐकलंय. हे योग्य नाही! अशा प्रकारे पैसा कमावला तर कुणाचंही भलं होणार नाही!''

पेपर बाजूला ठेवून संजय शांतपणे म्हणाला, ''हे बघ! तू मला व्यवहार शिकवायची गरज नाही! व्यवहारात तुझे आदर्श ठेवून चालत नाही. मीही हॉस्पिटलमध्ये असताना आदर्शवादी होतो. काय मिळालं मला त्याचं? अपमान, बदली... तुम्हा बाहेरच्या कुणाला त्याची जाणीव नाही. तुझी शाळेची नोकरी.

लहानपणापासून तू सुखा-समाधानात वाढलीस! तुला मी काय भोगलंय ते समजणार नाही! तुझ्या आदर्शांमुळे तू मनोरुग्ण झालीस!''

हे मृदुलाच्या मनाला टोचल्यासारखं झालं. ती मनोरुग्ण व्हायला हा स्वत: कारणीभूत आहे! तरीही सगळी जबाबदारी तिच्या आदर्शांवर टाकू पाहात होता.

ती जोरात म्हणाली, ''मी मनोरुग्ण नाही! मनोरुग्ण झाले तरीही तुम्ही एकदाही माझ्याबरोबर डॉक्टरांकडे आला नाहीत. ही परिस्थिती तुमच्यावर आली असती, तर मी तुमच्याबरोबर निश्चित आले असते.''

''माझ्यावर दोषारोप करायच्याऐवजी स्वत:कडे एकदा डोळे उघडून बघ! भांडण काढून वाद घालतेस! आणखी काहीही करत नाहीस. रोसमेरी, लक्ष्मी, अनिता, वत्सला यांपैकी कुणीही असं भांडायला जात नाही. त्यांना काहीच अडचणी नाहीत का? त्या कसं सहन करून जातात? त्यांच्यापेक्षा तर तुझी परिस्थिती चांगली आहे! त्या कुणी रोगी झाल्या नाहीत. तू मात्र त्यांच्यापेक्षा मानसिकदृष्ट्या वीक निघालीस! तुझ्यासारखीबरोबर मला पंचवीस वर्षं काढावी लागली, हे माझं दुर्दैवं!'' म्हणत रागानं संजय उठून उभा राहिला.

मृदुला विद्ध झाली होती. याला माझ्याबरोबर पंचवीस वर्षं काढावी लागली? म्हणजे त्याला भलताच त्रास झाला, असं याला म्हणायचंय? म्हणजे यानं माझ्यापेक्षा जास्त कष्ट काढलेत असं याला वाटतंय का? मृदुला एकटीच घरात बसून त्याच्या बोलण्याचा विचार करत होती. अशा माणसाबरोबर कसं राहायचं? उरलेलं आयुष्य कसं काढायचं? इतक्या वर्षांत आपलं असं कुणीही राहिलेलं नाही. आजवर आपण कुणाशी भांडण केलं नाही! कुणाचा द्वेष केला नाही. तरीही मला असा दोष देतो आहे! कधी शिस्तीच्या कारणासाठी मुलांवर राग दाखवला, तरी पुढच्या क्षणी विसरून जायचा तिचा स्वभाव. तरीही हा असं म्हणतो? सगळ्यांविषयी आस्था असताना सगळ्यांवरचा मोह सोडून संन्यासिनी होणं कसं शक्य आहे? तसंच लक्ष्मीप्रमाणे धनाच्या आशेनं दोन जिभेचा साप होणंही शक्य नाही. अशा प्रकारे मी कधीच वाढलेली नाही ना! तसंच सरलाप्रमाणे बाहेरच्या जगात दररोज वेष बदलून फिरणंही मला शक्य नाही! रोसमेरीची गोष्टच वेगळी आहे. तिच्या कुटुंबात तीच प्रमुख आहे. अर्थात कुणाचीही कुणाशीही तुलना करू नये हेच खरं! पण संजय माझी तिच्याशी कशी तुलना करतो? स्वत: मात्र कुणाशीही आपली तुलना करू न देता पैसा मिळवत राहातो. मी तर त्याची कुणाही पुरुषाशी कधीच तुलना करत नाही. हा मला एक न्याय लावतो आणि स्वत:ला वेगळाच न्याय लावतो.

अशा पुरुषाशी एकाच छपराखाली अपरिचितासारखं कसं राहायचं? पण जाणार कुठं? आलद हळ्ळीमध्ये जाऊन राहायचं म्हटलं, तरी कुठल्या घरी जाऊन राहायचं? बालवयात गाव हाच स्वर्ग वाटला, तरी आता तिथलं वास्तव वेगळंच

आहे. इथे राहिलं तर आपण पुन्हा मनोरोगाला बळी पडू अशी भीती मनाला घाबरं करत होती. मनोरुग्ण अवस्था म्हणजे काय ते त्यातून गेलेल्यालाच ठाऊक! त्यातून बाहेर येणं ही काही तितकीशी साधी गोष्ट नाही. त्यातून बाहेर येण्यासाठी मी कितीतरी कष्ट घेतले आहेत. आता संजयबरोबर राहून पुन्हा त्याच गर्तेत जायच्या विचारानंही तिला भीती वाटली. जर हा अशा प्रकारे चुकीच्या मार्गानं पैसा मिळवत राहिला तर मनाला आनंद कसा वाटेल? पण अशा नवऱ्याला सोडून बाहेर पडले, तर समाज मलाच नवऱ्यानं सोडलेली म्हणून हिणवेल. कुणीही संजयला काही म्हणणार नाही. आपल्या पुरुषप्रधान समाजात स्त्रीनं पुरुषाला मान्यता देत जगलं, तर तिला सतीसाध्वी म्हटलं जातं. त्याला विरोध केला तर अपार निंदेची धनी व्हावं लागेल. नाहीतर या संसारातच नरक यातना भोगत सहन करत राहावं लागेल.

एखादा पुरुष बायकोचं मन ओळखून त्याप्रमाणे वागतो, ही केवळ कल्पनाच असेल काय? इथे मात्र नवऱ्याशी बोललं की, मला तर मन मोकळं होण्याऐवजी मन आणखी कुंद होतं जातं. अशी घटना घडली असती, तर तिथे घटस्फोट हाच एक उपाय ठरला असता. पण भारतासारख्या देशात स्त्रीच्या मनाचा इतका विचार कुठं केला जातो म्हणा!

संजय आणि मृदुलाच्या लग्नाचा पंचविसावा वाढदिवस आला होता. शिशिरच्या लग्नाच्या आधी स्नेह्यांना बोलवायची एक सुवर्णसंधी! दर वर्षी हॉस्पिटलमध्ये साजरा केला जायचा. पण त्याचं स्वरूप फार औपचारिक असायचं. त्यामुळे यंदा ग्रॅन्ड पार्टी करायचा प्लॅन सुरू झाला. शिशिर एमबीबीएस पूर्ण करून लंडनला निघून गेला होता. त्यालाही मृदुलानं आढेवेढे घेतले होते. पण तिला कोण विचारतो म्हणा! तोही पुढच्या आठवड्यात निघायचा होता. तो निघाला तेव्हाही मृदुला दुःखी झाली. पण पंखात बळ आलेलं पाखराचं पिल्लू उडायचं कसं थांबेल? तसं पाहिलं, तर संजयच जास्त कष्टी झाला.

अलीकडेच शिशिर लंडनच्या हॉस्पिटलमध्ये पुढच्या शिक्षणासाठी हजर झाला होता. त्याला रजा मिळून भारतात येणं शक्य नव्हतं. तो शिक्षणात हुशार आणि कामात सिन्सियर होता. कुठल्याही कारणासाठी काम सोडून मजा करायचा त्याचा स्वभाव नव्हता. त्यामुळे त्यानं लंडनला जाण्याआधीच सांगितलं होतं, ''मला तुमच्या लग्नाच्या रौप्यमहोत्सवासाठी येणं शक्य नाही. आताच मी तुम्हाला शुभेच्छा देतो.'' ते खरंही होतं. या दोघांचीही त्याच्याकडून तशी काही अपेक्षा नव्हती.

बंगळूरच्या लीला पॅलेस हॉटेलमध्ये हा समारंभ थाटामाटात करायचं संजयनं ठरवलं होतं. रोसमेरी पाहुण्यांची यादी करण्यात गढून गेली होती. लक्ष्मी तर आपल्याच लग्नाचा रौप्यमहोत्सव असल्यासारखी उत्साहात वावरत होती. ती स्वत: मृदुलाला येऊन भेटून गेली. जाताना तिनं एक भारी रेशमी साडी तिला देत म्हटलं,

"ही खास तुझ्यासाठी आणलीय मी! छान आहे की नाही? पांढरी साडी, काळी बॉर्डर आणि त्यावर तांबूस पानं! मी स्वत: ऑर्डर देऊन विणून घेतली आहे. आम्ही काही तुमच्याइतके श्रीमंत नाही. तरीही आम्हाला जमेल तेवढं देत आहे. संजयसाठी रॉ-सिल्कचा कुर्ता-पायजमा आणलाय. त्यादिवशी तुम्ही दोघांनीही हेच कपडे घालावेत, असं आम्हा दोघांनाही वाटतं."

लक्ष्मीचा नाटकीपणा बघून तिला तिडीक येत होती.

लक्ष्मी म्हणाली, "मृदुला, मला तर संजयपेक्षा तुझ्याविषयीच जास्त वाटतं. मुळात त्याचं बोलणं कमी! बोलला तरी फक्त हॉस्पिटलच्याच गोष्टी बोलतो. मी तर ना डॉक्टर, ना नर्स! तुझ्याबरोबर कशा कुठल्याही विषयावर गप्पा होऊ शकतात!" मृदुलाला तिच्या त्या खोटेपणाचा संताप येत होता, पण ती काहीही बोलू शकत नव्हती. तिचं बोलणं ऐकलं की, बाहेरच्यांना वाटावं; काय प्रेम आहे लक्ष्मीचं मृदुलावर! बाहेरच्यांचं काय म्हणा! स्वत: मृदुलाही या असल्या बोलण्यावर इतकी वर्षं फसतच होती ना! आता मात्र हे बोलणं ऐकून तिथून उठून जावंसं वाटत होतं.

पाहुण्यांच्या यादीत सरकारी अधिकारी, औषध कंपन्यांचे अधिकारी आणि गावातल्या धनाढ्य लोकांचा समावेश होता. चंदेरी रंगाची अत्यंत किमती कार्ड्स संजयच्या आदेशावरून छापून घेण्यात आली होती. या समारंभासाठी आलद हळ्ळीहून कुणीही येणार नव्हतं. भीमण्णा तर कुठं प्रवास करायचे नाहीत. त्यांनी आपले आशीर्वाद पोस्टकार्डद्वारे कळवले होते. वत्सलेला तर वाटायचं, "माहेरचे पैसे घेऊन मोठं हॉस्पिटल काढलं, त्यात काय विशेष? फुकटचा दिमाख दाखवायची लक्षणं! आणि त्यासाठी चंदेरी कार्ड्स छापलीत! खरोखरीच चांदीची कार्ड्स पाठवायला काहीही हरकत नव्हती!"

त्याचं असं झालं होतं, पुढे एकदा मृदुला पैसे परत करायला आलद हळ्ळीला गेली होती. तेव्हा भीमण्णांनी रागे भरून पाठवून दिलं होतं. 'हे बघ! हवं तर हे पैसे तू आलद हळ्ळीच्या तळ्यात फेकून दे, नाहीतर गावाच्या हणमप्पाच्या शेपटीला बांध! मुलीला दिलेले पैसे घ्यायला आम्ही काही सावकारी करणाऱ्या घरातले नाही!' पण वत्सला मात्र तिला टोचायला मिळालेली, एकही संधी सोडायची नाही.

सरलानं आपण येत असल्याचं कळवलं होतं. संजयला तिच्याविषयी अतिशय आदर होता. त्याच्या मते सरला हे कार्यशक्तीचं उत्तम उदाहरण! ती एकदाही घरात बसून राहात नाही, ती उगाच आदर्शाच्या गप्पाही मारत नाही! ती सगळ्यांबरोबर हसतमुखानं असते. म्हणूनच ती कंपनीच्या व्हाइस प्रेसिडेन्टच्या पोस्टवर पोहोचली आहे! हवं तेव्हा मॉडर्न आणि हवं तेव्हा ती ट्रॅडिशनल असते. एकूण ती एक चुणचुणीत बाई आहे. असं त्याचं मत होतं. हे म्हणताना संजय तिची आपल्याशी

तुलना करतोय, असंच मृदुलेला वाटायचं. बऱ्याच बाबतीत आपण सरलापेक्षाही सरस असतानाही ती जीवनात यशस्वी झाली होती. मृदुलाला त्यावरून अनेकदा अनिताचं म्हणणं पटायचं. ती म्हणायची, ''देवापुढे हात पसरून उभे असताना तो जे काही देईल, तोच प्रसाद नाही का! सुखाप्रमाणे दुःख हाही एक प्रसाद समजून आपण त्याचा स्वीकार केला पाहिजे. म्हणजे मनाला वेदना होत नाहीत.''

''पण हे कसं शक्य आहे?''

''मनात असेल, तर काहीही अशक्य नाही. आपण आपल्या भावना एकाच व्यक्तीवर केंद्रित केल्या की, पदरी निराशा येते. तेच देवाच्या पायाशी अर्पण केलं की अशी निराशा पदरी येत नाही.''

हे त्या वेळी मृदुलाला समजलं नसलं, तरी आता त्याचा अर्थ वेगळ्या प्रकारे समजत होता.

अलेक्स आणि अनिताला निमंत्रण गेलं होतं. अनितानं आपण येत नसल्याचं तेव्हाच सांगितलं होतं. ''मी घरात राहून त्या दोघांसाठी प्रार्थना करेन'' असं तिनं सांगितलं होतं.

निमंत्रण-पत्रिकेत भेटवस्तू स्वीकारणार नसल्याचं छापलं होतं. तरीही लोक भेटवस्तू आणल्याशिवाय राहाणार नाहीत, हेही सगळ्यांना ठाऊक होतं. काही नाही म्हटलं तरी फुलांचा बुके तर आणला जातोच.

संजय एकूणच उत्साहात होता. मृदुलाचं वागणं बघून ती पूर्ववत झाली आहे, असं त्याला वाटत होतं. त्यानं मृदुलाला विचारलं, ''वेडिंग ॲनिव्हर्सरीला तुला काय हवं? डायमंड-सेट आणू की युरोप ट्रिपला जाऊ या? की तुमच्या शाळेला पंचवीस हजार रुपये देऊ या?''

मृदुलाला मात्र यात सगळा खोटेपणाच वाटायचा. तिला वाटायचं; सांगावं, संजय, लग्न झालं तेव्हा तुमचा माझ्यावर जो गाढ विश्वास होता, तो मला आणून द्या! तरी ती काहीही बोलली नाही. शिवाय ते सांगितलं तरी त्याला समजणार नाही, अशीच तिची खात्री होती.

आता मृदुला आणि संजय दोघंच घरात होते. आज संध्याकाळी आठ वाजल्यानंतर पार्टी सुरू होणार होती. लीला पॅलेस हॉटेलमध्ये लक्ष्मी, शंकर, रोसमेरी सहा वाजताच येऊन हजर होणार होते. या दोघांना त्यांनी सातच्या नंतर घरातून निघायला सांगितलं होतं. आधी कॉकटेल नंतर डीनर असा सगळा बेत ठरला होता. त्यातच एकमेकांना हार घालायचा; व्हिडीओ-फोटोग्राफर या सगळ्यांना सांगण्यात आलं होतं. आलेल्या प्रत्येक पाहुण्याला जाताना देण्याच्या भेटवस्तूही लक्ष्मीच्या देखरेखीखाली पॅक करून तयार होत्या. सगळी तयारी एखाद्या लग्नाप्रमाणे करण्यात आली होती, असं म्हटलं तर चुकीचं ठरणार नाही! पंचवीस वर्षांपूर्वी आलद

हळ्ळीच्या घरामध्ये साध्या समारंभात विवाहबद्ध झालेले ते दोघं लग्नाचा रौप्यमहोत्सव अतिशय थाटामाटात साजरा करायला सिद्ध झाले होते, असं वर-वर दिसत होतं.

संजय लक्ष्मीनं दिलेला ड्रेस घालून समारंभासाठी तयार झाला होता. आत मृदुला सामान बांधत होती. ती अजूनही तयार न झालेली बघून संजय चिडला होता.

"काय चाललंय तुझं नाही त्या वेळी?"

सुती साडी नेसलेल्या मृदुलानं शांतपणे सांगितलं, "सामान बांधते आहे."

"का?"

"माझी बदली झाली आहे!"

"कुठं?"

"आलद हळ्ळीला."

संजय चकित झाला. तरीही संयमानं म्हणाला, "शिक्षण-खात्याचे सेक्रेटरी माझ्या ओळखीचे आहेत. आपण पुन्हा इथे करून घेऊ."

"नको. मी स्वत:हून मागून घेतली आहे."

"पण तू मला याआधी नाही सांगितलंस?"

"तशी वेळच आली नव्हती ना!"

"परत कधी येशील?"

"कदाचित कधीच नाही."

"काय करणार आहेस तिथं?"

"तिथं चंपक्का मावशीचं घर मी विकत घेणार आहे. तुमच्या अम्मांनी सांगितलेली गोष्ट किती उपयोगाला आली पाहा! त्यांनी मला सुरुवातीलाच पगारातली काही रक्कम शिल्लक टाकायला सांगितलं होतं. लग्न झाल्यापासून मी माझ्या पगारातली काही रक्कम शिल्लक टाकत आले आहे. त्या पैशांतून मी घर घेणार आहे."

"का? तुझ्या वडिलांच्या घरात राहाणार नाहीस?"

"अजिबात नाही! ज्या घरात मी तुमच्याबरोबरीनं सुख-दु:खं झेलली, ते घर जिथं माझं होऊ शकलं नाही, माझा मुलगा जिथं माझा वाटला नाही, तुम्हीही माझे झाला नाहीत! माझ्या नकळत कितीतरी गोष्टी घडत असताना तुम्ही मला विश्वासात घेतलं नाही. मग कधी काळी मी ज्या घरातून बाहेर पडले, ते घर कसं माझं होईल? जिथं तुमचं घर माझं झालं नाही, तिथे त्या घरावर माझा काय हक्क? आता शिशिर सगळ्या अर्थानं स्वतंत्र झाला आहे. माझ्यापेक्षा तुम्हीच त्याची काळजी घेताय! माझं काम झालं. मी आई, बायको आणि सून म्हणून माझी सगळी कर्तव्यं केली आहेत. आता उरलेलं जीवन मी माझ्यासाठी जगणार आहे! मला माझी नोकरी आहे. तिथे माझी अजून आवश्यकता आहे. तुम्हाला आणि शिशिरला जर मला भेटायचं असेल, तर आलद हळ्ळीला येऊन भेटा."

संजयच्या उत्तराची वाट न बघता तिनं बाहेर येऊन रिक्षा थांबवली. त्यात आपलं सामान ठेवून ती त्याच्या समोरून निघून गेली. संजय तोंड उघडं टाकून तसाच बघत राहिला होता. मृदुला रिक्षा पकडून निघून गेल्याची घटना खरी की खोटी; हेच त्याला कळेना. हे कसं शक्य आहे? मृदुला आपला शब्द टाळून अशी कशी जाईल? आलद हळ्ळीची मृदुला नवऱ्यानं सोडलंय, अशी नामुश्की स्वीकारून जिवंत राहाणं कधीही शक्य नाही! आज त्याच्या या विश्वासाला चूड लावून मृदुला निघून गेली होती! त्याच्या मनात पैशांमुळे निर्माण झालेल्या प्रचंड आत्मविश्वासाला तडा गेला होता. कदाचित मृदुलानं हे आपल्याला घाबरवण्यासाठी केलं असेल, असं एकीकडे वाटत असलं; तरी दुसरीकडे मन सांगत होतं, नाही! मृदुला तशी नाही! कदाचित लक्ष्मी अशा प्रकारचं नाटक करू शकेल, पण ही नाही! खरोखरच मृदुला निघून गेल्याला उघड्या दारातून आत येणारं वारं साक्षी होऊन राहिलं होतं. काहीही न उमजून संजय उभा होता.

त्याचवेळी फोन वाजू लागला.

त्याला वस्तुस्थितीची जाणीव झाली. आणखी दुसरा कुठला दिवस असता, तर तो या प्रसंगाला वेगळ्या प्रकारे सामोरा गेला असता. पण आजचा प्रसंग तसा नव्हता! एव्हाना भरपूर माणसं जमली असतील. आजच्या समारंभाला मृदुलाची शंभर टक्के गरज होती! जमलेल्या लोकांसमोर काय सांगायचं? काय घडलंय ते सांगणं, तर अशक्य होतं. त्यामुळे खोटं बोललं, तरी त्यावर लोकांचा विश्वास बसायला पाहिजे.

फोन काही वेळ वाजून शांत झाला. आज प्रथमच तो इतका निष्क्रिय झाला होता की, त्याला फोन उचलणंही शक्य झालं नव्हतं. हा त्याचा कितीतरी दिवसांनंतरचा अनुभव होता. कितीतरी वर्षांपूर्वी बळ्ळारीला बदली झाल्यानंतर केंपुनंजम्माची केस असो, मेहनतीनं केलेली नर्सिंगहोमची उभारणी असो किंवा अनेक प्रसंगी आर्थिक चणचण जाणवत असताना असो; कधीही अशा प्रकारची निष्क्रियता त्याला जाणवली नव्हती. पैशांच्या आधारावर काहीही साधता येईल, अगदी जगही जिंकता येईल, या गुर्मीत असताना तो असा कोसळला होता की, त्याला आज कंगालाहून कंगाल असल्यासारखं वाटलं होतं.

एवढ्यात कार येऊन उभी राहिल्याचा आवाज आला. कोण आहे, हेही पाहायची त्याला इच्छा नव्हती. लक्ष्मी आली होती. अंधारात बसून राहिलेल्या भावाला बघून लक्ष्मी म्हणाली, "का रे? असा का बसलास? किती फोन केले तरी तू का उचलला नाहीस? बरं आहे ना तुला? आणि मृदुला कुठं आहे? मृदुला!... मृदुला!..." हाका मारत तिनं हॉलमधला दिवा लावला. त्या प्रखर दिव्याच्या उजेडात रॉ-सिल्कच्या कपड्यात नटलेला म्लान चेहऱ्याचा संजय दिसला, पण मृदुला दिसली नाही. हाका मारत ती मृदुलेच्या खोलीत गेली. तिथंही ती दिसली

नाही. तशी ती पुन्हा हॉलमध्ये येऊन संजयला म्हणाली, ''काय चाललंय इथं? मृदुला कुठं आहे?''

''ती निघून गेलीय!''

''कुठं? का?''

संजय काहीही बोलला नाही.

''केव्हा येणार आहे?''

''ठाऊक नाही.''

''मस्करी चाललीय का? आणि तू का असा आहेस?''

संजय सावध झाला. त्यानं सांगितलं, ''लक्ष्मी, सगळ्यांना सांग, मृदुला पाय घसरून पडलीय म्हणून! फ्रॅक्चर झालंय म्हणावं! मीही येतोय तुझ्याबरोबर! आलेल्यांना जेवण करून जा म्हणावं!''

''पण काय झालं? कुठं गेली मृदुला?...'' लक्ष्मी विचारत राहिली, तरी संजयनं उत्तर दिलं नाही. चलाख लक्ष्मीला ही नवरा-बायकोमधली काहीतरी भानगड आहे, हे लक्षात आलं होतं. तीही गप्प झाली.

लीला पॅलेस हॉटेलमध्ये भरपूर गर्दी जमली होती. संजयनं लगेच हसरा मुखवटा चढवला आणि सगळ्यांना सांगितलं, ''मृदुला पाय घसरून पडली आहे, पाय मोडलाय. कृपा करून क्षमा करा! मला तिच्याकडे लक्ष दिलं पाहिजे! पण प्रत्येकानं जेवण करून जावं.'' आणि विनयानं पुन्हा एकवार सगळ्यांची क्षमा मागून निघून गेला. लक्ष्मी आणि शंकरनं समारंभाची बाकी जबाबदारी पार पाडली.

कार्यक्रम संपताच संजय पुन्हा घरी येऊन बसला. एकीकडे मनाचा विरस झाला असला, तरी दुसरीकडे मृदुलाचा अपरिमित राग आला होता. इतक्या लोकांसमोर केवढा मोठा अपमान झाला होता! एक खोटं बोलून त्यानं त्यावर पांघरूण घातलं होतं. ही आलद हळ्ळीला गेली आहे, आज ना उद्या परत येईल, असं मनाला समजावायचा प्रयत्न केला, तरी ते मनाला पटलं नाही. मन अस्वस्थ झालं होतं. जीव कासावीस झाला होता.

त्यानं मनाला सांगितलं, ती नसली म्हणून काय झालं? माझ्यापुरता मी छान जगेन. स्वयंपाकाला आणि घरकामाला साकम्मा आहेत. हॉस्पिटलचं बघून घ्यायला रोसमेरी आहे. ही असली काय किंवा नसली काय! या विचारानं मनाला जरा उभारी आली. मी! या बंगळूरमधला सगळ्यात प्रसिद्ध स्त्रीरोग तज्ज्ञ! माझा शब्द इथे सगळे जण झेलायला उत्सुक असतात. माझी काही मिनिटं मिळवण्यासाठी माणसं महिनोन् महिने रांग लावतात! माझ्या क्षेत्रात मला किती मान आहे! या गावात माझ्याशिवाय एकही पार्टी होत नाही! आत्मविश्वासाचं प्रतीक म्हणून माझ्याकडे पाहिलं जातं. मी का या व्यवहारशून्य मृदुलाच्या धमकीला घाबरायचं? तिला

राहायचं असेल तर राहील, जायचं असेल तर जाईल! ती असली काय किंवा नसली काय, मला काय फरक पडणार? ती इतक्या ताठ्यात निघून गेलीय! आता मी तिला बोलवायला गेलो तर किती अपमान! संसार म्हटला की, अशा गोष्टी घडणारच. त्यावर एवढा राग धरणाऱ्या या बयेपुढे मी वाकणार नाही!

संजयला आता चांगलीच उभारी आली. त्याचा आत्मविश्वास उभारला. खोलीत जाऊन त्यानं कपडे बदलले. दार बंद करून तो झोपी गेला. डोळा लागला. उजाडलं असं वाटून त्यानं डोळे उघडून भिंतीवरच्या डिजिटल घड्याळाकडे पाहिलं. दीड वाजला होता. कुठलीही केस नसताना तो कधीही असा उठत नव्हता. आताच अशी जाग आली?

नेहमीप्रमाणे उगवलं. साकम्मा आल्या. त्याच्या खोलीसमोर उभ्या राहून विचारू लागल्या, "अम्मा नाहीत? नाष्टा काय करू?"

"नाहीत. त्या गावाला गेल्यात. तुम्हाला वाटेल ते करा." त्यानं सांगितलं.

"होय? पण मला नाही सांगितलं, अम्मांनी! मला सांगितल्याशिवाय त्या कधीच गेल्या नाहीत. कधी येणार आहेत?"

कसाबसा संयम बाळगत संजय म्हणाला, "महिना तरी लागेल."

"मग या महिन्याचं सामान कोण आणून देईल?"

या छोट्या-छोट्या प्रश्नांनी त्याचा संयम सुटत चालला होता.

"हे पाहा साकम्मा, टेबलावर पैसे ठेवलेले असतील. तुम्हीच सामान मागवा," त्यांच्याकडे न बघता एवढं सांगून तो बाथरूमकडे निघाला. तेवढ्यात नोकर येऊन म्हणाला, "सर, गाडीत पेट्रोल घालायला पाहिजे आणि पाण्याची बिलंही द्यायची आहेत. धोब्याचे पैसे द्यायचे आहेत. माळी यायचा आहे. कार सर्व्हिसिंगला द्यायची आहे...."

ती लांबलचक यादी ऐकून संजय म्हणाला, "या सगळ्यांसाठी रोसमेरीकडून पैसे मागून घ्या!..." आणि सुटका करून घेऊन तो अंघोळीला निघाला.

तो अंघोळ करून बाहेर आला, तेव्हा साकम्मा नाष्टा टेबलावर ठेवत होत्या. त्यातला थोडासा खाऊन त्यानं कॉफी घेतली. साकम्मा काहीतरी विचारण्यासाठी तिथेच घुटमळत होत्या. तिकडं लक्ष न देता तो गाडीत जाऊन बसला. त्यानं मन ओकं-ओकं झालं होतं. तरी त्यानं ते दाखवून दिलं नाही. हॉस्पिटलमध्येही तो नेहमीप्रमाणे रुग्णांना तपासू लागला. त्याशिवाय इलाजही नव्हता म्हणा!

पेशंट्स संपवून तो खोली बाहेर आला, तेव्हा रोसमेरीचा नवरा जॉन एका कोपऱ्यात फुलांचा गुच्छ घेऊन उभा होता. एरवी पिऊन तर्रर असणारा जॉन आज स्वच्छ कपडे घालून चांगलं वागायचं नाटक करत होता. संजयला या जॉनचा नेहमीच अत्यंत तिरस्कार वाटायचा. तो कधीही आपण होऊन जॉनशी बोलायचा

नाही. आज मात्र तो आपण होऊन त्याच्याजवळ जात म्हणाला, ''काय म्हणताय मिस्टर जॉन! आज बुके घेऊन आलात! काय विशेष?''

जॉन हसत म्हणाला, ''आज रोसमेरीचा वाढदिवस आहे!''

तेवढ्यात रोसमेरी जिन्यावरून खाली आली. तिला बघताच संजय मागे सरला. तिची ड्युटी संपल्यामुळे ती युनिफॉर्ममध्ये नव्हती. नवरा-बायको हसत-हसत बाहेर गेले.

त्याला वाटलं, असल्या बेवड्या नवऱ्याबरोबर ही कशी राहात असेल? वर्षभर उंडारत असलेला जॉन वर्षातून एकदा हिच्यासाठी फुलं आणून तिला खूश करतो. संजय खजील झाला. सगळ्याच बाबतीत आपण याच्यापेक्षा उत्तम असूनही बायकोला वर्षातून एक दिवसही आनंद देण्यात आपण यशस्वी ठरलो नाही! या विचारानं त्याचा जीव कासावीस झाला. त्या दिवसाची आवक बघताना नेहमीप्रमाणे आनंद वाटला नाही. कुणासाठी, कशासाठी एवढं कमवायचं? एकट्यासाठी एवढ्या पैशांची गरज काय? त्याला आज पोकळपणाचा अनुभव आला.

फोन वाजला. पलीकडे अनिता होती.

''हे काय झालं संजय? असं का होऊ दिलं तुम्ही?''

''काय झालं? कुठं काय?''

''पंचवीस वर्षांनंतर तुम्हाला मृदुला सोडून गेली ना?''

''तुला कुणी सांगितलं?''

''घरी फोन केला होता. साकम्मा म्हणाल्या. नंतर आलद हळ्ळीला फोन केला तेव्हा मृदुलानं सगळं सांगितलं.''

संजय काहीच बोलला नाही. तीच पुढे म्हणाली, ''मी काही तिला ये म्हणून सांगितलं नाही. लोकांना घाबरून ती जरी इथे आली, तरी काय आहे तिला इथं? काहीही नाही! मी तुम्हाला इतकी वर्षं पाहातेय. मृदुलासारखी बायको मिळणं, ही नशिबाची गोष्ट आहे! त्यासाठी तुम्ही देवाचे आभार मानायला पाहिजेत. असलं रत्न गमावून कितीही पैसा कमावला तरी अर्थ नाही!''

संजय काहीही बोलला नाही.

''मी सांगते आहे, ते कदाचित तुम्हाला आवडणार नाही. पण खऱ्या मित्रांनी नेहमी खरं तेच सांगितलं पाहिजे ना! काही चूक असेल, तर तीही दाखवली पाहिजे; तरच खरी मैत्री. तुम्हीही विचार करा. आमच्या घरच्या गोष्टी तुला काय करायच्या आहेत, असंही तुम्ही म्हणू शकता! पण मीही वीस वर्षांपेक्षा जास्त काळ तुमच्या सुख-दुःखात सहभागी होते. तुम्हाला कदाचित राग येईल. तुम्ही तुमच्या आईशी किंवा तुमच्या बहिणीशी मृदुलाची तुलना करू नका. उद्या शिशिरचं लग्न करावं लागेल. त्याचा संसार सुरू होईल. त्याला बाप जडच होईल. त्या वेळी तुमचा एवढा

सगळा पैसा निरुपयोगी ठरेल. तुमच्या आई! तुम्हीच सांगा, तुम्हाला कधीतरी त्यांची आठवण येते का? तुमच्या भगिनी! त्या तर तुमच्याकडून काय फायदा होईल, एवढाच विचार करतात. त्यांना तुमच्याविषयी अजिबात माया नाही, हे माझ्यासारखी बाहेरची बाईही सांगू शकेल. मी तुमच्या घरच्या विषयात लक्ष घालून बोलते आहे, क्षमा करा. तरीही मला जे वाटलं ते मी मनापासून सांगितलं.''

एवढं सांगून त्याच्या उत्तराची वाट न बघता तिनं फोन ठेवला. तिचं बोलणं ऐकून संजय थक्क झाला. तोही अनिताला बऱ्याच वर्षांपासून ओळखत होता. मनाला प्रामाणिक वाटेल ते कुठलीही भीडभाड न ठेवता स्पष्ट शब्दांत सांगणं, हे तिचं वैशिष्ट्य होतं.

तो निश्चल होऊन बसून होता. त्याचवेळी लक्ष्मीचा आवाज ऐकू आला. लक्ष्मी आणि शंकर त्याच्या पुढ्यात येऊन बसले होते. अंगभर भरपूर सोन्याचे दागिने घातलेल्या लक्ष्मीनं केस रंगवले होते. त्यामुळे तिचं वय दहा वर्षांनी कमी दिसत होतं. तिनं विचारलं, ''का रे, संजय? असा का बसलास? मला नव्या कंपनीची डायरेक्टर करायचं म्हणत होतास ना तू? त्याचं काय झालं? त्या कंपनीच्या उद्घाटनाचा समारंभ करायचा आहे का? मी माझ्या महिला मंडळातल्या बायकांना सांगून ठेवलं आहे. अरे हो! मृदुला काय म्हणते? पार्टीच्या वेळी मिळालेल्या गिफ्ट्स मी माझ्या घरी ठेवायची व्यवस्था केली आहे हं! केव्हा आणून देऊ? त्यात फार मोठं असं काही आल्याचं दिसत नाही. बुकेच जास्त आले होते.''

लक्ष्मी एकसारखी बडबडत होती. तिनं मृदुला का घर सोडून गेली, ती केव्हा परत येणार आहे, याची अजिबात चौकशी केली नाही. व्यवहारात निर्भाव असणं आवश्यक असतं, पण घराच्या बाबतीतही इतकं निर्भाव असता कामा नये! प्रथमच संजयच्या मनात आलं. लक्ष्मी आपल्या आगामी पोस्टमुळे उत्साहित झालीय! तिला माझ्याविषयी किंवा मृदुलाविषयी काहीही फिकीर नाही.

त्यानंही अलिप्तपणे उत्तर दिलं, ''नव्या कंपनीविषयी मला ठाऊक नाही. तू अलेक्सला विचार.''

''आम्ही अनिलसाठी मुलगी पाहातो आहोत. आर्थिक परिस्थिती उत्तम असलेल्या घरची मुलगी मिळाली तर चांगलं होईल.'' ती तशीच बोलत राहिली.

तेवढ्यात फोनची रिंग वाजली. तो बोलत बाहेर गेला. बोलणं संपवून तो आत आला तेव्हा ते नवरा-बायको बोलण्यात गढून गेले होते. शंकर बायकोला म्हणत होता, ''कशाला तुझ्या भावाला सांगितलंस? अनिलसाठी तो एखादी मृदुलासारखी बावळट मुलगी आणेल! घरात एखाद्या नोकराणीसारखी राहाणारी, अजिबात डिग्निटी नसलेली मुलगी! फक्त रूप घेऊन काय करायचंय? मेकअप केला की कुणीही चांगलं दिसू शकतं! रूप कमी असलं, तरी तिनं माहेरहून थैली आणायला हवी!...'' संजयला

बघताच त्यांनी बोलणं थांबवलं. संजय काहीही बोलला नाही. तो दुखावला गेला होता.

संध्याकाळी तो घरी परतला तेव्हाही मनात निरुत्साह भरला होता. यापुढचं आपलं सगळं आयुष्य असंच जाईल का, या विचारानं तो घाबराही झाला होता. घरातल्या कानाकोपऱ्यांत मृदुलाचं अस्तित्व दिसत होतं. भिंतीवरचं घड्याळ तिच्या पहिल्या पगारातून आणलं होतं. गॅरेजमध्ये आजही असलेली स्कूटर तिनं कर्ज काढून आणली होती. देवघरातल्या मूर्ती त्यांच्या लग्नाची आठवण करून देत होत्या. दिवसातले काहीच तास त्यांची भेट होत असली, तरी आणि त्याहीवेळी बऱ्याचदा ती भांडत असली तरी ती त्याच्या जीवनाचा भाग झाली होती. ती आपल्या अस्तित्वाचा एक भाग असल्याचं आता त्याला तीव्रतेनं जाणवत होतं.

त्याला अनिताच्या फोनची आठवण झाली. त्या वेळी तिचा राग आला असला तरी आता मात्र तो त्याचा विचार करू लागला. रात्री त्याला जेवायची इच्छाच झाली नाही. जे. पी. नगरमधल्या त्या भव्य घरातल्या ऐश्वर्यपूर्ण डायनिंग टेबलावरच्या चांदीच्या ताटातला घास त्याच्या घशाखाली उतरायला तयार नव्हता. त्याला आपण एक अनाथ जीव असल्याची भावना दाटून येऊ लागली. भिंतीवरचा लग्नातला फोटो बघताना जाणवलं, आपल्यासारख्या अपंग माणसाचा तिनं किती मनापासून स्वीकार केला होता!

रात्री शिशिरचा फोन आला, ''डॅड! कसा झाला वेडिंग ॲनिव्हर्सरीचा कार्यक्रम?''

त्याचा आवाज ऐकताच संजयच्या डोळ्यांत पाणी उभं राहिलं. त्यानं सद्‌गदित आवाजात सांगितलं, ''बेटा, तो समारंभ झालाच नाही!....''

''का डॅडी?''

''तुझी अम्मा मला सोडून आलद हळ्ळीला निघून गेली आहे!''

''केव्हा येणार आहे ती?''

''ठाऊक नाही!''

''कमॉन डॅड! अम्माचा राग किती वेळाचा? आणखी फार-फार तर आठवड्याभरात येईलच ती!''

''नाही बेटा! या खेपेला ती ट्रान्सफर घेऊन गेलीय.''

''म्हणजे हे गंभीर प्रकरण झालं! डॅड, तुम्ही अम्मावरच कॉन्संट्रेशन; फोकस करा बघू! तुम्ही स्वत: जाऊन तिला घरी घेऊन या. तुम्ही मनात आणलं, तर काहीही अशक्य नाही!''

''तुझं काम कसं चाललंय बेटा?''

''छान आहे! पण आय मिस होम! आय मिस अम्मा! घरात तिच्याबरोबर असताना तिची किंमत समजली नाही. आता मात्र क्षणोक्षणी तिची आठवण येते. अम्मा नसती तर आपलं नर्सिंगहोम झालं नसतं, नाही का डॅडी? तिच्या सांगण्याचा आता मला अर्थ समजतो. घर म्हटलं की अम्मा हवीच! होय ना डॅडी? तुम्हाला

तिला सोडून राहाणं जितकं कठीण वाटतंय, तितकंच तिलाही वाटत असलं पाहिजे! मी आलद हळ्ळीला फोन करतो!''

मुलाचं बोलणं ऐकून संजय अवाक् झाला. हाच का आपला शिशिर? एकदा घराबाहेर पडल्यावर त्याला जगाकडे बघायचा वेगळा दृष्टिकोन सापडलेला दिसतोय!... याच विचारात त्याच्या डोळ्यांवर झापड येऊ लागली. डोळे मिटता-मिटता त्याच्या मनात आलं, कदाचित खरंच शिशिर म्हणतो, त्याप्रमाणे मृदुला लवकरच घरी येईल! त्यानंतर वाजणारी प्रत्येक फोनची घंटी मृदुलेची असेल, या अपेक्षेनं तो वाट पाहू लागला. तरीही आपण होऊन तिच्याकडे जाऊन तिची माफी मागणं, मात्र त्याला अपमानास्पद वाटत होतं.

असेच दिवस चालले होते.

अलीकडे संजयचं मन जड होत चाललं होतं. त्याचा कामातला उत्साह कमी होत चालला होता. त्याला आता नर्सिंगहोमविषयीही काही वाटेनासं झालं होतं. मृदुलाला गावी जाऊन दोन महिने होऊन गेले होते. शिशिर फोन करून अम्माविषयी भरपूर बोलत होता. संजयलाही ते पटत असलं, तरी आपण होऊन मृदुलाला भेटायला मात्र त्याचा 'अहं' आड येत होता.

हनुमंताच्या देवस्थानासमोरच्या झोपाळ्यावर बसून मृदुला झोके घेत होती. तिच्या डोक्यावरचे विरळ केस काहीसे पांढरे झाले होते.

चैत्र महिना! गावातल्या आंब्यांवर फुललेल्या मोहोराचा सुगंध पसरला होता. कोकिळेची कुहुऽऽकुहुऽऽ ऐकू येत होती. गाव नि:शब्द होतं. युगाधी म्हणजे गुढीपाडवा. वर्षारंभाचा दिवस. सगळे आपापल्या घरात आनंदानं सण साजरा करण्यात गढून गेले होते. पण मृदुला मुळातच गावातल्या सगळ्यांपेक्षा वेगळी होती.

झोके घेता-घेता मृदुला आपल्या घराकडे बघत होती. तिच्या मनात जीवनाविषयी अतीव उत्साह होता. प्रत्येक बाबतीत तिला पराकोटीची आसक्ती असायची. अभ्यास असो, स्वयंपाक असो किंवा विणकाम-भरतकाम असो. प्रत्येक क्षणी ती जीवनाकडे वेगळ्याच दृष्टीनं बघायची. सकाळचा सूर्य केवळ आपल्यासाठीच उगवतो, असा तिला विश्वास असायचा. इंद्रधनुष्य आपल्यासाठीच उमटलंय, अशी तिची भावना असायची. प्रत्येक महिना हा तिच्यासाठी अपरिमित आनंद घेऊन यायचा. कुठल्याही मापदंडांनी तिच्या उत्साहाचं मूल्यमापन करता यायचं नाही.

एकाएकी कुणीतरी तिचा झोका थांबवल्यासारखं तिला वाटलं. कुणी झोका थांबवला म्हणून तिनं मागे वळून पाहिलं. एका हातानं संजय तो झोका पकडून उभा होता. ■

www.ingramcontent.com/pod-product-compliance
Lightning Source LLC
Chambersburg PA
CBHW051526050726
47503CB00014B/1841
* 9 7 8 8 1 8 4 9 8 5 1 8 4 *